கால்டுவெல் எழுதிய

பரதகண்ட புராதனம்

(வேதங்கள், இதிகாசங்கள், புராணங்கள்
பற்றிய ஆய்வு நூல்)

பதிப்பாசிரியர்
பொ. வேல்சாமி

நியூ செஞ்சுரி புக் ஹவுஸ் (பி) லிட்.,
41-B, சிட்கோ இண்டஸ்டிரியல் எஸ்டேட்,
அம்பத்தூர், சென்னை- 600 050.
☏: 044 - 26251968, 26258410, 48601884

Language : Tamil
Bharathakanda Puraathanam
Author: **Dr. Caldwell**
Edited by: **P. Velswamy**
N.C.B.H. First Edition: May, 2012
Fourth Edition : December, 2020
Fifth Edition : March, 2024
Copyright: Publisher
No. of pages: xvi + 136 = 152
Publisher :
New Century Book House Pvt. Ltd.,
41-B, SIDCO Industrial Estate,
Ambattur, Chennai - 600 050.
Tamilnadu State, India.
email : info@ncbh.in
Online:www.ncbhpublisher.in

ISBN: 978 - 81 - 2342 - 097 - 4
Code No. A 2464
₹ 130/-

Branches
Ambattur 044 - 26359906 **Spenzer Plaza (Chennai)** 044-28490027
Trichy 0431-2700885 **Pudukkottai** 04322- 227773 **Thanjavur** 04362-231371
Tirunelveli 0462-4210990, 2323990 **Madurai** 0452-2344106, 4374106
Dindigul 0451-2432172 **Coimbatore** 0422-2380554 **Erode** 0424-2256667
Salem 0427-2450817 **Hosur** 04344-245726 **Krishnagiri** 04343-234387
Ooty 0423-2441743 **Vellore** 0416-2234495 **Villupuram** 04146-227800
Pondicherry 0413-2280101 **Nagercoil** 04652-234990

பரதகண்ட புராதனம்
ஆசிரியர்: டாக்டர் கால்டுவெல்
பதிப்பாசிரியர்: **பொ. வேல்சாமி**
என்.சி.பி.எச். முதல் பதிப்பு: மே, 2012
நான்காம் பதிப்பு : டிசம்பர், 2020
ஐந்தாம் பதிப்பு : மார்ச், 2024

அச்சிட்டோர்: **பாவை பிரிண்டர்ஸ் (பி) லிட்.,**
16 (142), ஜானி ஜான் கான் சாலை, இராயப்பேட்டை, சென்னை - 14
☎: 044-28482441

All rights reserved. No part of this book may be reprinted or reproduced or utilised in any form or by any electronic, mechanical, or other means, now known or hereafter invented, including photocopying and recording, or in any information storage or retrieval system, without permission in writing from the publishers.

பதிப்புரை

மக்களுக்குக் கல்வி இன்றியமையாதது; இளமையில் தாய் மொழியின் வாயிலாகக் கற்க வேண்டுவனவற்றைக் கசடறக் கற்றுவிட்டால் அடையும் திறன் மூலம் பிறமொழிகளையும் எளிதாகக் கற்கலாம். இக்கூற்றை மெய்ப்பிக்கும் வகையில் அயல் நாட்டைச் சார்ந்த அறிஞர் கால்டுவெல் தம் தாய்மொழியோடு பிறமொழிகளையும் கற்றுப் பல நூல்களைப் படைத்தவர். நம் தமிழ்நாட்டுக்கு வந்து தமிழ் அறிஞர்களிடம் தமிழ் இலக்கிய இலக்கணங்களைக் கற்ற பின் பிற தென் திராவிட மொழிகளையும் அவற்றின் இலக்கணங்களையும் நிறைவாகக் கற்றுத் தேர்ந்தார். பின்னர் 'திராவிட மொழிகளின் ஒப்பிலக்கணம்' என்ற சிறந்த இலக்கண ஆராய்ச்சி நூலைப் படைத்துள்ளார் (1856) இலக்கியங்களில் தெளிவும் தேர்ச்சியும் பெற்ற பின்னரே ஒருவர் இலக்கண ஞானம் பெற முடியும் என்ற ஆற்றோர் கூற்றிற்கிணங்க பல மொழி இலக்கியங்களையும் கற்ற பின் அவற்றின் இலக்கணங் களையும் முறையாகக் கற்றுப் பயிற்சியும் தெளிவும் பெற்ற தனாலன்றோ கால்டுவெல் அவர்களால் அரிய சாதனை படைக்க முடிந்தது.

அவர், நற்கருணைத் தியானமாலை, தாமரைத் தடாகம் என்ற இரு நூல்களையும், நற்கருணை ஞானஸ்ஞானம் குறித்து இரண்டு கட்டுரைகளையும் நற்றமிழில் எழுதியிருக்கின்றார்.

இந்து மதம் வரலாற்றுக் கால முழுமையும் ஒரே தன்மைய தாக இருந்ததா அல்லது காலத்தால் மாறுதல் அடைந்து இன்றைய நிலைக்கு வந்துள்ளதா என்ற ஆராய்ச்சியின் பயனாக 1893இல் 'பரதகண்ட புராதனம்' என்னும் நூலை வெளியிட்டுள்ளார்.

அவர், இந்நூலில் வேதங்களைப்பற்றி அறிவு என்று பொருள்படும் வேதம், மந்திரம், பிராமணம் என்னும் பிரிவு களையுடையது என்றும் அவை பூர்வீக சாஸ்திரங்களாகும் என்றும் அவற்றில் 'இருக்கு' வேதம் அதிக பூர்வீகமானது, துவக்கமும் முடிவும் கொண்டது என்றும் குறிப்பிட்டுள்ளார்.

அவர்தம் ஆய்வு முடிவுகளால் நாம் அறிந்துகொள்வன:

வேதப்பாட்டுக்களைக் கட்டினவர்கள் விசுவாமித்திரர், வசிட்டர், அகத்தியர் ஆகியோர். ரிஷிகள்தாம் வேதத்தைக் கேட்டுக் கொண்டிருந்தனர்.

சுருதி, ஸ்மிருதி என வழங்கப்படும் வேதம் வெகு காலத்துக்குப் பிறகே எழுதி நூலாக்கப்பட்டது.

பூர்வீக இந்துக்கள் வானம், அக்கினி, சூரியன், காற்று ஆகியவற்றை வணங்கினர்.

'பிராமணர்' - சாதிப் பெயர் அல்ல, தொழில் செய்வோர்க்குரிய பெயரே.

விஷ்ணு என்ற திரிவிக்கிரமன் பெயர் நெருப்பு, மின்னல் சூரியனைக் குறிக்கும். வேத கால விஷ்ணுவுக்கும் தற்காலத்தில் வணங்கப்படும் விஷ்ணுவுக்கும் யாதொரு தொடர்பும் இல்லை.

இராமாயணத்திலுள்ள கதைகள் நம்புவதற்கு ஏது இல்லை; பாரதத்தில் சிலவற்றை நம்பலாம். இராமன் ஒரு வீரனே; அவன் தெய்வமாக மதிக்கப்படவில்லை. பரதன், பரத கண்டத்தை ஆண்ட சந்திரகுல முதல் சக்கரவர்த்தி.

பாரதக் கதையின் சூத்ரதாரியாகிய கிருஷ்ணன் யாதவர் குலத்தில் பேர் பெற்ற ஒரு வீரனே.

வேத காலத்திற்குரிய ஆசாரமாக யாகம், இராமாயண காலத்திற்குத் தவம், பாரத காலத்திற்குத் தீர்த்த யாத்திரை, புராண காலத்திற்குக் கோயில் பூசை என்று ஏற்றுக்கொள்ளப்பட்டன.

இந்நூல், முற்கால பாரதம், இந்து மதத்தின் பண்டைய நிலை, வேதங்கள் பற்றிய முழுமையான விளக்கம் முதலியவற்றை அறிந்துகொள்ளப் பயன்படும். மேலும் புராணங்கள், உப புராணங்கள், தக்ஷ யாகக் கதைகளின் விசேஷ நிகழ்ச்சிகள் போன்றன புராணப் பிரியர்களுக்கு இலக்கிய விருந்தாக அமையும் என்ற பயன் கருதி கிடைத்தற்கரிய இந்நூலைத் தமிழக வாசகர்கள் விரும்பிப் படித்துப் பயன்பெறுவர் என்ற நோக்கில் வெளிக்கொணரும் பதிப்பாசிரியர் வேல்சாமி அவர்களுக்கு நன்றி பாராட்டி எமது பதிப்பகம் இந்நூலை வெளியிட்டு வாசகரின் ஆதரவை நாடுகின்றது.

-பதிப்பகத்தார்

முன்னுரை

சுமார் இருபது நாட்களுக்கு முன் தஞ்சாவூரில் சேக்கிழார் அடிப்பொடி டி.என்.இராமச்சந்திரனை அவருடைய இல்லத்தில் சந்தித்தேன். வழக்கமான சந்திப்புத் தான். பேசிக்கொண்டிருக் கையில் ஒரு புத்தகத்தை எடுத்து வந்தார். இது கால்டுவெல் எழுதிய தமிழ் நூல் என்றார். 1893இல் வெளியிடப்பட்டதாகக் குறிப்பு இருந்தது. கால்டுவெல் எழுதிய தமிழ் நூல்களாக "நற்கருணைத் தியான மாலை" (1853) "தாமரைத் தடாகம்" (1871) என்ற இரண்டு நூல்களையும் "நற்கருணை", "ஞானஸ்ஞானம்" என்ற இரண்டு கட்டுரைகளையும் மயிலை சீனி.வேங்கடசாமி 'கிருத்துவமும் தமிழும்' என்ற நூலில் குறிப்பிட்டு எழுதியுள்ளார். இப்போது நான் பார்த்த இந்த நூலின் பெயர் "பரத கண்ட புராதனம்" என்று இருந்தது. 'இண்டியன் ஆன்டிகுடீஸ் பை த லேட் பிஷப் கால்டுவெல்' என்று ஆங்கிலத்திலும் தலைப்பு இருந்தது. எனவே அவர் எழுதிய ஆங்கிலக் கட்டுரைகளின் மொழிபெயர்ப்பாக இருக்கலாம் என்று கருதினோம். மேலும் ஒரு குறிப்பாக **'த பிரண்லி இன்ஸ்ரெக்டர்'** செய்த மறுபதிப்பு - என்றும் ஆங்கிலத்தில் எழுதப்பட்டிருந்தது. புத்தகத்தின் முன்பக்கமும், இறுதிப் பக்கமும் காணாமல் போயிருந்தது.

சென்ற வாரம் முழுமையும் என் துணைவியாருக்கு உதவியாக சென்னையில் ஒரு மருத்துவமனையில் இருந்தேன். இடையில் ஒருநாள் ரோஜா முத்தையா நூல் நிலையம் சென்றேன். அங்கே நூலக இயக்குநர் திரு.சுந்தர் அவர்களிடம் இந்த நூலைப் பற்றிக் கூறினேன். சிறிது நேரத்தில் நூல் என் கைக்கு வந்தது. நூல் முழுமையாக இருந்தது. நூலின் இறுதிப் பக்கத்தில் அந்தக் காலத்தில் வெளியான 34 நூல்களின் விலைப்பட்டியல் ஒன்று இருந்தது. அதில் 'ஆப்பிரிக்கா சிரவியோன் மிஷன் சரித்திரம்' என்ற ஒரு நூலை மட்டுமே எனக்கு ஏற்கனவே தெரியும்.

திருக்குறளை மொழிபெயர்த்த 'துறு' பாதிரியார் எழுதிய நூல் அது. மற்ற நூல்களைப்பற்றி எனக்கு ஒன்றும் தெரியவில்லை.

'பிரண்லி இன்ஸ்ரெக்டர்' மறுபதிப்பு செய்த நூல் என்ற குறிப்புத் தவிர முதல் பதிப்பு எப்பொழுது வந்தது என்று தெரியவில்லை. பேராசிரியர் கா.மீனாட்சி சுந்தரம் தன்னுடைய 'ஐரோப்பியர் தமிழ்ப் பணி' என்ற நூலில் பக்கம் 412இல் "இந்நூல் 'Friendly Instructor' என்னும் நூலின் மறுபதிப்பாகும்" என்று எழுதி இருந்தார். எனவே குழப்பம் மேலும் அதிகமாகியது. நண்பர் திரு.ஆ.இரா.வேங்கடாசலபதியைத் தொடர்பு கொண்டு இதைப் பற்றிக் கேட்டேன். உடனே அவர் "நற்போதகம்" என்ற பத்திரிகையின் ஆங்கிலப் பெயர்தான் 'பிரண்லி இன்ஸ்ரெக்டர்' என்பது என்றும், 19ஆம் நூற்றாண்டில் இதுபோன்று தமிழ்ப் பத்திரிகைகளுக்கு ஆங்கிலத்தில் பெயர் சூட்டும் வழக்கம் இருந்தது என்றும், சுமார் 1848இல் இருந்து வெளிவருகின்ற ஒரு கிருத்துவ பத்திரிகைதான் இது என்றும் கூறினார். கூடவே இப்பொழுதுகூட இந்தப் பத்திரிகை வெளிவருவதாகத் தெரிகிறது என்றார். எனவே கால்டுவெல் இந்தப் பத்திரிகையில் தமிழில் எழுதியதே தான் 1893இல் 'கிருத்துவ இலக்கியச் சங்கம்' S.P.C.K. பிரஸ் மூலம் நூலாக்கியுள்ளது என்பது புரிந்தது.

1856-ஆம் ஆண்டு கால்டுவெல்லின் 'திராவிட மொழிகளின் ஒப்பிலக்கணம்' வெளிவந்தது. இந்த நூலுக்கு முன்பாக அல்லது பின்பாக 'பரத கண்ட புராதனம்' எழுதப்பட்டதா என்பதை அறிந்துகொள்ள முடியவில்லை. ஆனால் பரத கண்ட புராதனத்தில் உள்ள பல செய்திகள் ஒப்பிலக்கணத்தின் முன்னுரையிலும் பேசப் பட்டுள்ளன. 'இந்து மதம்' என்று அழைக்கப்படுகின்ற இம்மதம் வரலாற்றுக் காலம் முழுமையிலும் ஒரு படித்தானதாக இருந்ததா? அல்லது காலத்தால் மாறுதல் அடைந்து இன்றைய நிலைக்கு வந்ததா? என்பதை பரத கண்ட புராதனத்தில் ஆராய்ச்சி செய்கிறார். தன் ஆய்வுக்கு வேதங்களையும், இராமாயணம், மகாபாரதம், புராணங்கள் போன்றவற்றையும் உட்படுத்துகிறார்.

முதலில் வேதங்களை எடுத்துக்கொண்டு வேதங்கள் பார்ப்பனர்கள் சொல்வது போன்று 'தான் தோன்றி' என்றோ, இறைவனால் அருளப்பட்டது என்றோ கொள்வதற்கு வேதங்களில் உள்ள செய்திகளே முரணாக உள்ளன என்கின்றார். வேதப்

பாடல்களை இன்னின்ன ரிஷிகள் பாடினார்கள் என்று வேதமே சொல்வதை எடுத்துக்காட்டுகின்றார். வேதப் பாடல்களில் உள்ள துதிகள் இறைவனைப் பாடவில்லை. இயற்கையையே பாடு கின்றன. இந்திரன், வருணன், அக்னி என்று சொல்லப்படுபவை ஐம்பூதங்களே என்பதை வேதத்திலுள்ள சான்றுகளைக் கொண்டே விளக்கி விடுகின்றார். எனவே வேதங்களின் வழிபாடு என்பது வளர்ச்சியடையாத மனிதர்கள் இயற்கையைக் கண்டு அஞ்சி வணங்கியதே என்றும், வேத காலத்தின் இறுதியில் இயற்கையைத் தேவர்களாக்கி அவர்களுக்கு நெருப்பின் வழியாகக் கையுறை கொடுத்ததே தீ வேள்வி என்றும் கூட்டிக்காட்டுகின்றார். இந்தப் பகுதியில் மேற்கோளாக ரிக்வேதத்திலிருந்து மூன்று பாடல்களை மொழிபெயர்த்துத் தருகின்றார். அந்த மொழிபெயர்ப்பு ஜம்பு நாதன் அவர்களுடைய (ஜம்புநாதன் மொழிபெயர்ப்பை ஏழு தொகுதிகளாக அலைகள் வெளியீட்டகம் வெளியிட்டுள்ளது) மொழிபெயர்ப்பைவிடத் தெளிவாகவும் அழகாகவும் உள்ளது என்பது குறிப்பிடத்தக்கது.

அடுத்தபடியாக வால்மீகி இராமாயணம், வியாச பாரதம் ஆகியவற்றை ஆய்வுக்கு எடுத்துக்கொள்கின்றார். முதலில் இரண்டு காவியங்களின் கதைச் சுருக்கத்தை மிக அழகாகத் தருகின்றார். பின்னர் அவற்றின் மீதான தனது விமரிசனத்தைக் கூறுகின்றார். அதில், இராமாயண காலம் வேதகாலத்திலிருந்து மாற்றம் அடைந்ததைக் கூறுகின்றார். அதை அவருடைய நடையிலேயே பார்த்தால் 19ஆம் நூற்றாண்டின் தமிழ் உரைநடையின் போக்கையும் கண்டுகொள்ளலாம். “இருக்கு வேத காலத்தில் தேவர்களை வணங்கும் ஆசாரங்களில் யாகமே பிரதானம். இராமாயண காலத்தில் யாகஞ் செய்தல் முற்றிலும் ஒழிந்துபோகாதிருந்தும் யாகத்தைப் பார்க்கிலும் தவமே பிரதானமென்று ஜனங்கள் எண்ணினார்கள். ரிஷிகளைப் பார்த்தாலும் ரிக்வேதத்திற்கும் இராமாயணத்திற்கும் வித்தியாச முண்டு. இருக்குவேத காலத்தில் ரிஷிகள் எனப்பட்டவர்கள் பஞ்சநதமாகிய பஞ்சாப் தேசத்து இராஜாக்களுக்குப் புரோகித ரென்னப்பட்ட குடும்பத்து ஆசாரியர்களாய் அவர்களுடைய அரண்மனைகளில் வாசம்பண்ணி அவர்களுக்குப் பல ஊழியங்கள் செய்து வந்தவர்களாய் இருந்தார்கள். இராஜாக்களுக்கு இந்திரனுடைய கிருபையும், அந்த கிருபையினாலே பசுக்கள்,

குதிரைகள், பிள்ளைகள், ஐசுவரிய முதலான லோக பாக்கியங்களும் கிடைக்கும்படிக்கு அவர்களுக்காக அந்த ரிஷிகள் பாட்டுக்களைக் கட்டிப் பாடி, யாகங்களை நடப்பித்து வந்தார்கள். இராமாயணத்திற் சொல்லிய ரிஷிகளோ இராஜாக்களுக்குப் புரோகிதராயிராமலும் அவர்கள் அரண்மனைகளில் வாசம் பண்ணாமலும் ஊரையும் நாட்டையும் விட்டுக் காட்டிலே சென்று தவமும் தியானமும் பண்ணிக் கொண்டவர்களாயிருந்தார்கள். விசேஷித்த கீர்த்தி அடையவேண்டுமென்றிருந்த சந்நியாசிகள் அகஸ்தியன் செய்தது போல சுயதேசத்துக்கு வெகுதூரமாய்ச் சென்று அதிகமதிகமாய்த் தெற்கே நடந்துகொண்டு போனார்கள். இருக்கு வேத ஆசாரங் களோடே இந்த ஆசாரங்களை ஒத்துப்பார்க்கும்போது இந்துக்கள் பூர்வீகத்தில் அனுசரித்த மதம் வெகுவாய் மாறினதாக விளங்கும். இருக்குவேத காலத்தை யாக காலமென்றும் இராமாயண காலத்தைத் தவகாலமென்றுஞ் சொல்லலாம்."

இதைப் போன்று மகாபாரதத்தைப்பற்றிக் கூறுகையில் இந்தக் காவியத்தின் கதை கிருஸ்து காலத்திற்கு முன்பே உருவாகி கிருத்துவிற்குப் பின் 400-500 ஆண்டுகளில் தான் தற்போதைய வடிவத்தை அடைந்திருக்கிறது என்கின்றார். இதே கருத்தை அம்பேத்கரும் தன்னுடைய மகாபாரதம் பற்றிய ஆய்வில் குறிப்பிடுகின்றார். இறுதி முடிவாக அவர் கூறுவது "அடக்கமாய்ச் சொன்னால், வேதகாலத்துக்குரிய ஆசாரம் யாகமே, இராமாயண காலத்துக்குரிய ஆசாரம் தவமே, பாரத காலத்துக்குரிய ஆசாரம் தீர்த்த யாத்திரையே, புராண காலத்துக்குரிய ஆசாரம் கோயில் பூஜையே."

புராணங்கள் பற்றிய அவருடைய குறிப்பின் ஒரு பகுதி வாசிப்புச் சுவையுடையதாக இருக்கின்றது. "புரவெசர் (புரொபசர் என்பதை இப்படி எழுதியுள்ளார்) வில்சன் என்னும் சாஸ்திரியார் புராணங்கள் இத்தன்மையுள்ளவைகளென்பதை யூரோப் கண்டத்தாருக்குக் காட்ட வேண்டுமென்று கருதி விஷ்ணு புராணத்தைத் தெரிந்தெடுத்து அதை இங்கிலீஷ் பாஷையில் திருப்பியிருக்கிறார் (மொழிபெயர்த்திருக்கிறார்). அவர் இந்தப் புராணத்தைத் திருப்பியிருக்கிறது மன்றி ஒவ்வொரு புராணத்தையும் ஒத்துப்பார்த்துப் பொதுப்பாயிரம் செய்து விவேகமுள்ள குறிப்புக்களையும் அபிப்பிராயங்களையும் எழுதிப் புராண இயல்பை விளக்கிக்காட்டி இருக்கிறார். புராணங்களைக்

குறித்து அதில் கண்டிருக்கிற விவரங்களில் மிகுதியான பங்கை அவர் எழுதின பிரபந்தத்தில் தெரிந்தெடுத்திருக் கின்றது. விஷ்ணு புராணமும் பாகவத புராணமுமாகிய இவ்விரண்டுமே யூரோப் கண்டத்துப் பாஷைகளில் முழுவதும் திருப்பப்பட்டிருக்கிறது. மற்றப் புராணங்களில் சில பங்குகள் மாத்திரம் திருப்பப் பட்டதுண்டு. பெருங் காப்பியங்களில் இராமாயண முழுவதும் திருப்பப்பட்டிருக்கிறது." (பக் - 101)

இந்துமதம் பற்றிய விமர்சனமாகவும் சமஸ்கிருத இலக்கியத்தின் ஒரு பகுதியினுடைய வரலாறாகவும் இந்த நூல் அமைந்துள்ளது. கூடுதலாகத் தமிழின் முதல் நாவலாகிய பிரதாப முதலியார் சரித்திரத்தின் உரைநடையைவிடத் தெளிவானதாக இவருடைய உரைநடை அமைந்துள்ளது. மொழி பெயர்ப்பு என்ற சொல் தொல்காப்பியத்தில் கையாளப்பட்டுள்ளது. கால்டுவெல், மொழிபெயர்ப்பு என்பதை 'திருப்பி இருக்கிறது' என்று எழுதுகிறார். இதுபோன்று புலவர்களை சாஸ்திரிகள் என்று குறிப்பிடுகின்றார். ஆனாலும் படிப்பதற்குச் சுவையாகவே உள்ளது.

அணிந்துரை

மகா அலெக்சாந்தர் இராசாவின் காலத்தில் இந்து தேசத்திலே வந்த கிரேக்க வித்துவான்களில் சிலர் இந்துக்களுக்கு எழுத்து தெரியாதென்றும் வேறு சிலர் அவர்களுக்கு எழுத்து தெரியுமென்றும் எழுதினார்கள். எழுத்தறிந்தவர்கள் ஒரு நூலைச் செய்தால் அந்த நூல் செய்யப்படுங் காலத்திலுள்ளவர்களுக்கு எழுத்து தெரிந்த தென்று அந்த நூலிலுள்ள பல குறிப்புக்களினாலேயே அறிந்து கொள்ளலாம்.

அகர முதல எழுத்தெல்லாம் ஆதி
பகவன் முதற்றே உலகு

என்று குறளில் கண்டிருக்கிற முதலாம் பாட்டு இதற்குத் திருஷ்டாந்தரம். குறள் எழுதப்படுங்காலத்தில் இத்தேசத்தி லுள்ள பல நாடுகளில் பல எழுத்துக்கள் வழங்கிவந்ததென்றும் அந்த எழுத்துக்கள் பல வகையாய் விகாரப்பட்டிருந்தும் அவை களெல்லாவற்றிலும் அகரம் முதலாக எழுத்தாயிருந்ததென்றும் அந்தப் பாட்டினாலே விளங்குகிறது. (ப.17)

பல மொழிகளறிந்த கால்டுவெல் பல ஆதாரங்களைக் காட்டி "வேதங்கள் மனப்பாடமாக்கி ஒதுகிற பழைய வழக்கமே வழங்கி வந்தது. இலக்கணம் தர்க்க சாஸ்திர முதலிய பல சாஸ்திரங்களையும் இப்படியே மனப் பாட மாக்கிக் கற்றுக் கொள்கிறது பூர்வீக வழக்கமாயிருந்தது. வேதங்களை எழுதாமல் மனப்பாடம் பண்ணுகிறது வழக்கமாயிருந்தபடியால் வேதத்திலுள்ள வாக்கியத்தை வேத எழுத்தென்று சொல்லாமல் அதைக் கேள்வி யென்றர்த்தங்கொள்ளும் சுருதி என்பார்கள். வேத

வாக்கியங்களை விளக்கும்படி பிற்காலத்து வித்துவான்கள் செய்த தர்ம சாஸ்திரங்கள் முதலான நூல்களுக்குச் சுருதி என்கிற பேரில்லை. அவைகளுக்கு நினைவு கூர்தல் என்றர்த்தங்கொள்ளும் ஸ்மிருதி என்று பேர்" (பக்.17-18) என்னும் படியான கருத்துக்களை முன்வைத்து ஆய்வுக்குரிய பல கருத்துக்களைப் பக்கங்கள் தோறும் தந்துள்ளார் கால்டுவெல் அவர்கள்.

"காற்று பூதங்களைத் தேவர்களென்றெண்ணி வணங்கினார்கள்"

"மழை பெய்யப் பண்ணின இந்திரனை (அல்லது வானத்தை) எல்லாத் தேவர்களிலும் பிரதான தேவனென்றெண்ணினார்கள்"

இந்திரனைத் துதிக்கும் பாட்டு இருக்கு வேதம் 1 மண்டலம் 32-ஆம் சூத்திரம்

அக்கினி, உஷஸ் என்கிற உதயம்

இராமன் கதையடக்கம்

பாண்டவர் கதையடக்கம் (மா பாரதம்)

புராணங்களைப் பற்றியது (நான்காம் பங்கு)

1841-ஆம் வருஷம் சென்னைப் பட்டணத்தில் இரண்டு புஸ்தகமாக அச்சுப் பதிக்கப்பட்ட நாலு காண்டங்களிலுள்ள தக்ஷ காண்டத்தில் கண்டிருக்கிறபடி தக்ஷயாகக் கதையடக்க மாவது:

மேற்காணும்படியான பல அரிய விளக்கங்களைத் தொன் மையான வேதங்கள், புராணங்கள் போன்றவற்றிலிருந்து ஆதாரங்கள் எடுத்துக்காட்டி ஆய்வு ரீதியில் எழுதப்பட்டுள்ள கால்டுவெல் அவர்களது இந்த நூல் தமிழ் ஆய்வுலகில் புதிய திருப்பங்களையும், முடிவுகளையும் கொள்ளத் தூண்டுகோலாக அமையும் என்பதில் ஐயமில்லை.

கால்டுவெல் எழுதி வெளியிட்டுள்ள "பரத கண்ட புராதனம்" என்னும் நூல் உலகத் தமிழாராய்ச்சி நிறுவனம், சென்னை வெளியிடுவதற்காக தோழர் பொ.வேல்சாமி அவர்களிடமிருந்து பெற்றிருந்தேன்.

தேர்தல் ஆணை, புதிய ஆட்சி, புதிய செயலர், புதிய அமைச்சர் என்னும் நிலைகளால் இதனை உடனடியாக நூலாக வெளியிட இயலாது போனது.

உலகத் தமிழாராய்ச்சி இயக்குநராகப் பணியாற்றிய நான் மூன்றாண்டுக்கால இயக்குநர் பதவி முடிந்தமையால் தற்போது என் தாய்த்துறையான புல முதன்மையர், நிகழ்கலைப் பள்ளி, புதுவைப் பல்கலைக் கழகத்தில் பணியாற்றிக்கொண்டு இருக்கிறேன். இந்தச் சூழல்களால் மேற்குறிப்பிட்ட நூலினை நமது நியூ செஞ்சுரி புக் ஹவுஸ் நிறுவனம் வெளியிட முன்வந்தமை சிறப்புக்குரியது.

(பேரா.முனைவர் கரு.அழ.குணசேகரன்)

பொருளடக்கம்

பக்கம்

முதலாம் பாகம்

சதுர்வேதத்தைப் பற்றிச் சொல்லியது — 1

இரண்டாம் பாகம்

இராமாயணத்தைப் பற்றியது — 27

இராமன் கதையடக்கம் — 31

இராமாயணத்தைக் குறித்துக் கவனிக்க வேண்டிய விசேஷங்கள் — 40

மூன்றாம் பாகம்

மாபாரதத்தைப் பற்றிச் சொல்லியது — 48

பாண்டவர் கதையடக்கம் — 51

மாபாரதத்தைக் குறித்துக் கவனிக்க வேண்டிய விசேஷங்கள் — 79

நான்காம் பாகம்

புராணங்களைப் பற்றியது — 97

வாயுபுராணத்தில் கண்டிருக்கிறபடி தக்ஷயாக கதையடக்கமாவது: — 123

1841-ஆம் வருஷம் சென்னப்பட்டணத்தில் இரண்டு புஸ்தகமாக அச்சு பதிப்பிக்கப்பட்ட நாலு காண்டங்களிலுள்ள தக்ஷயாகக் கதையடக்கமாவது: — 126

மேற்கண்டிருக்கிற கதையைப் பற்றிக் கவனிக்க வேண்டிய விசேஷங்கள் — 133

1

முதலாம் பாகம்

சதுர்வேதத்தைப்பற்றிச் சொல்லியது

சதுர்வேதம் என்று சொல்லிய நான்கு பிரபந்தங்கள் உண்டு. அவையெவையெனில் *(1)* இருக்கு வேதம், *(2)* யசுர் வேதம், *(3)* சாமவேதம், *(4)* அதர்வணம் என்றவைகளே. வேதம் என்கிற மொழிக்கு அறிவு என்றர்த்தம். ஒவ்வொரு வேதமும் மந்திரம் என்றும், பிராமணம் என்றும் இரண்டு பிரிவாக வகுக்கப் பட்டிருக்கிறது. தேவர்களைத் துதிக்கிற பாட்டுகளுக்கு மந்திரம் என்றும் அந்தப் பாட்டுகளைத் திரட்டின சங்கிரகத்துக்குச் சங்கிதை என்றும் பேர். வேதப்பாட்டுகளின் கருத்து விளங்கும்படி பற்பல வியாக்கியானங்களும், உபதேசங்களும், கதைகளும், கற்பனைகளும் செய்யப்பட்டன. அவைகளைத் திரட்டின சங்கிரகம் பிராமணம் எனப்படும். வேதத்தின் அர்த்தத்தையும் யாகம் முதலிய சடங்குகளைச் செய்யும் வகையையும் பிராமணர் அறிவதற்கு உதவியாக அந்தச் சங்கிரகம் செய்யப்பட்டிருக்கிறபடியால் அதற்குப் பிராமணம் என்று பேர். பிராமணங்களைப் பார்க்கிலும் வேதத்திலுள்ள பாட்டுகள் அதிக பூர்வீகமுள்ளவை. பிராமணங்கள் செய்யப் பட்டதின் பின்பும் உலகமுண்டான வகையையும், ஆத்துமாவின் தன்மையையும், முக்தியையும் குறித்துப் போதகம் பண்ணும் படியாக சில பிரபந்தங்கள் செய்யப்பட்டு பிராமணங்களின் கடைசியில் வேதத்தோடே சேர்க்கப்பட்டன. அந்தப் பிரபந்தங்களுக்கு உபநிஷதங்கள் என்றும் ஆரணீகங்கள் என்றும் பேர்.

வேதங்கள் மூன்று மாத்திரம் உண்டென்று பூர்வீக சாஸ்திரங்கள் பெரும்பாலும் சொல்லுகின்றன. யாகஞ் செய்யும்பொழுது நடந்திருக்கும் தப்பிதங்களை நிவர்த்தியாக்கும் மந்திரங்களும்,

சத்துருக்களைச் செயித்து மேற்கொள்ளத்தக்க மந்திரங்களும், நல்ல அதிர்ஷ்டம் கிடைக்கும்படி செய்யும் மந்திரங்களும் ஆகிய இவைகளே அதர்வணத்தில் அடங்கியிருக்கிறபடியால், ஆதியில் அதற்கு வேதமென்ற பேரில்லை.

இருக்கு, யசுர், சாமம் என்கிற மூன்று வேதங்களில் இருக்கு வேதம் அதிக பூர்வீகமுள்ளது; மற்ற இரண்டு வேதத்துக்கும் இருக்கு வேதம் மூலமாகையால் உள்ளபடி வேதம் என்கிற பேர் அதற்கே தகும். இருக்கு வேதத்திலுள்ள பாட்டுகளை யாகம் முதலிய பலிகளைச் செய்வதற்கேற்ற ஒழுங்காய்ச் சேர்த்ததில் அதற்கு யசுர்வேதம் (அல்லது யாகவேதம்) என்று பேரிட்டார்கள். அந்த யசுர் வேதத்திலுள்ளவைகளில் இருக்கு வேதத்திலிருந்து எடுத்தவைகள் பாட்டாயும் எடுத்திராதவைகள் வாசகமாயுமிருக்கின்றன. சில சமயங்களில் வேதப்பாட்டுகளைப் பாடவேண்டியதாயிருந்ததினால் அந்தப் பாட்டுகளைப் பாடுகிறதற்கேற்ற வகையாய்ச் சேர்த்து இராகங்களையும் இராகத்திற்குரிய சட்டங்களையும் ஏற்படுத்தினதில் அதற்குச் சாம வேதமென்று பேரிட்டார்கள். சாமம் என்றால் ஆறுதல் செய்தல் என்றர்த்தமாம். யசுர் வேதம், சாம வேதம் இவ்விரண்டுக்கும் மேற்சொல்லிய நோக்கத்துக்கு இசைந்தவை களாய்ச் செய்யப்பட்டிருக்க, இருக்கு வேதமானது பூர்வீகப்பாட்டுச் சங்கிரகமேயல்லாமல் வேறல்ல. இருக்கு என்பதற்கு ஸ்துதி என்றர்த்தம். இன்னின்ன தேவர்களுக்கு இன்னின்ன பாட்டுகள் கட்டியிருக்கிறதென்பதையும், அந்தந்தப் பாட்டைக் கட்டின ரிஷிகள் இன்னின்னாரென்பதையும், இருக்கு வேதத்தில் காட்டியிருக்கிறதேயல்லாமல் அதிலுள்ள பாட்டுகள் இன்ன வகையான சடங்குகளுக்கேற்றவைகளென்றும், இன்னவகையாய் அவைகளைப் பாட வேண்டியதென்றும் அதிலே காட்டியிருக்க வில்லை. இருக்கு வேதப் பாட்டுக்கு சூக்தம் என்று பேர். சூக்தத்துக்கு நன்மொழி என்று அர்த்தம். இருக்கு வேதமில்லாமல் யசூர்வேதமும், சாமவேதமும் உண்டாகவில்லை. ஆதலால் சாயண ஆசாரி என்கிற வித்துவான் சொல்லியபடி யசுர், சாம வேதங்களைச் சுவரில் எழுதப்பட்ட படங்களென்றும், இருக்கு வேதத்தையோ அந்தப் படங்களெழுதப்பட்ட சுவரென்றும் சொல்லலாம்.

இருக்குவேதப் பாட்டுகள் இத்தேசத்து நூல்கள் யாவிலும் அதிக பூர்வீகமுள்ளவைகளானதால், பூர்வகாலத்திலே இத்தேசத்தில்

வாசமாயிருந்த இந்துக்களுடைய மதக் கொள்கையும் அவர்களுக்குள்ளே வழங்கின வழக்கங்களும் எப்படிப்பட்டவைகள் என்று அறிய வேண்டுமானால் இருக்கு வேதப் பாட்டுகளை ஆராய்ந்து பார்க்கவேண்டும். இருக்கு வேதமே அதிக பூர்வீகமுள்ளதென்று அதில் கண்டிருக்கிற பாஷை நடையினாலும், மற்றும் அநேக முகாந்தரங்களினாலும் அறியலாம். அதிலுள்ள பாட்டுகள் இன்ன வருஷத்தில் கட்டப்பட்டவைகளென்று திட்டமாய் அறிய ஏதுமில்லாவிட்டாலும் யூரோப் சாஸ்திரிகள் பல முகாந்தரங்களையும் காலக்குறிப்புகளைங் கொண்டு, கிறிஸ்து பிறக்குமுன் ஆயிரத்து இருநூறு வருஷத்துக்கும் எண்ணூறு வருஷத்துக்கும் இடையில் அவைகள் கட்டப்பட்டிருக்குமென்று நிதானித்திருக்கிறார்கள். யூரோப்பிலுள்ள கிரேக்கர், ரோமர் எழுதின நூல்கள் இருக்கு வேதத்துக்குச் சரியான பூர்வீகமுள்ளவைகளல்ல. உலகத்தில் உண்டாயிருக்கிற நூல்களில் கிறிஸ்து வேதத்தில் அடங்கிய பழைய ஏற்பாடு மாத்திரமே இருக்கு வேதத்தைப் பார்க்கிலும் பூர்வீகமுள்ளது. பழைய ஏற்பாட்டிலுள்ள மோசேயின் ஆகமங்கள் கிறிஸ்து பிறக்கிறதற்கு ஆயிரத்து நானூறு வருஷத்துக்கு முன்னே எழுதப்பட்டது. தாவீது இராசா எழுதின சங்கீதங்களும் கிறிஸ்து பிறக்கிறதற்கு ஆயிரம் வருஷத்துக்குமுன் கட்டப்பட்டது. கிறிஸ்து பிறக்கிறதற்கு எண்ணூறு வருஷத்துக்கு முன்னே இருக்கு வேதப் பாட்டுக்களைக் கட்டியிருக்குமென்றாலும் அதைச்சேர்ந்த பிராமணங்களை அப்போது துவக்கியிருக்குமேயல்லாமல் முடித்திராது. உபநிஷதங்கள் பிராமணங்களுக்கும் பிந்தினவை. அவைகளில் சிலது கிறிஸ்து பிறக்கிறதற்கு முன்னே செய்யப் பட்டிராதென்று பல குறிப்பினாலே தோன்றுகிறது.

வேதம் ஆதியும் அந்தமுமில்லாமல் அநாதியாயிருக்கிறதென்று இந்து மதஸ்தர் சொல்லி வந்தார்கள். முற்காலத்திலுள்ள புத்த மத வித்துவான்களில் சிலர் இதை ஆட்சேபித்து மனிதருடைய பேர்கள் வேதத்திலிருக்கிறதினால் மனிதர் உண்டானதற்குப் பின்பு வேத முண்டானதேயல்லால் அது அநாதியல்லவென்று தர்க்கித்தார்கள். அதற்கு ஜைமினி முனியென்றொருவன் மனிதரைக் குறிக்கிறது போல வேதத்தில் காணப்படுகிற பதங்கள் அந்த அர்த்தமாத்திரங் கொள்ளாமல் வேறே அர்த்தமும் கொள்ளுமென்றான். ஜைமினி முனி சொன்னது வீண்போக்கேயல்லாமல் சரியான உத்தரவல்ல.

ஏனென்றால் இருக்கு வேதத்திலுள்ள பாட்டுகளைச் சோதித்துப் பார்க்கும்போது மனிதருடைய பேர்களைக் குறிக்கும் பதங்கள் அந்தப் பாட்டுகளில் காணப்படுகிறதுமல்லாமல் பற்பல தேசங் களையும், பட்டணங்களையும், நதிகளையும், மிருகங்களையும், பூண்டுகளையும், பற்பல இராசாக்களையும், அந்த இராசாக்களுக்குள் நடந்துவந்த கொள்வன கொடுப்பனவற்றையும், அவர்களுடைய யுத்தங்களையும், தானதர்மங்களையும், அந்தக் காலத்துச் சனங்களுள் நடந்துவந்த பற்பல வர்த்தமானங்களையும் குறிக்கும் பதங்களும் அந்தப் பாட்டுகளில் காணப்படுகிறது. இதுவுமல்லாமல் சில பாட்டுகளைப் புதுப்பாட்டுகளென்றும், வேறு சில பாட்டுகளைப் பழைய பாட்டுகளென்றும் வேதத்திலேயே சொல்லியிருக்கிறது. திருஷ்டாந்தரமாக, இருக்கு வேதத்திலுள்ள முதலாம் மண்டலம் இருபத்தேழாம் சூக்தத்தில் "அக்கினியே எங்கள் புதிய பாட்டுகளைத் தேவர்களுக்குத் தெரியப்படுத்து" என்றும், மூன்றாம் மண்டலத்திலுள்ள முப்பத்திரண்டாம் பாட்டில் "பூர்வீகமானவைகளும், மத்திய காலமானவைகளும், நூதனமானவைகளுமாகிய ஸ்தோத்திரப் பாட்டுகளினாலே இந்திரன் மகிமையடைந்தான்" என்றும் சொல்லியிருக்கிறது. ஆதலால் வேதத்துக்குத் துவக்கமும் முடிவுமுண்டென்றும் அதிலுள்ள பாட்டுகள் கிரமங்கிரமமாகக் கட்டப்பட்டதேயன்றி அது அநாதியல்லவென்றும் நிச்சயமாய் அறியலாம்.

வேதப்பாட்டுகளைக் கட்டினவர்கள் விசுவாமித்திரன், வசிஷ்டன், அகஸ்தியன் முதலான ரிஷிகள். ரிஷிகள் வேதப்பாட்டுகளைக் கேட்டவர்களேயல்லாமல் அவைகளைக் கட்டினவர்களல்லவென்றும், பிரமதேவன் ஒரு பாட்டை அருளிச் செய்யும்போது அதைக் கேட்ட ரிஷி ஞாபகத்தில் பத்திரப்படுத்திக் கொண்டானென்றும், பிற்காலத்திலிருந்த வித்துவான்கள் அந்தப் பாட்டுகளைத் திரட்டினதில் இன்ன பாட்டை இன்ன ரிஷி கேட்டதாகக் குறிப்புப் பண்ணினார்களேயல்லாமல் ரிஷிகளே அவைகளைக் கட்டினதாக அவர்கள் ஒருபோதும் எண்ணினதில்லையென்றும் சிலர் சொல்லுவார்கள்; இது ஒப்புக்கொள்ளத்தக்கதல்ல. இருக்கு வேதத்திலுள்ள பாட்டுகளை பரிசோதிக்கும்போது பிரமதேவன் அந்தப் பாட்டுகளை அருளிச் செய்ததாக ஒரு பாட்டிலாவது சொல்லக்காணோம் அந்தப் பாட்டுகளைக் கட்டி மிகுந்த காலமான

பின்பு சனங்கள் அவைகளை வெகுபூர்வீகமுள்ளவைகளென்று மெச்சிக்கொண்டிருக்குங்காலத்தில் பிரமா அவைகளை அருளிச் செய்தான் என்கிற பேச்சு உண்டாயிற்று. சில பாட்டுகளைப் பார்க்கும்போது அதற்குரிய ரிஷியே அதைக் கட்டினவனென்றும், அவன் அதைக் கட்டின முகாந்தரம் இன்னதென்றும் அந்தப் பாட்டில்தானே கண்டிருக்கிறது. முதலாம் மண்டலத்திலுள்ள நூற்று இருபத்தாறாம் சூக்தத்தில் ஒரு திருஷ்டாந்தரத்தைக் காணலாம். அந்தப் பாட்டைக் ''கண்ட'' ரிஷி கக்ஷீவான் என்று அட்டவணையில் குறித்திருக்கிறது. அந்தப் பாட்டின் துவக்கத்தில் அந்தக் கக்ஷீவான் ரிஷி எப்படிப் பாடியிருக்கிறானென்றால், ''சிந்துக்கரையில் வாசம்பண்ணுகிற ஒப்பற்ற வல்லமையுடைய பாலிய அரசனை மனமகிழ்ச்சியோடே துதிக்கிறேன்'' என்றும், ''அந்தத் தயாளமான அரசனிடத்தில் கக்ஷீவானாகிய நான் நூறு குதிரைகளையும் நூறு எருதுகளையும் தானமாகப் பெற்றுக்கொண்டேன்'' என்றும், சொல்லியிருக்கிறான். அப்படி கக்ஷீவான் ரிஷி தன்னை அந்தப் பாட்டைக் கட்டினவனாகக் காட்டியிருக்கிறதுந்தவிர தான் அதைக் கட்டின முகாந்தரத்தையும் தெரியப்பண்ணியிருக்கிறான். ஆதலால் அந்தப் பாட்டை பிரமதேவன் சொல்ல அந்த ரிஷி கேட்டறிந்தானேயல்லாமல் அவன் அதைக் கட்டினதில்லையென்றும், மனிதருக்குரிய காரியங்களில் யாதொன்றும் வேதப் பாட்டுகளில் கிடையாதென்றும், சிலர் சொல்லுகிறது வீண் என்று இந்தத் திருஷ்டாந்தத்தினாலே திட்டமாய் விளங்குகிறது. இன்னொரு உதாரணமும் சொல்லுகிறோம். (''இந்திரனே, அக்கினியே, நீங்கள் எனக்குத் தந்த தெளிந்த புத்தி வேறொருவராலும் எனக்குக் கிடையாது. அந்த வரம் பெற்று உங்கள் பேரில் இந்தப் பாட்டைக் கட்டியிருக்கிறேன்'' என்று) இருக்கு வேதத்திலுள்ள முதலாம் மண்டலம் நூற்றொன்பதாம் சூக்தத்தில் குற்ச ரிஷி சொல்லி யிருக்கிறான்.

ரிஷிகள் கட்டின பாட்டுகளை அந்தந்த ரிஷிகளின் சந்ததியார் பத்திரப்படுத்தினார்கள். திருஷ்டாந்தரமாக விசுவாமித்திரன் செய்த பாட்டுகளைப் பத்திரப்படுத்தினவர்கள் விசுவாமித்திர கோத்திரத்தார். அந்தந்தக் கோத்திரத்தாருக்குள் வழங்கிவந்த பாட்டுகளெல்லா வற்றையும் பிற்காலத்திலுள்ள வித்துவான்கள் தேடித் திரட்டி அந்தத் திரட்டுக்கு இருக்கு வேத சங்கிதை என்று பேரிட்டார்கள். இருக்கு

வேதப் பாட்டுகளைத் திரட்டினவர்களில் விசேஷித்தவனுக்கு வேதவியாஸர் என்று பேர். வேதவியாஸர் என்றால் வேதங்களைத் திரட்டினவன் என்றர்த்தம். கிறிஸ்து பிறக்கிறதற்கு ஏறக்குறைய நானூறு வருஷத்துக்கு முன்னே வேதத்திலுள்ள ஒவ்வொரு பாட்டும் ஒவ்வொரு பாட்டிலுள்ள ஒவ்வொரு பதமும் அநுக்கிரமணிகள் என்னப்பட்ட வேத அட்டவணைகளில் குறிக்கப்பட்டதுமன்றி ஒவ்வொரு பதத்தின் அர்த்தத்தையும் விளக்கும் நிகண்டுகளும் நிருக்தங்களும் அப்போது செய்யப்பட்டன. அந்த அட்டவணைகள் செய்யப்படுங்காலத்தில் சில பாட்டுகள் புதிதாய் வேதத்தோடு சேர்க்கப்பட்டிருக்கலாம். இரண்டொரு பாட்டுகளில் பிற்காலத்து சமஸ்கிருத பதங்கள் காணப்படுகிற படியினாலே அப்படி நடந்திருக்குமென்று தோன்றுகிறது. ஆகிலும் அந்த அட்டவணைகளும் நிருக்தங்களும் செய்யப்பட்டதின்பின்பு பாட்டை வேதத்தோடே புதிதாய்ச் சேர்த்திருக்குமென்று எண்ணுகிறதற்கு ஏதுவில்லை.

வேதப்பாட்டுகளை ரிஷிகள் பாடிவருங்காலத்தில் அவர்களுக்கும் மற்ற இந்துக்களுக்கும் எழுத்தெழுதத் தெரியாது என்று பல குறிப்புகளினாலே தோன்றுகிறது. சேமுடைய சந்ததியாரான பெனீசியர், எபிரேயர் முதலானவர்கள் பூர்வீககால முதல் எழுத்தறிந்தவர்களாயிருந்தார்கள். அதினாலே எழுத்துக்களையும் எழுதப்பட்ட நூல்களையும் குறித்து மோசேயின் ஆகமங்களில் பல குறிப்புகளைக் காணலாம். அந்தக்காலத்தில் ரோமர் கிரேக்கருக்கு எழுத்து தெரியாது. கிரேக்கரில் முதன்மையான கவிராயனாகிய ஓமர் பாடின காவியங்கள் இராமாயணத்துக்கொத்த விஸ்தாரமாயிருந்தும் அவைகள் எழுத்தில்லாமல் மனப்பாடமாய்க் கட்டப்பட்டன. கிறிஸ்து பிறக்குமுன் எட்டாம் நூற்றாண்டில் சேம் சந்ததியாரிடத்தில் கிரேக்கர்கள் எழுத்துக்களைக் கற்றுக்கொண்டதாகக் காணுகிறது. இந்துக்கள் ஆரம்பத்தில் எழுதின எழுத்துக்களைப் பரிசோதித்து மற்றச் சனங்களுடைய எழுத்துக்களோடே ஒத்துப்பார்க்கும் போது அவைகளில் அநேக எழுத்துக்கள் சேம் சந்ததியாருக்குள் வழங்கின எழுத்துக்களுக்கு ஒப்பாயிருக்கிறபடியால் அவர்கள் அந்த எழுத்துக்களை மேற்றிசைச் சனங்களிடத்தில் கற்றுக்கொண்டிருக்க வேண்டுமென்று தோன்றுகிறது. கிறிஸ்து பிறக்கிறதற்கு ஏறக்குறைய ஐந்நூறு வருஷத்துக்குமுன் எழுத்தெழுத இந்துதேசத்தாருக்குத் தெரிந்திருக்கலாம். அப்போது தெரிந்திருந்தபோதைக்கும் அநேகம்

காலமாக அவர்களுக்குள்ளே எழுத்து எழுதுகிற வழக்கமில்லை. இதினாலே மகா அலெக்சந்தர் இராசாவின் காலத்தில் இந்து தேசத்திலே வந்த கிரேக்கு வித்துவான்களில் சிலர் இந்துக்களுக்கு எழுத்து தெரியாதென்றும் வேறு சிலர் அவர்களுக்கு எழுத்து தெரியுமென்றும் எழுதினார்கள். எழுத்தறிந்தவர்கள் ஒரு நூலைச் செய்தால் அந்த நூல் செய்யப்படுங்காலத்திலுள்ளவர்களுக்கு எழுத்துத் தெரிந்ததென்று அந்த நூலிலுள்ள பல குறிப்புகளினாலே அறிந்துகொள்ளலாம்.

'அகர முதல எழுத்தெல்லாம் ஆதி
பகவன் முதற்றே உலகு'

என்று குறளில் கண்டிருக்கிற முதலாம் பாட்டு இதற்குத் திருஷ்டாந்தரம். குறள் எழுதப்படுங்காலத்தில் இத்தேசத்திலுள்ள பல நாடுகளில் பல எழுத்துக்கள் வழங்கிவந்ததென்றும் அந்த எழுத்துக்கள் பலவகையாய்விகாரப்பட்டிருந்தும் அவைகளெல்லாவற்றிலும் அகரம் முதலாம் எழுத்தாயிருந்ததென்றும் அந்தப் பாட்டினாலே விளங்குகிறது. வேதங்களையும் அதற்குப்பின்பு உண்டாக்கப்பட்ட சில சாஸ்திரங்களையும் பார்த்தால் எழுத்துக்களையும் புத்தகங் களையும் குறித்து ஒரு சொல்லாவது காணோம். ஆதலால் எழுத்தெழுத அப்போது தெரியாதென்று நிதானிக்கலாம். வேதப் பாட்டுகளைக் கட்டினவர்களுக்கு எழுத்தெழுதத் தெரியாததினாலே அவர்கள் அவைகளை மனப்பாடமாய்க் கட்டிப் பாடினார்கள். அவைகளைப் பத்திரப்படுத்தினவர்களும் எழுதாமல் மனப்பாடமாக்கிப் பத்திரப்படுத்திக் கொண்டார்கள். குரு சொல்ல சீஷன் மனப்பாடம் பண்ணிக் கற்றுக்கொண்டான். பிற்காலத்திலே எழுத்து எழுதத் தெரிந்திருக்கும்போதும் வேதங்களை மனப்பாடமாக்கி ஓதுகிற பழைய வழக்கமே வழங்கிவந்தது. இலக்கணம் தர்க்க சாஸ்திர முதலிய பல சாஸ்திரங்களையும் இப்படியே மனப்பாடமாக்கிக் கற்றுக்கொள்ளுகிறது, பூர்வீக வழக்கமாயிருந்தது. வேதங்களை எழுதாமல் மனப்பாடம் பண்ணுகிறது வழக்கமாயிருந்தபடியால் வேதத்திலுள்ள வாக்கியத்தை வேத எழுத்தென்று சொல்லாமல் அதைக் கேள்வியென்றர்த்தங்கொள்ளும் சுருதி என்பார்கள். வேதவாக்கியங்களை விளக்கும்படி பிற்காலத்து வித்துவான்கள் செய்த தர்மசாஸ்திரங்கள் முதலான நூல்களுக்குச் சுருதி என்கிற பேரில்லை. அவைகளுக்கு நினைவுகூர்தல் என்றர்த்தங்கொள்ளும் ஸ்மிருதி என்று பேர்.

எழுத்தும் எழுதப்பட்ட நூல்களும் இந்துதேசத்தில் வழங்கி மிகுந்த காலமானபின்பு வேதங்களை விளக்கி விஸ்தரிக்கும்படி விபரமான வியாக்கியானங்களை எழுதவேண்டியது அவசியமென்று வித்துவான்கள் நினைத்து வேதப்பாட்டுகளில் மூலத்தையும், அதை விளக்கத்தக்க பதவுரை, கருத்துரை ஆகிய வியாக்கியானங்களையும் எழுதி பிரசித்தம் பண்ணினார்கள். சாயண ஆசாரி என்கிற வித்துவான் செய்த வேதார்த்த பிரகாசமானது அப்படிப்பட்ட வியாக்கியானங்களில் முக்கியம். சாயணாசாரியின் சகோதரனாகிய மாதவாசாரி கிறிஸ்து பிறந்த ஆயிரத்து முந்நூற்றுச் சில்வான வருஷத்தில் விஜயநகரத்து இராயனும் கல்வியை மிகவும் பயிற்றுவித்தவனுமாயிருந்த வீரபுக்க இராயருக்கு மந்திரியாயிருந்தான். அந்த இரண்டு சகோதரர் அந்த இராயனுடைய அநுமதியினாலே அநேக பிரபந்தங்களை எழுதியும் எழுதுவித்தும் பிரசித்தம் பண்ணினார்கள். சில வருஷங்களுக்கு முன்னே இங்கிலிஷ் இராசாங்கத்தின் அநுமதியினால் இருக்கு வேதத்தை இங்கிலிஷ் பாஷையில் திருப்ப வேண்டுமென்று யோசனை உண்டாயிற்று. இந்த யோசனை நடந்தேறுதற்குச் சாயணாசாரி செய்த வேதார்த்தப் பிரகாசம் மிகவும் உதவியுள்ளது. இக்காலத்திலிருக்கிற பிராமணரில் அநேகருக்கு சமஸ்கிருதம் வாசிக்க நன்றாய்த் தெரியாது. சமஸ்கிருதம் வாசிக்கத் தெரிந்தவர் களாயிருந்தாலும் வேதத்திலுள்ள சமஸ்கிருதம் கருகலுள்ளதா யிருப்பதினாலே அதைத் திட்டமாய்க் கற்றறிந்தவர்கள் இக்காலத்துப் பிராமணரில் மிகவும் அரிது. மேலும் வேதார்த்த பிரகாசமென்கிற நூலின் கையெழுத்துப் பிரதிகள் அகப்படுகிறது இக்காலத்தில் வருத்தம். குறைவில்லாமல் முழுதும் அடங்கிய பிரதிகளைத் தேடினால் இந்தியாதேசமெங்கும் நாலைந்து பிரதிகளை மாத்திரம் சம்பாதிக்கலாம். அங்கங்கே அகப்பட்ட பிரதிகளை யூரோப்புச் சாஸ்திரிகள் சேகரித்து ஒன்றோடொன்று ஒத்துப்பார்த்துச் சுத்தப் பிரதி செய்து நேர்த்தியான சமஸ்கிருத அட்சரங்களாக அதை அச்சடித்திருக்கிறதுமல்லாமல் மூலத்தை இங்கிலிஷிலும் திருப்பி விவேகமுள்ள குறிப்புகளை அதில் காட்டி பிரசித்தம் பண்ணி இருக்கிறதினாலே இருக்குவேதம் இன்னவகையென்றும் இன்ன பொருளுள்ளதென்றும் இங்கிலிஷ்பாஷை கற்றுக்கொண்டவர்கள் யாவரும் இப்பொழுது எளிதாய் அறியலாம். உபநிஷதங்கள் ஆரணீகங்களாகிய இவைகளிலும் சிலவற்றை இங்கிலிஷில் திருப்பியிருக்கிறது.

இருக்குவேதப் பாட்டுகள் கட்டப்படும் காலத்தில் பூர்வீக இந்துக்களுக்குள்ளே வழங்கிவந்த மதக்கொள்கை எப்படிப் பட்டதென்று நாம் இப்பொழுது விசாரிக்க வேண்டும். விசாரித்துப் பார்த்தால் இருக்குவேத காலத்திலுள்ள மதத்திற்கும், சிவ பத்தியென்றும் விஷ்ணு பத்தியென்றும் இக்காலத்தில் வழங்கி வருகிற இந்துமதத்திற்கும், மிகுந்த வித்தியாசமுண்டென்று தெரிய வரும்.

1. இருக்கு வேதத்தில் கண்டிருக்கிறபடி பூர்வீக இந்துக்கள் வணங்கின தேவர்கள் யார் என்றும், அவர்கள் அந்தத் தேவர்களைப் பார்த்து எப்படிப்பட்ட ஸ்தோத்திரமும் செபமும் பண்ணினார்கள் என்றும் கேட்டால்:

அவர்கள் திரிமூர்த்திகளையும் வீரரையும் வணங்காமல், வானம், அக்கினி, சூரியன், காற்று முதலான பூதங்களைத் தேவர்களென்றெண்ணி வணங்கினார்கள். அக்காலத்தில் இந்திரனே பிரதானமான தேவன். இந்திரன் என்பதற்கு வானமென்று அர்த்தம். இந்திரநீலம் என்கிற இரத்தினக்கல்லின் பேரையும் மற்றும் சில முகாந்தரங்களையும் பார்க்கும்போது வானத்திற்கு நீலநிறம் உண்டாயிருக்கிறபடியினாலே அதற்கு இந்திரம் என்கிற பேருண்டாயிற்றென்று தோன்றுகிறது. மழை பெய்கிறதற்கு வானமே காரணமென்று சனங்கள் எண்ணினபடியால் மழை பெய்யப்பண்ணின இந்திரனை (அல்லது வானத்தை) எல்லாத் தேவர்களிலும் பிரதான தேவனென்றெண்ணினார்கள். இந்திரனைக் குறித்துச் சொல்லிய விசேஷங்களில் அவன் மழையைப் பெய்யப் பண்ணுகிறதே சனங்களுக்கு முக்கியமான விசேஷமாய்க் காணப்பட்டது. அவனை மழை பெய்யப் பண்ணுகிறவனென்று அவர்கள் துதித்து வருகையில், மழை பெய்யாத மேகத்தை அவர்கள் ஒரு அசுரனாக எண்ணி, மழை பெய்யப்பண்ணும்படி இந்திரன் ஏற்பட்டதை அவன் அந்த மேக அசுரனோடே யுத்தஞ் செய்யப் போனதாக வருணித்து, வச்சிரமாகிய இடியைக்கொண்டு அவன் மேகத்தைப் பிளந்து அந்த அசுரனைக் கொன்றதினாலே பெரு மழை பெய்ததாக அவர்கள் சொல்லி, இந்த எண்ணத்துக்குத் தக்கதாய் அநேகம் பாட்டுகளைக் கட்டினார்கள். அந்த மேக அசுரனோடே செய்த யுத்தத்தில் இந்திரன் செயங்கொண்டபடியினாலே வரவர அவனை யுத்தஞ்செய்கிறவர்களுக்குச் செயங்கொடுக்கிற தேவனாகவும்,

சமஸ்கிருதம் பேசின சனங்களாகிய ஆரியருக்குச் சத்துருக்களாயிருந்த காட்டு மனிதரைச் சங்காரஞ்செய்கிற தேவனாகவும் காட்டி அவர்கள் அவனை அதிகமதிகமாய் வணங்கிவந்தார்கள்.

இருக்குவேதத்தில் கண்டிருக்கிறபடி இந்திரனுக்கு இரண்டாம் தேவனுக்கு அக்கினி என்று பேர். அக்கினி என்றால் தீயே. யாகஞ் செய்கிறபோது அக்கினிதேவன் முந்திப் பூசிக்கப்பட்டுப் பலியில் தனக்குரிய பாகத்தைப் புசித்துப் பின்பு மற்றத் தேவர்களுக்குச் சேரவேண்டிய பாகத்தை அவர்களுக்குக் கொண்டுபோய் பரிமாறிக் கொடுக்கிறவனாம்.

வேதப்பாட்டுக் கட்டினவர்கள் பொதுப்பட அந்தந்தத் தேவர்களை வெவ்வேறானவர்களாகக் காட்டியிருந்தும் இருக்கு வேதத்திலுள்ள நாலைந்து பாட்டுகளில் சகல தேவர்களையும் ஒரு தெய்வமாகக் காட்டித் துதித்திருக்கிறதும் உண்டு. விசேஷமாய் இந்திரனையும், அக்கினியையும் இப்படித் துதித்ததாகக் கண்டிருக்கிறது. முகஸ்துதியினாலே அந்தந்தத் தேவர்களை இப்படி மெச்சியிருப்பார்கள். அல்லது, சகலமும் ஒரு வஸ்து என்கிற வேதாந்தக் கொள்கை அக்காலத்திலும் அங்கங்கே கொஞ்சங் கொஞ்சமாக எழும்பியிருக்கும். பூர்வ காலத்தில் வேத நிருக்கத்தை எழுதின யாசகன் என்கிற சாஸ்திரி தான் எழுதின நூலிலுள்ள தேவதாகாண்டத்தில் சொன்னதாவது: 'சகல தேவர்களையும் மூன்று தேவர்களாகத் தொகுக்கலாம். அவர்கள் யாரெனில்; பூமியில் அக்கினி, ஆகாசத்தில் வாயு (அல்லது இந்திரன்), பரமண்டலத்தில் சூரியன் என்பவர்களே. அம்மூன்று தேவர்களும் சூரியன் என்கிற ஒரு தேவனே' என்றான்.

இருக்குவேதத்திலுள்ள இரண்டொரு பாட்டில் உலகத்தை உண்டாக்கின தேவன் யாரென்றும், தேவர்களுக்குத் தேவனானவர் எவரென்றும் ஆவலோடே கேட்கிற கேள்விகள் கண்டிருக்கிறது. இவைகளைப் பார்க்கும்போது இந்துக்கள் ஏக மெய்த்தேவனை மறந்தவர்களாயிருந்தும் அக்காலத்திலுள்ளவர்களில் சிலர் 'தடவியாயினும் அவரைக் கண்டு பிடிக்கத்தக்கதாகக் கர்த்தரைத் தேடினார்கள்' என்று நினைக்கிறதற்கு ஏதுவுண்டு. (அப்போஸ்தலர் நடபடி 17-ஆம் அதிகாரத்தில் பவுல் அப்போஸ்தலன் அத்தேனே பட்டணத்தாருக்குப் பண்ணின பிரசங்கம் காண்க.)

இருக்குவேதத்திலுள்ள பாட்டுகள் இன்னவிதமென்றும், அந்தப் பாட்டுக்களில் இந்திரன் அக்கினிமுதலான தேவர்களைத் துதித்திருக்கிற வகை இன்னதென்றும் விளங்கும்படி சில பாட்டுகளை திருஷ்டாந்தரமாகக் காட்டுகிறோம். இருக்கு வேதம் சொல்லிய தேவர்கள் பஞ்சபூதங்களேயல்லாமல் வேறல்லவென்று இந்தத் திருஷ்டாந்தரங்களினாலே நன்றாய் விளங்கும். இந்தப் பாடல்களை வாசிக்கும்போது இந்திரன் அக்கினி முதலானவர்களை ஆகாசம், தீ முதலிய பூதங்களாகக் காட்டும் பதங்களும், அவர்களை மனுஷீக குணங்களுள்ள வீரரும் தேவர்களுமாகக் காட்டும் பதங்களும் கலந்து கலந்து வருகிறதைப் பாருங்கள்.

1. இந்திரனைத் துதிக்கும் பாட்டு

இருக்குவேதம் 1-ஆம் மண்டலம் 32-ஆம் சூக்தம்

1. இந்திரன் செய்த வீரியமான கிரியைகளை, இடிமுழக்கங்கள் அடைந்த செயல்களைக் கூறுகிறேன். அவன் மேகத்தைப் பிளந்தான். தண்ணீரைப் பூமியில் விழத்தள்ளினான். மலையாறுகள் ஓடுகிறதற்கு வழியைத் திறந்தான்.

2. மலையில் அடைக்கலந்தேடின மேகத்தை இரண்டாக வெட்டினான். வெகுதூரம் சுழற்றி எறியத்தக்க அவனுடைய இடியை துவஷ்டன் (கருமான்) தீட்டிக்கொடுத்தான். அப்போது தண்ணீரூற்றுக்கள் பாய்ந்து, பசுக்கள் தங்கள் கன்றுகளுக்கு இரங்கி ஓடினாற்போல சமுத்திரத்திற்குத் தீவிரமாய் ஓடிற்று.

4. இந்திரனே, நீ மேகங்களின் தலையீற்றை இரண்டாக வெட்டினதினாலே மோசக்காரரின் வஞ்சனைகளை அழித்தாய். அப்பொழுது நீ சூரியனையும், உதயத்தையும், ஆகாசத்தையும், செனிப்பித்து (தோன்றப்பண்ணி) உன்னை எதிர்க்கத்தக்க சத்துரு ஒருவனாயினும் மீதியாய் இராதபடி செய்தாய்.

5. சங்காரஞ்செய்கிற தன் பெரிய இடியைக்கொண்டு இந்திரன் இருளுள்ள விருத்திரனை அடித்தான். மரங்கள் கோடாலியினாலே வெட்டப்பட்டுச் சாயுமாப்போல அகியன் தரையில் விழுந்து கிடந்தான்.

9. விருத்திரனுடைய தாய் தன் மகன்மேல் குனிந்து நின்றாள். அப்பொழுது, இந்திரன் தன் இடியினாலே அவளையும் அடித்தான்.

மகன் கீழாகவும் தாய் மேலாகவும் விழுந்தார்கள். பசு தன் கன்றுக்குட்டியோடே படுக்குமாப்போல தானு என்கிறவள் தன் மகனோடே நித்திரையடைந்தாள்.

15. இடியை ஆயுதமாகக் கொண்டிருக்கிற இந்திரன் அப்பொழுது சராசரங்கள் அனைத்திற்கும், கொம்புள்ள சீவன்களுக்கும் கொம்பில்லாச் சீவன்களுக்கும் இராசாவானான். அவன் சதாகாலமாய் மனிதருக்கு இராசாவாயிருப்பதினாலே வண்டி உருளையின் சுற்றளவில் ஆரக்கால் அடங்கியிருக்கிறதுபோல சமஸ்தமும் அவனுக்குள்ளே அடக்கம்.

2. அக்கினியைத் துதிக்கும் பாட்டு
இருக்குவேதம் 1-ஆம் மண்டலம், 58-ஆம் சூக்தம்

1. பலத்தினால் உற்பத்தியாகி தேவர்களை அழைக்கிறவனும் ஆராதனை செய்கிறவர்களின் தூதனுமாகிய சாகாத அக்கினியானவன் தீவிரமாய்ப் புறப்படுகிறான். அவன் ஏற்ற வழிகளாய்ச் சென்று ஆகாசத்தைத் தோன்றப்பண்ணி யாகத்திலுள்ள பலிகளினாலே தேவர்களைப் பூசிக்கிறான்.

2. குன்றாத அக்கினியானவன் தன் ஆகாரத்தைத் தீயினாலே பதப்படுத்தி அதைச் சீக்கிரமாய்ப் புசித்து விறகுகளின்மேல் ஏறுகிறான். பட்சிக்கிற சுவாலை வேகமான குதிரைபோல் ஓடி உயர்ந்த வானத்தில் முழங்குகிற மேகம்போல முழங்குகிறது.

3. பலிகளை வாங்குகிறவனும், ருத்திரராலும், வசுக்களாலும், வணங்கப்பட்டவனும், தேவர்களை அழைக்கிறவனும், யாகம் நடப்பித்து ஐசுவரியத்தைக் கொடுக்கிறவனும், தொண்டர்களால் புகழப்பட்டவனும், மனிதர்களுக்குத் தேர்போல விளங்கியவனும் ஆகிய சாவாமையும் பிரகாசமுமுள்ள அக்கினியானவன், முறையாய்ச் செலுத்தப்படும் பலிகளை அங்கீகரிக்கிறான்.

4. அக்கினியானவன் காற்றினால் எழுப்பப்பட்டு வலுவாய் முழங்குகிறான். தன் சுவாலைகளாலும் தன் உக்கிரத்தினாலும் மரங்களுக்குள் எளிதாய்ச் செல்லுகிறான். குன்றாமல் உக்கிரமாய்ப் பற்றியெரிகிற அக்கினியே, காட்டு மரங்களுக்குள் நீ எருதுபோலப் பாயும்பொழுது உன்னுடைய பாதை கறுத்துப்போகிறது.

5. சுவாலை ஆயுதமுள்ளவனும் காற்றினால் எழுப்பப்
பட்டவனும் ஆகிய அக்கினியானவன் தன் முழுப்பலத்தோடே
மரங்களின் ஈரத்தைத் தீயினாலே தாக்கி, காட்டிலுள்ள சகலமான
வைகளின் மேலும் எருதுபோல வீரியமாய்ப் பாய்கிறான். அவன்
விரைந்தோடும்போது சராசரங்களெல்லாம் அவனுக்குப்
பயப்படுகிறது.

9. ஒளிவிடுகிற அக்கினியே, உன்னைத் துதிக்கிறவனுக்கு
அடைக்கலமாயிரு. செல்வமுடையவனே, பலிகளைச் செலுத்துகிற
பாக்கியவான்களுக்குச் செல்வந்தா. அக்கினியே, உன்னை
ஆராதிக்கிறவனைப் பாவத்தினின்று விலக்கிக் காத்துக்கொள்.
நீதியான கிரியைகளில் செல்வமுடையவனாகிய அக்கினியானவன்
காலையில் தீவிரமாய் எங்களிடத்தில் வரக்கடவன்.

3. உஷஸ் என்கிற உதயத்தைத் துதிக்கும் பாட்டு

1-ஆம் மண்டலம், 123-ஆம் சூக்தம்

1. யுக்தியுள்ள உதயமானவளுடைய விலாசமான இரதம்
பூட்டியிருக்கிறது. சாகாத தேவர்கள் அதில் ஏறியிருக்கிறார்கள். எவரும்
வியாபிக்கிற மேன்மையுள்ள குடியிருப்புகளுக்கு ஆரோக்கியத்தைக்
கொண்டுவந்து கொடுக்கிறான்.

2. உலகத்தில் இருக்கிறவர்களில் அவளே முதலாவது
விழித்தெழுந்திருக்கிறவள். இருட்டின்மேலே ஜெயங்கொள்ளுகிறாள்.
மகத்துவமுடையவளும் உயரத்தினின்று வெளிச்சங் கொடுக்கிறவளும்
ஆகிய அவள் எல்லாவற்றையும் பார்க்கிறாள்.

7. இரண்டு பங்காகிய நாளானது பிரிக்கப்படாமல் நடந்தேறி
வருகிறது. ஒரு பங்கு பின்னுக்கு வாங்குகிறது. ஒரு பங்கு முன்னுக்கு
ஏறுகிறது. மாறிமாறி வருகிற அந்தக்காலங்களில் ஒன்று சகலத்தையும்
மறைக்கிறது; உதயமோ தன்மினுக்கான இரதத்தினாலே
சகலத்தையும் பிரகாசிப்பிக்கிறாள்.

12. குதிரைகளையுடையவர்களாய், பசுக்களையுடையவர்களாய்,
சதாகாலமும் இருக்கிறவர்களாய், சூரியனுடைய கதிர்களுக்கொப்பாக
இருட்டை அகற்றுகிறவர்களாய், தயாளமான உதயமானவர்களே,
மனிதருக்கு நன்மைகளைப் பொழிந்துவிட்டு கடந்துபோய்த்
திரும்பவும் வாருங்கள்.

13. சத்திய சூரியனின் கதிர்களுக்கு உடன்கிரியை செய்கிற வளாகிய உதயமே, எந்த நற்செய்கைகளையும் உறுதிப்படுத்து, எங்களால் வாஞ்சையாய் அழைக்கப்பட்ட உஷஸானவளே, யாக ஐசுவரியம் அடைந்த எங்களுக்கு மற்ற ஐசுவரியமும் கிடைக்கும்படி நீ வந்து இருட்டை நீக்குவாயாக.

மேலே கண்டிருக்கிற பாட்டுகளை வாசிக்கும்போது வேதங்களில் சொல்லியிருக்கிற தேவ வணக்கம் இன்னவகையாய் உண்டாயிற்றென்று எளிதாய் அறியலாம்.

பூமி உஷ்ணத்தினாலே வறண்டுபோயிருக்குங்காலத்தில் கார்மேகங்கள் எழும்பியும், மழை பெய்யாமல் அந்த மேகங்கள் கடந்துபோகிறதை ஜனங்கள் கண்டு துக்கித்திருக்கையில், சடுதியாய் மின்னல் தோன்றி மேகத்துக்கு மேகம் பளிச்சென்று பாய்ந்து இடிமுடிக்கமுண்டாகப் பெருமழை வருஷித்தது. வானமே அப்படி மழை பெய்யப் பண்ணினதென்று அக்காலத்துச் ஜனங்கள் நினைத்து, அந்த வானத்தைத் தெய்வமாக எண்ணி அதை இந்திரனென்று சொல்லி மழை பெய்யவொட்டாத மேக அசுரனை இந்திரன் இடியினாலே கொன்றானென்று அவனைப் பெரியதேவனாக மெச்சிக்கொண்டு வணங்கினார்கள்.

அப்படியே காட்டிலுள்ள இரண்டு மூங்கில் ஒன்றையொன்று உரசுகிறதினாலே தீப்பற்றினதில், அந்தத் தீ காற்றினால் எழும்பி உக்கிரமான சுவாலையாய்ப் பறந்து தென்படுகிறதெல்லாவற்றையும் ஆகாரம்போல் பட்சித்து காடு முழுவதையும் எரித்து அழித்ததைக் கண்ட சனங்கள் அந்த அக்கினியின் பலத்தைக் குறித்து ஆச்சரியப் பட்டு அக்கினியும் தேவன்தான் என்று சொல்லி அவனை வணங்கினார்கள்.

மேலும் சூரியன் உதயமாகிச் சக்கரவர்த்தியைப்போல வானத்தில் அரசாட்சி செய்து ஆகாசத்தையும் பூமியையும் தன் ஒளிக்கதிர்களினாலே பிரகாசிப்பித்ததை சனங்கள் கண்டு, சூரியனும் பெரிய தேவனென்றும் சகல தேவர்களும் அவனுக்குள்ளே அடக்கம் என்றும் அவர்கள் சொல்லி, சூரியனையும் ஆதித்தியராகிய பன்னிரண்டு மாசத்திற்குரிய பன்னிரண்டு சூரியரையும் சூரிய குமாரராகிய அச்சுவினிகளையும் சூரிய உதயத்தையும் வணங்கினார்கள். அப்படியே பூமியையும், சந்திரனையும், மருத்துக்கள் என்றும்

உருத்திரர் என்றும் பெயர்களையுடைய காற்றுக்களையும் வணங்கினார்கள். சோமமென்கிற பூண்டிலிருந்து ஒருவகைக் கள்ளை அந்த ஜனங்கள் வடித்துக் குடித்ததில், அந்தச் சோம பானத்தினால் உண்டாகிய வெறியினாலே முன்னே தோன்றாத களிப்பு உண்டானதை அவர்கள் கண்டு, அதிசயப்பட்டு, இந்தச் சோமபானமும் ஒரு தேவன், இவன் மற்றத் தேவர்களுக்கும் மனிதருக்கும் பலமுண்டாக்குகிறவன் என்று சொல்லி அந்தப் பானத்தையும் வணங்கினார்கள். அந்தப் பூர்வீக ஜனங்கள் உலகத்தைப் பார்த்தபொழுது அது அதிசயம் நிறைந்த உலகமென்று கண்ட படியினாலே தேவர்கள் நிறைந்த உலகமென்றும் எண்ணினார்கள். அவர்கள் வணங்கின தேவர்கள் அதிசயச்சொற்களே யல்லாமல் பொருள்களல்ல.

பின்பு இந்தப் பஞ்சபூத தேவர்கள் உண்டான வகையை ஜனங்கள் மறந்துபோயிருக்குங் காலத்தில், இந்திரன் முதலானவர் களுடைய செய்கைகளைக் கவிராயர்கள் வருணித்து அவர்களைப் புகழும்படியாகவும், அவர்களை வணங்கும்படி மற்ற மனிதரை ஏவும்படியாகவும், அவர்களைக் குறித்து அநேகம் புதுக்கதைகளை உண்டாக்கினார்கள். சிலகாலமாய் இப்படி நடந்து வந்ததின் பின்பு ஜனங்கள் வீரரையும், கடுந்தவம் பண்ணின யோகிகளையும் தேவர்களாக எண்ணி அவர்கள் செய்கைகளைக் குறித்து இராமாயணம் பாரதமாகிய பெருங்காப்பியங்களையும் பதினெண் புராணங்களையும் கட்டி முன்னோர்கள் அநுசரித்த மதத்தைப் படிப்படியாக மாற்றிப்போட்டார்கள்.

இருக்குவேதத்திலுள்ள மொழிகளின் கருத்தை அறியாமல் புராணக்காரர் கட்டின கதைகளில் ஒரு கதையைத் திருஷ்டாந்தரமாகச் சொல்லுகிறோம். இருக்குவேதத்திலுள்ள பாட்டுகளில் சூரியனைப் புருஷனாகவும் உதயத்தை அழகான பெண்ணாகவும் காட்டியிருக்கிறது. பாட்டுக்கட்டினவர்கள் வரவர இந்த ஒப்பனையை வருணித்து சூரியன் உதயமானவளை விரும்புகிறதுபோலவும் அவள் நாணிக் கலைந்து ஓடுகிறதுபோலவும் பாட்டுகள் கட்டினார்கள். பின்பு சூரியனுக்கு முன்னே உதயம் எழும்புகிறதைப் புலவர் பார்த்து, அவளை மகளென்றும் சூரியனைத் தகப்பனென்றும் பாவித்தார்கள். அதற்கும் பின்பு பலதேவர்களுக்குப் பல பெயர்களை இடுங்காலத்தில் சூரியனுக்கு பிரமா என்றும் பிரஜாபதி என்றும் பெயரிட்டார்கள்.

இவ்வகையாய் உதயம் என்ற தேவதை பிரமதேவனுக்கு மகளாயிற்று. கடைசியில் புராணமெழுதினவர்கள் இந்தப் பேர்கள் உண்டான முகாந்தரத்தைக் குறித்து ஒன்றும் அறியாமல் பிரமா தன் மகளை விரும்பி அவளைப் பிடிக்கத் தொடர்ந்ததாகவும் அவள் பயந்து ஓடிப்போனதாகவும் ஒரு கதையைக் கட்டினார்கள். இந்தக் கதை இப்படியே வரவர உண்டாயிற்றென்று குமாரிலபட்டன் என்கிற பேர்பெற்ற மீமாஞ்சை சாஸ்திரி அபிப்பிராயம் பண்ணி எழுதியிருக்கிறான்.

வேதத்தில் சொல்லிய பஞ்சபூத தேவர்கள் உண்டானதற்குப் பூர்வகாலத்து ஜனங்கள் கொண்ட அதிசயமே காரணமென்றும் புராணங்களில் சொல்லிய மும்மூர்த்திகளும், அவர்கள் செய்ததாய்ச் சொல்லிய அவலட்சணங்களும் உண்டானதற்குப் பிற்காலத்து ஜனங்களுடைய அறியாமையே காரணமென்றும் தீர்மானிக்கலாம். இந்திரன் முதலிய விசேஷித்த தேவர்களையல்லாமல் பரமண்டலத்தில் பதினொரு தேவர்களும்; நடுவானத்தில் பதினொரு தேவர்களும், பூமியில் பதினொரு தேவர்களும், ஆக முப்பத்துமூன்று தேவர்களுண்டென்று இருக்குவேத காலத்திலுள்ளவர்கள் சொல்லிவந்தார்கள். இந்தக் கணக்கைப் பிற்காலத்துப் புலவர் கண்டு அதை வர்ணிக்க வேண்டுமென்று ஒன்றைக் கோடியாக்கி முப்பத்துமுக்கோடி தேவர்களுண்டென்று சொல்லத் துணிந்தார்கள்.

வேதப்பாட்டுகள் செய்யப்படுங்காலத்தில் பூர்வீக இந்துக்களுக்குள்ளே வழங்கின தேவ ஆராதனையின் ஒழுங்கு என்னவென்றால், யாகம் செய்கிறதே அக்காலத்தில் வழங்கி வந்த பிரதானமான ஆராதனை ஒழுங்கு. யாகம் என்றால் ஹோமம், அதாவது தகனபலி, அவர்கள் வழக்கமாய்ச் செலுத்தின பலிகள் நெய்யும் சோமபானமுமே. யாகம் செய்யும்போது ஆசாரியர் தேவர்களுக்கென்று நெய்யைத் தீயில்விட்டு சோமபானத்தை ஊற்றி தேவர்களுக்குத் தோத்திரமாக வேதப்பாட்டுகளைப் பாடுவார்கள். சோமபானத்தில் ஒரு பங்கைத் தேவர்களுக்கென்று செலுத்தி மற்றப் பங்கை ஆசாரியர்கள் சாப்பிடுவார்கள்.

அக்காலத்திலே கோவில்களும் விக்கிரகங்களும் இந்து தேசத்தில் இல்லை. செலவு கொடுத்தவர்களுடைய வீட்டில் ஆசாரியர்கள் கூடி யாகம் நடத்துவார்கள். இருக்குவேத காலத்திலுள்ள

ரிஷிகளும் ஆசாரியர்களும் யாகம் செய்தார்களேயன்றி வனத்தில் போய் தவஞ் செய்ததில்லை. ஜனங்கள் ஸ்தலயாத்திரை செய்து தீர்த்தம் ஆடினதுமில்லை. உபநிஷதங்கள் செய்யப்படுங்காலத்தில் பரமசிந்தை யுள்ளவர்கள் யாகம் பண்ணுகிறதை வெறுத்து வனத்தில் போய்த் தவஞ்செய்து வந்தார்கள். மகாபாரதம் கட்டப்படுங்காலத்தில் ஜனங்கள் யாகமும் தவமும் செய்யாமல் விசேஷித்த ரிஷிகள் தவம்பண்ணின இடத்தைப் பார்க்கப் போனால் வேண்டிய புண்ணியம் கிடைக்குமென்று கருதி அந்த இடங்களைப் பார்க்கும்படி தீர்த்தயாத்திரை போனார்கள். புராணங்கள் கட்டப்பட்ட காலமுதல் ஜனங்கள் அந்த இடங்களைப் புண்ணிய ஸ்தலங்களென்று சொல்லி அங்கே கோவில்கள் கட்டி, அந்தக் கோவில்களில் பூஜை செய்து வருகிறார்கள். இவைகளெல்லாம் பிற்காலத்து வழக்கங்கள். இருக்குவேதப் பாட்டுகள் கட்டப்படுங் காலத்தில் இப்படிப்பட்டவைகளொன்றும் நடக்கவில்லை.

இருக்குவேத காலத்திலுள்ளவர்கள் யாகம் செய்கிறதில் நெய்யையும் சோமபானத்தையும் விட்டு யாகம் பண்ணுகிறது வழக்கமாயிருந்தும் சில சமயங்களில் ஆசாரியர்கள் மிருகபலியும் இடுவார்கள். வேளாவேளை அவர்கள் நரபலியும் இட்டதுண்டென்று சில பாட்டுகளினாலே அறியலாம். முதலாவது இடப்பட்ட பலி மனிதனென்றும், அதற்குப் பின்பு குதிரை, மாடு, செம்மறியாடு, வெள்ளாடு முறையே பலியிட்டவைகளென்றும், கடைசியாகப் பூமியிலிருந்து முளைக்கிற அரிசி பலியிடப்பட்டதென்றும் இருக்கு வேதத்தைச் சேர்ந்த பிராமணத்தில் சொல்லியிருக்கிறது. குதிரையைப் பலியிட்டுச் செய்யும் யாகமே முக்கியமான யாகம் என்று வெகுகாலமாய் வழங்கிவந்தது. குதிரைப் பலிக்கு அசுவமேதம் என்று பேர். அந்தப் பலி சூரியனுக்கென்று செலுத்தப்பட்டது. பிற்காலங்களில் அசுவமேத யாகத்திற்குரிய குதிரையைக் கொல்லாமல் அதைப் பலியிடும் பாவனைபோலச் சடங்கு செய்தார்கள். இருக்குவேத காலத்திலுள்ள ஆசாரியர்களோ குதிரையைக் கொன்று அதின் அவயவங்களைச் சந்து சந்தாய் வெட்டித் தீயிலே பொரித்ததற்குச் சந்தேகமில்லை. ஸ்க்கீத்தர் என்று சொல்லிய பூர்வீக தத்தாரிகளுக்குள்ளே குதிரையைச் சூரியனுக்கென்று பலியிடுகிறது வழக்கமென்று கிரேக்க சரித்திரக்காரர் எழுதியிருக்கிறார்கள். ஆரியராகிய பூர்வீக இந்துக்கள்

தத்தாரி வனாந்தரங்களைவிட்டு, சிந்துநதி கடந்து இந்து தேசத்தில் வந்தபோதைக்கும் தத்தாரிகளுக்குள்ளே சஞ்சரித்திருக்கும்போது அவர்கள் பற்றிக்கொண்டிருந்த பழைய வழக்கங்களை முற்றிலும் விட்டுவிடவில்லை.

இருக்குவேதத்திலுள்ள அசுவமேதப் பாட்டுகளைப் பார்க்கு மளவில் தகனிக்கப்பட்ட குதிரையின் மாமிசத்தை ஆசாரியரும் மற்ற ஜனங்களும் புசித்ததாக நிச்சயமாய் விளங்குகிறது. திருஷ்டாந்தரமாக, முதலாம் மண்டலத்திலுள்ள 162-ஆம் சூக்தத்தில் அசுவமேத யாகத்திற்குரிய குதிரையைக் குறித்துச் சொல்லியிருக்கிறதாவது, 'சமையல் பண்ணின குதிரையிறைச்சியைப் பார்வையிடுகிறவர்கள், நல்ல வாசனையாயிருக்கிறது, தாவென்று சொல்லுகிறவர்கள், அதின் மாமிசத்தைப் பிச்சையாகக் கேட்கிறவர்கள் இவர்களெல்லாரும் செய்கிறது எங்களுக்கு அநுகூலமாயிருப்பதாக' என்று சொல்லி யிருக்கிறது. தேவர்களும் பலிகளைப் புசித்து தைரியம் அடைந்த தாகவும், அவர்கள் சோமபானத்தைக் குடித்து அதின் வெறியினாலே சந்தோஷப்பட்டதாகவும் பல பாட்டுகளிற் சொல்லியிருக்கிறது. திருஷ்டாந்தரமாக ஐந்தாம் மண்டலத்திலுள்ள 29-ஆம் சூக்தத்தில் இந்திரனைத் துதிக்கையில், 'இந்திரனே, நீ முந்நூறு எருமைகளின் மாமிசத்தைப் புசித்து, மூன்று பானைகளிலுள்ள சோமபானத்தைக் குடித்தபோது விருத்திரனோடே யுத்தஞ் செய்யும்படியாகத் திருப்தியாய்ப் போஜனம் செய்த உன்னைத் தேவர்களெல்லாரும் கூப்பிட்டார்கள்' என்று சொல்லியிருக்கிறது.

3. இருக்கு வேதப் பாட்டுகளைக் கொண்டு ஜனங்கள் தேவர்களை நோக்கி எப்படிப்பட்ட நன்மைகள் தங்களுக்கு வேண்டுமென்று வேண்டிக்கொண்டார்களென்றால், போசனம், சரீர சுகம், ஐசுவரியம், புத்திரசந்தானம், ஆடுமாடுகள், குதிரைகள், சத்துருக்களினின்று இரட்சிக்கப்படுதல், சத்துருக்களை ஜெயங் கொள்ளுதல் இவை முதலிய உலகத்துக்குரிய நன்மைகளுக்காக வேண்டிக்கொள்ளுகிறதே அவர்களுடைய வழக்கம். வேளாவேளை மாத்திரம் பாவவிமோசன முதலிய ஆத்தும நன்மைகளுக்காக அற்பசொற்பமாய் வேண்டிக்கொண்டார்கள். பாவத்தைக்குறித்து அவர்கள் வேளாவேளை சஞ்சலப்பட்டதாகவும், தேவர்கள் தங்களைப் பாவத்துக்கு விலக்கி நல்ல வழியிலே நடத்த வேண்டுமென்று விண்ணப்பம் பண்ணினதாகவும் ஆயிரம்

பாட்டுகளில் பத்து பாட்டில் மாத்திரம் கண்டிருக்கிறது. ஆதித்தியர் என்னப்பட்ட சூரியர்பேரிலும் அந்த ஆதித்தியரில் விசேஷமாய் வருணன்பேரிலும் கட்டின பாட்டுகளில் அப்படிப்பட்ட கருத்துகளைக் காணலாம். மரித்தபின்பு ஆத்துமா மறுஜென்மம் எடுக்கிறதுண்டென்று அக்காலத்திலுள்ளவர்கள் எண்ணினதாகத் தோன்றுகிறதில்லை. தேவர்களைப் பிரியப்படுத்தினவர்களில் சிலர் தேவர்கள் வாசமாயிருக்கிற சோதி மண்டலத்துக்கு எடுத்துக் கொள்ளப்படுகிறதுண்டென்று அவர்கள் நினைத்ததாகச் சில பாட்டுகளினாலே தோன்றுகிறது.

4. இதுவரைக்கும் சொன்னதில் இக்காலத்து இந்துக்கள் வணங்குகிற தேவர்களையும் இப்பொழுது நடந்துவருகிற பூஜை முறைமைகளையும்குறித்து யாதொன்றும் சொல்லவில்லையே. இதெப்படியென்று சிலர் கேட்பார்கள். இதற்கு உத்தரவு. இருக்கு வேதத்தில் கண்டிருக்கிற தேவ வணக்கத்துக்கும் இக்காலத்தில் வழங்கிவருகிற தேவ வணக்கத்துக்கும் சம்பந்தமேயில்லை. முன்னே சொல்லியபடி இருக்குவேதப் பாட்டுகள் கட்டப்படுங் காலத்தில் இந்துக்களெல்லாரும் வணங்கி வந்த தேவர்கள் இந்திரன், அக்கினி, சூரியன் முதலிய பஞ்சபூத தேவர்களே. இப்பொழுது இருக்கிற இந்துக்கள் வணங்குகிற திரிமூர்த்திகள் அக்காலத்தில் இல்லை. அந்தத் திரிமூர்த்திகள் செய்யும் சிருஷ்டி, திதி, சங்காரமாகிய முத்தொழிலும் அவர்கள் மூவரையும் குறிக்கும் ஓங்காரமந்திரமும் அப்பொழுது தெரியாது. இருக்கு வேதத்திலுள்ள ஆயிரத்து இருபத்தெட்டுப் பாட்டுகளிலும் சிவனென்கிற பெயர் இல்லை. பார்வதி, உமையவள், துர்க்கை, காளி முதலான பேர்களையுடையவளும் அப்போதில்லை. அப்பொழுது பிள்ளையாரும், சுப்பிரமணியனும் இல்லை. வீரபத்திரனும், வயிரவனும், ஐயனாரும், அப்பொழுது இல்லை. அக்காலத்திலே லிங்கமும் தெரியாது. விபூதியும், ருத்திராட்சமும் தெரியாது.

அப்படிப் போலவே இருக்குவேதகாலத்தில் இராமனும், கிருஷ்ணனும் இல்லை. இலக்ஷுமியும் இல்லை. அனுமானும் இல்லை. விஷ்ணுவின் பத்து அவதாரங்களும் அப்பொழுது தெரியாது. நாமமும் துளசியும் அப்பொழுது தெரியாது. கயிலாசமும் வைகுண்டமும் அப்போதில்லை. இக்காலத்திலுள்ள சிவபத்தரும் விஷ்ணுபத்தரும் விசேஷமாய் எண்ணுகின்றவைகளில்

ஒன்றாவது இருக்கு வேதகாலத்தில் வழங்கவில்லை. வேதப் பாட்டுகள் கட்டப்படுங்காலத்தில் சிவனையாவது கிருஷ்ணனையாவது ஒரு ரிஷியும் வணங்கவில்லை.

இருக்கு வேதகாலத்தில் பிராமணர் என்கிற பேர் ஒரு சாதிக்குரிய பேராயிராமல் ஒரு தொழில் செய்கிறவர்களுக்குரிய பேராய் இருந்தது. யாதொரு ஜனங்களைத் தொடுகிறது தீண்டல் என்றும் அவர்களோடு சாப்பிடுகிறது தீட்டு என்றும் அக்காலத்திலுள்ளவர்கள் எண்ணினதில்லை.

பசுமாடுகளை அக்காலத்து ரிஷி முதலாய்ப் பலியிட்டும் புசித்தும் வந்தார்கள். திருஷ்டாந்தரமாக, ''அக்கினியே, மலட்டுப் பசுக்களைக் கொண்டும் ரிஷிபங்களைக் கொண்டும் கன்றுள்ள பசுக்களைக் கொண்டும் உனக்கு யாகம் செய்திருக்கும்போது நீ முற்றிலும் எங்கள் பட்சத்தில் சேருகிறாய்'' என்று இருக்கு வேதத்திலுள்ள இரண்டாம் மண்டலம் ஏழாம் சூக்தத்திலும், ''விசேஷித்த திவ்விய போஜனம் பசுக்களே'' என்று ஆறாம் மண்டலம் முப்பத்தொன்பதாம் சூக்தத்திலும்,

''ஒரு பசுவை ஜனங்கள் சந்துசந்தாக அறுக்கிறதுபோல, இந்திரனே, விருத்திரனைத் துண்டு துண்டாக வெட்டிப் போடு'' என்று முதலாம் மண்டலம் அறுபத்தோராம் சூக்தத்திலும் சொல்லியிருக்கிறது. கடைசியான பாட்டில் மாட்டைச் சந்து சந்தாக அறுக்கிறதைக் குறித்துச் சொல்லிய வார்த்தை ஒப்பனையாக சொல்லியிருந்தும் அந்த ஒப்பனையைப் பார்க்கும் போது இருக்கு வேதகாலத்திலுள்ள ஜனங்கள் மாட்டைப் போஜனத்துக்காக அறுத்தது வழக்கமென்றும் ரிஷிகளும் அந்த வழக்கத்தை வெறுக்காமல் ஒப்புக் கொண்டார்களென்றும் விளங்குகிறது.

விதவைகள் உடன்கட்டையேறித் தீப்பாய்ந்து சாக வேண்டிய நிபந்தனை இருக்குவேதகாலத்தில் இல்லை. அந்த வேதத்திலுள்ள ஒரு சூக்தத்தில் ''அக்ரே'' என்ற பதத்தை பிற்காலத்துப் பிராமணர் ''அக்னே'' என்பதாக மாற்றி, ''முதலாவது போகவேணும்'' என்ற கருத்துள்ள பதத்தை ''அக்கினியிலே போகவேணும்'' என்று அர்த்தப்படும்படியாகப் புரட்டி, இந்த வகையாய் அந்தக் கொடிய வழக்கத்துக்கு இருக்குவேதமே ஆதாரமென்று பாராட்டினார்கள்.

சிவனையாவது கிருஷ்ணனையாவது ஒரு ரிஷியும் வணங்க வில்லையென்று நாம் முன்னே சொல்லியது மெய்யாயிருந்தும் இருக்குவேதத்தில் கண்டிருக்கும் இரண்டு காரியங்கள் இதற்கு எதிரிடையாயிருக்கிறாற் போலத் தோன்றும். அப்படித் தோன்றினாலும் திட்டமாய்ப் பரிசோதிக்கும்போது அவைகள் ஒத்திருக்குமேயன்றி எதிரிடையானவைகளல்ல.

(1) தேவர்களின் பேர்களில் விஷ்ணு என்கிற தேவனின் பெயர் இருக்குவேதத்தில் வழங்குகிறதுண்டு. ஆகிலும் அந்த விஷ்ணுவைக் குறித்துச் சொல்லியிருக்கும் காரியங்களைப் பார்த்தால் அவனுக்கும் விஷ்ணுபத்திக்காரர் இக்காலத்தில் வணங்குகிற விஷ்ணுவுக்கும் மிகுந்த வித்தியாசமுண்டென்று விளங்கும். வேதத்தில் சொல்லியுள்ள விஷ்ணுவானவன், இந்திரன், அக்கினி என்கிற பிரதான தேவர்களுக்குச் சமமானவனல்ல. அவன் பன்னிரண்டு ஆதித்தியரில் ஒருவன். அந்த ஆதித்தியர் அதிதியென்பவருடைய மக்கள். அவர்கள் பன்னிரண்டு மாசங்களில் மாசந்தோறும் முறை முறையே சூரியனுக்கு உடன்வேலை செய்கிறவர்களும் அவனுக்கு தானாபதிகளுமானபடியால் அவர்களைப் பன்னிரண்டு சூரியர் என்று வழக்கமாய்ச் சொல்லுவார்கள். அந்த ஆதித்தியரில் மித்திரன், வருணன், பூஷன் என்கிறவர்கள் முக்கியமானவர்கள். வேதத்தில் சொல்லியிருக்கிற விஷ்ணுவும், அந்த ஆதித்தியரில் ஒருவனாய் வருணன் முதலியவர்களுக்குத் தோழனாயிருந்தான். உள்ளபடி விஷ்ணு என்பது சூரியனுக்கு ஒரு பெயர். ஆதலால் சூரியனைக் குறித்துச் சொல்லியிருக்கிறதெல்லாம் விஷ்ணுவைக் குறிக்கிறதாயும் சொல்லுவார்கள். அவன் சூரியனோடே ஒன்றாயிருந்தும் இந்திரனுக்குச் சமமானவனல்ல. திருஷ்டாந்தரமாக, 6-ஆம் மண்டலத்திலுள்ள 17-ஆம் சூக்தத்தில் பரத்வாச ரிஷி சொல்லுகிறதாவது: "இந்திரனே, மருத்துக்களெல்லாம் மகிழ்ந்து போற்றுகிற உனக்கான பூஷனும், விஷ்ணுவும் நூறு எருமைகளைச் சமையல் பண்ணுவார்களாக" என்றான். இந்திரனுக்கு விஷ்ணு சமமானவனாய் அல்லது அவனுக்கு மேற்பட்டவனாய் இருந்தால் அப்படிச் சொல்லியிருக்க மாட்டாது.

இருக்குவேதப் பாட்டுகளில் விஷ்ணுவைத் திரிவிக்கிரமன் என்று சொல்லியிருக்கிறதுண்டு. திரிவிக்கிரமன் என்றால் மூன்று அடியையுடையவன் என்றர்த்தம். பிற்காலத்தில் எழும்பின

புராணக்காரர் இந்தக் காரணப் பெயரின் பொருளை அறியாமல் விஷ்ணு வாமனனாக அவதரித்து மூன்று அடியால் மூன்று லோகத்தையும் அளந்தானென்று கதையுண்டாக்கினார்கள். ஆனாலும் பூர்வீக சாஸ்திரிகள் அந்தப் பேரின் அர்த்தத்தைக் குறித்துச் சொல்லியிருக்கிறவைகளுக்கு அந்தக் கதை பொருந்தாது. கிறிஸ்து பிறக்கிறதற்கு முன்னாலுள்ள நாலாம் நூற்றாண்டில் வேதமொழிகளை வியாக்கியானம் பண்ணின யாஸ்கன் எழுதி வைத்ததாவது: ''திரிவிக்கிரமன் என்கிற பெயருக்கு அர்த்தம் என்னவென்றால், விஷ்ணு பூமியில் தீயாகவும், ஆகாசத்தில் மின்னலாகவும், பரமண்டலத்தில் சூரியனாகவும் மூன்றிடத்தில் தோன்றுகிறதனாலே அந்தப் பெயர் அவனுக்குண்டாயிற்று, அல்லது சூரியன் உதயமாகிறதும், உச்சியில் ஏறி நிற்கிறதும், அஸ்தமனமாகிறதும் ஆகிய சூரியனுடைய மூன்று நடைகளை அந்தப் பேர் குறித்திருக்கிறது'' என்றான். யாஸ்கனும் அவன் உண்டாக்கின நிருத்தத்தை வியாக்கியானம் பண்ணினவர்களும் அப்படி அர்த்தம் பண்ணினார்களேயன்றி விஷ்ணுவின் வாமனாவதாரத்தைக் குறித்து அவர்கள் ஒரு வார்த்தையாகிலும் சொல்லவில்லை. யசுர்வேத மூலத்துக்கு உரையெழுதின சாஸ்திரியும் இந்தப் பேர் அக்கினி, வாயு, சூரியன் ஆகிய மூவரையும் குறிக்கிறதென்று எழுதினான்.

(2) சிவனுடைய பெயர் இருக்குவேதத்தில் இல்லாவிட்டாலும் ருத்திரன் என்கிற பேர் உண்டு. இருக்கு வேதகாலத்தில் உள்ளவர்கள் ருத்திரன் என்றொரு தேவனை வணங்கினார்களென்பதற்குச் சந்தேகமில்லை. ஆனாலும் அவர்கள் வணங்கின ருத்திரனுக்கும், இப்பொழுதிருக்கிற சிவபக்தர் வணங்குகிற சிவனுக்கும் மிகுந்த வித்யாசமுண்டு. எப்படியென்றால் சிவபத்தர் சிவனே எல்லாத் தேவர்களிலும் பிரதான தேவனென்றும், பிரமா, விஷ்ணு முதலான தேவர்களும், சகல லோகங்களும் அவனுக்குள் அடக்கமென்றும் சொல்லுகிறார்கள். ஆகிலும் வேதத்தில் சொல்லப்பட்டிருக்கிற ருத்திரன் பிரதான தேவனல்ல. அவன் மருத்துக்களுக்குத் தகப்பன். காற்றுக்களுக்கு மருத்துக்களென்றும், உருத்திரர்களென்றும், உருத்திரனுடைய மக்களென்றும் பேர்கள். ஆதலால் அந்த உருத்திரன் காற்றுக்களுக்குத் தகப்பன். அவனை அக்கினியின் ஊழியன் என்றும், அக்கினியின் தானாபதி என்றும் சொல்லி யிருக்கிறதுமன்றி, அவனை அக்கினியென்றும் சொல்லியிருக்கிறது.

உருத்திரன் என்கிறதும் பசுபதியென்கிறதும் அக்கினிக்குப் பேர்கள் என்று யசுர் வேதத்தைச் சேர்ந்த சதபத பிராமணத்தில் சொல்லி யிருக்கிறது. அனலுக்கும் காற்றுக்கும் உண்டாயிருக்கிற சம்பந்தத்தினாலே காற்றுக்குத் தகப்பனாகிய ருத்திரனை இப்படி அக்கினியோடே சம்பந்தப்படுத்தியிருக்கலாம். உருத்திரன் மருந்துக்கு உதவத்தக்க பூண்டுகளை உண்டாகும்படி செய்து வைத்தியர்களுக்கு வைத்தியனா யிருக்கிறவனென்றும் சொல்லியிருக்கிறது. அவனைச் சில சமயங்களில் தயவுள்ளவனாகவும் சில சமயங்களில் முற்கோபமுள்ளவனாகவும் முகாந்தரமில்லாமல் மனிதரைக் கொல்லுகிறவனாகவும் காட்டி யிருக்கிறது. அவனைச் சடையனென்றும் சில பாட்டுகளில் சொல்லி யிருக்கிறது. அவன் அக்கினிகளில் ஒருவனானதால் அவனுடைய சடையானது தீக்கொழுந்தே என்று சிலர் நினைக்கிறார்கள். அவன் காற்றுத் தேவனானதினாலே அந்தச் சடை மேகச்சுருளேயென்று வேறு சிலர் நினைக்கிறார்கள்.

இருக்கு வேதத்தில் உருத்திரன் என்னப்பட்டவன் சிவன் தானோ அல்லவோ என்று மேற்சொல்லியவைகளை வாசிக்கிறவர்கள் யாரும் நிதானித்தறியலாம். அவன் சிவனல்லவென்றால் இருக்கு வேதகாலத்தில் சிவன் இல்லையென்று நிச்சயமாய் விளங்கும். அந்த உருத்திரன் சிவன்தானென்றால் இருக்குவேதகாலத்தில் சிவன் நானாவித தேவர்களுக்கொத்தவனேயல்லாமல் எல்லாத் தேவர்களிலும் பெரிய தேவனல்ல. 1-ஆம் மண்டலத்திலுள்ள 43-ம் சூக்தத்தில் ''மித்திரனும், வருணனும், ருத்திரனும், சகல தேவர்களும் சந்தோஷப்பட்டு எங்களுக்குத் தயவு செய்வார்களாக'' என்று சொல்லியிருக்கிறது. இதைப் பார்த்தால் வேதத்தைக் கட்டின ரிஷிகளும் அக்காலத்திலுள்ள மற்ற இந்துக்களும் ருத்திரனை மித்திரன், வருணன் என்கிற ஆதித்தியருக்குச் சரிசமானவனாக எண்ணினார்களேயன்றி அவனை இந்திரனுக்குச் சரிசமமான வனென்றாவது, ஏக கடவுளென்றாவது எண்ணினதில்லையென்று விளங்கும். இப்போதிருக்கிற சிவபத்தர் தாங்கள் எழுதும் பாடல்களில் மித்திரனும், வருணனும், சிவனும் சகல தேவர்களும் தயவு செய்வார்களாக என்று சொல்வார்களா? ஒருபோதுஞ் சொல்ல மாட்டார்கள்.

இருக்குவேதத்தில் விஷ்ணுவையும், ருத்திரனையும் குறித்து வேளாவேளை மாத்திரம் சொல்லியிருக்கிறது. அவர்களுடைய

பேரை ஒருதரம் கண்டால், இந்திரன், அக்கினி முதலானவர்களுடைய பேரை நூறுதரம் காணலாம். திருஷ்டாந்தரமாக: இருக்குவேதத்திலுள்ள 1-ஆம் அஷ்டகத்தில் நூற்று இருபத்தொரு பாட்டுகளுண்டு. அவைகளில் இந்திரனுக்குக் கட்டின பாட்டுகள் 45. அக்கினிக்குக் கட்டின பாட்டுகள் 37. மருத்துக்களென்ற காற்றுகளுக்குக் கட்டின பாட்டுகள் 12. சூரிய குமாரராகிய அசுவினிகளுக்குக் கட்டின பட்டுகள் 11. உதயத்துக்குக் கட்டின பாட்டுகள் 4. ருத்திரர்களுக்குக் கட்டின பாட்டுகள் 2. மற்றப் பாட்டுகள் பற்பல சிறு தேவர்களின் பேரில் கட்டியிருக்கிறது. விஷ்ணுவுக்குக் கட்டின பாட்டு அந்த அஷ்டகத்தில் இல்லை. மற்றத் தேவர்களுக்குக் கட்டின பாட்டுகளில் அவனைத் துதிக்கும் சுலோகங்கள் இரண்டொன்று இடையில் கலந்திருக்கிறதுண்டு. மற்ற அஷ்டகங்களிலும் ஏறக்குறைய இப்படியே கண்டிருக்கிறது. இதனாலே இருக்குவேதத்தில் சொல்லிய தேவர்கள் பஞ்சபூத தத்துவமுடையவர்களேயல்லாமல் இப்போது வணங்கப்பட்ட தேவர்களல்லவென்று முன்னே சொல்லியது நிச்சயமென்று விளங்குகிறது.

ஒரு விஷயத்தைப் பார்த்தால் இப்போதிருக்கிற இந்துக்கள் அநுசரித்துவருகிற மதமும், அவர்கள் ஞானமென்று கைக்கொண்டிருக்கிற அஞ்ஞானமும், இருக்குவேதப் பாட்டுகளில் கண்டிருக்கிற மதத்தைப் பார்க்கிலும் கேடாயிருக்கிறது. அது எப்படியென்றால் இப்போதிருக்கிற இந்துக்கள் விஷ்ணுபத்திக்காரராயிருந்தாலுஞ்சரி, சிவபத்திக்காரராயிருந்தாலுஞ் சரி, பாவத்துக்குக் கடவுளே காரணர் என்கிறார்கள். இப்படிப்பட்ட தப்பிதம் இருக்குவேதப் பாட்டுகளில் காணோம். பாவத்தை நிவர்த்தி செய்யத்தக்க வகை இருக்கு வேதத்தைக் கட்டின ரிஷிகளுக்குத் தெரியாதிருந்தும் பாவஞ் செய்கிறது நாங்களல்ல, கடவுளேயென்று அவர்கள் சொல்லத் துணியவில்லை. அவர்கள் சில சமயங்களில் சொன்ன போக்குகள் தேவனைக் குற்றப்படுத்த வேண்டுமென்று சொன்ன போக்குகளல்ல. எந்தப் பாவஞ் செய்திருந்தாலும் தாங்களே அதைச் செய்தவர்கள் என்றறிந்து தேவர்கள் தங்கள் குற்றத்தைப் பொறுக்கவேண்டுமென்று வேண்டிக் கொண்டார்கள். திருஷ்டாந்தமாக, 7-ஆம் மண்டலத்திலுள்ள 86-ஆம் சூக்தத்தில் வசிஷ்டரிஷி சொல்லுகிறதாவது.

5. ''எங்கள் முன்னோர்கள் செய்த பாவங்களுக்கும் நாங்கள் எங்கள் சரீரங்களினாலே செய்த பாவங்களுக்கும் எங்களை விடுவித்து எங்களுக்குப் பாவவிமோசனம் தா. இராசாவே, வசிஷ்டனை விடுவி.

6. வருணனே, நாங்கள் செய்யவேண்டுமென்று பாவங்களைச் செய்யவில்லை. அவசரத்தினாலே அல்லது குடிவெறியினாலே அல்லது ஆசை மயக்கத்தினாலே அல்லது சூது விளையாட்டினாலே அல்லது யோசனையில்லாமையினாலே பாவஞ் செய்தோம். இளைஞரை மோசம்போக்க கிழவரும் ஏற்படுகிறார்கள். தூக்கத்தினாலேயும் அநீதமுண்டாகிறது என்றான்''

மேற்சொல்லிய முகாந்தரங்களைப் பார்த்தால் பூர்வீகமாய் இந்து தேசத்தில் வாசம் பண்ணின இராசாக்கள், ஆசாரியார்கள், பிரஜைகள் முதலான ஆரியஜனங்கள் கைக்கொண்ட கொள்கையாகிய இருக்கு வேத மதத்திற்கும், இந்துமதமென்று இக்காலத்தில் வழங்குகிற மதத்திற்கும் மிகுந்த வித்தியாசமுண்டென்று அறிந்துகொள்ளலாம். இருக்குவேதகாலத்தில் இந்துமதம் குழந்தையைப்போலவும், அதிலுள்ள தப்பிதங்கள் குழந்தையின் தப்பிதங்களைப் போலவும் இருந்தது. இப்போதோ அந்த மதமுண்டாகி மூவாயிரம் வருஷமாயிற்று. ஆதலால் அதின் தப்பிதங்களும் காலத்துக்குக் காலம் விகாரப்பட்டு, வரவர விளைந்து இப்போது முற்றிப் போயிருக்கிறது.

இக்காலத்தில் வழங்குகிற மதம் முன்னோர்களுடைய மதமென்றும், முன்னோர்கள் கைக்கொண்ட ஆசாரங்களை பின்னடியார் விட்டுவிடக் கூடாதென்றும் இக்காலத்திலுள்ள இந்துக்கள் சொல்லுவார்கள். ஆனாலும் இருக்குவேதப் பாட்டுகளைப் பரிசோதிக்கும்போது முன்னோர்களுடைய மதம் வேறு, அவர்கள் சந்ததியாருடைய மதம் வேறு என்றும், முன்னோர்கள் கைக்கொண்ட ஆசாரங்களை பின்னடியார் வெகுகாலமாய் விட்டுவிட்டு மறந் திருக்கிறார்கள் என்றும் கண்டிருக்கிறது. காரியம் எப்படியிருக்கும் என்றால் ஒரு அந்நியன் வயதுசென்ற ஆஸ்திமான் வீட்டில் வந்து தன்னை அவனுடைய மகனாகப் பாராட்டி அவனுடைய ஆஸ்தியைப் பறிக்க எத்தனிக்கிறதைக் குறித்து அவர்களிருவரும் நியாயஸ்தலத்தில் கரையேறியிருக்கும்போது அந்நியன் நான்

இவருடைய மகன்தான், பல தேசத்தில் அலைந்து இப்போது வந்திருக்கிறேன் என்று சொல்ல, அந்தக் கிழவன் என் மகன் வாலிபனாயிருக்கும் போது என் வீட்டை விட்டு ஓடிப் போனது மெய்தான். ஆனால் இவன் எனக்கு மகனல்ல. என் மகன் சிவப்பனாயிருந்தான். இவன் காக்கைக்கொத்த கறுப்பன். என் மகன் என்னை விட்டுப் போகும்போதே எனக்கொத்த வயதில் வளர்த்தியுள்ளவனாயிருந்தான். இவன் என்னைப் பார்க்கிலும் கூழையன். இவன் யாரோ என் குமாரனல்ல என்று ருசுவோடே வாக்குமூலம் கொடுத்ததின் பேரில் நியாயாதிபதி கிழவனுடைய ஆஸ்திக்கு இந்த அந்நியன் சம்பந்தப்பட்டவனல்லவென்று தீர்ப்புச் சொல்வது போலிருக்கும்.

இப்போது வழங்குகிற இந்து மதத்திற்கு சதுர்வேதமே அஸ்திவாரமென்று சிலர் சொல்லுவார்கள். ஆனாலும் வேதங்களைச் சோதித்துப் பார்க்குமளவில் இந்து மதத்திற்கு ஒரு வேதமும் அஸ்திவாரமல்லவென்றும், அது அஸ்திவாரமில்லாமல் மணலின் மேல் கட்டின வீடு என்றும் விளங்குகிறது.

இந்த விஷயத்திலே பிராமணர் மேல் அதிகக் குற்றமுண்டு. அவர்கள் அந்தரங்கத்தில் செய்கிற சடங்குகள் வேறு. வெளியரங்கமாகச் செய்கிற சடங்குகள் வேறு. அவர்கள் ஸ்நானம் பண்ணும்போதும் தங்கள் குலாசாரமான நித்திய சடங்குகளைச் செய்யும்போதும், வேதத்திற் சொல்லிய பாட்டுகளை ஓதி, சூரியன் முதலான பஞ்சபூத தேவர்களை ஆராதித்து, இப்படிச் செய்தவுடனே வேதத்தை மறந்திருந்தாற்போல கிருஷ்ணன் கோயில்களுக்கும், சிவன் கோயில்களுக்கும் போய் அறியாமையினாலேயோ வேறெந்த முகாந்தரத்தினாலேயோ புது மதங்களுக்குரிய புதுத் தேவர்களுக்கு பூஜை செய்கிறார்கள். இது மனச்சாட்சிக்கேற்ற யதார்த்தமான நடக்கையா? பிராமணர் இப்படி இருமுகமுள்ளவர்களாய் நடந்தால் அவர்கள் புத்தி முன்னிலும் அந்தகாரப்படமாட்டாதா? ஒன்றுக்கொன்று வித்தியாசமாயிருக்கிற இரண்டு மதங்களை அநுசரிக்கிறது இரண்டு படகில் காலை வைக்கிறது போலவேயிருக்கும்.

இரண்டாம் பாகம்

இராமாயணத்தைப் பற்றியது

ஆதியில் சிந்துநதியைக் கடந்து இத்தேசத்தில் வந்து குடியேறின பூர்வீக ஆரியருடைய நிலைமையையும் அவர்களுக்குள் வழங்கி வந்த வழக்கங்களையும் குறித்து இருக்குவேதப் பாட்டுகளினாலே அறியலாம். அந்தப் பாட்டுகள் கட்டப்படுங்காலத்தில் இந்துக்கள் பஞ்சமென்னப்பட்ட பஞ்சாப் தேசத்திலும் சத்துரு எனப்பட்ட சட்லஜ் ஆற்றுக்கும் யமுனையாற்றுக்கும் இடையிலுள்ள பிரமவர்த்தம் என்னும் பேரையுடைய தேசத்திலும் வாசமாயிருந்தார்கள். இருக்குவேதகாலத்திற்கு சற்றே பிற்காலத்திலுள்ள இந்துக்களுடைய வழக்கங்களையும் அவர்கள் நிலைமையையுங்குறித்து இராமாயணம், மகாபாரதம் என்கிற பெருங்காப்பியங்களினாலும் மனுசாஸ்திர மென்னும் மானவ தர்மசாஸ்திரமென்னும் பேர்களையுடைய நீதிநூலினாலும் பல காரியங்களை அறிந்துகொள்ளலாம். அந்த நூல்களிற் காட்டியிருக்கிற காலத்தில் இந்துக்கள் கிழக்கே சென்று யமுனை கங்கை நதிகளுக்கும் அவைகளின் உபநதிகளுக்கும் சமீபமாய்க் குடியேறி வாசமாயிருந்தார்கள். இருக்குவேத காலத்திற்கும் மேற்சொல்லிய பெருங்காப்பியங்கள் கட்டப்படுங் காலத்துக்கும் இடையில் ஏறக்குறைய ஐந்நூறு வருஷம் சென்றிருக்கும் என்று நிதானிக்கலாம்.

இராமாயணம், பாரதம் ஆகிய பெருங் காப்பியங்களில் காட்டியிருக்கிற காலத்திலே இத்தேசத்து வடமாகாணங்களில் ஆளுகை செய்த இராச வம்சங்களுக்குள் சூரிய சந்திர வம்சங்களே பிரதானம். சூரிய வம்சத்தார் தங்களைச் சூரிய பகவானுடைய புத்திரராகவும், சந்திர வம்சத்தார் தங்களைச் சந்திர தேவனுடைய

புத்திரர்களாகவும் பாராட்டினார்கள். சூரிய வம்சத்தார் சூரிய பகவானுடைய மகனாகிய மனுவுக்குப் பிறந்த புத்திரரின் சந்ததியாம். சந்திர வம்சத்தார் அந்த மனுவின் புத்திரியினிடத்தில் சந்திரதேவனுடைய மகனாகிய புதனுக்குப் பிறந்தவர்களாம். அவ்விரண்டு வம்சத்தார்களும் பல்கிப் பெருகி அநேக கோத்திரங் களாகவும் குடும்பங்களாகவும் பிரிந்து பல தேசங்களைக் கட்டி ஆண்டு வந்தார்கள்.

கோசலமென்று சொல்லிய அவுத்தேசம் சூரிய வம்சத்தாருக்குப் பிரதானமான இராச்சியமாயிருந்தது. கங்கை நதிக்கு உபநதியாகி இப்போது கோகராவென்றும் அப்போது சரயு என்றும் பேர் களையுடைய ஆற்றங்கரையில் கட்டப்பட்ட அயோத்தியாபுரி கோசல தேசத்துக்கு இராசநகரம். சந்திர வம்சத்தாருடைய இராச்சியம் யமுனைக்கும் கங்கைக்கும் இடையிலிருக்கிற தோவாபென்னும் மாகாணத்தில் இருந்தது. பாண்டவர் காலத்தில் அஸ்தினாபுரம் அந்த வம்சத்தாருடைய பிரதான நகரமாம்.

சூரிய சந்திர வம்சத்தாருடைய விருத்தாந்தங்களைக் காட்டி யிருக்கிற இராமாயணம், மகாபாரதம் என்கிற பெருங்காப்பியங்களைப் பார்க்கும்போது அக்காலத்து இந்துக்கள் அனுசரித்துவந்த மதம் இருக்குவேத காலத்தில் இருந்தது போலிராமல் அதிகமாய் மாறினதாகத் தெரியவரும். பஞ்சபூதங்களைத் தேவர்களாக வணங்கின வணக்கமே இருக்குவேத காலத்திலுள்ள இந்துக்களுடைய மதாசாரமாயிருந்தது. பெருங்காப்பியங்களில் காட்டியிருக்கிற காலத்தில் வீரர்களை வணங்கும் வணக்கமே அவர்களுடைய முக்கியமான மதாசாரம். வீரர் செய்த கிரியைகளை விவரித்து வருணிக்கும் பொருட்டு அந்தக் காவியங்கள் கட்டப்பட்டன. கேட்கிறவர்களுடைய காதுக்கு இன்பமுண்டாகக் கவிராயர்கள் அந்தந்த வீரருடைய செய்கைகளை மெச்சிச் சிறப்பித்து, பற்பல காலத்திலுள்ள பற்பல பேர் செய்த வீரிய கிரியைகளை ஒன்றாகத் திரட்டி, ஒரே ஒரு வீரன் அவைகளைச் செய்தது போலக் காட்டி, வரவர அந்தக் கிரியைகளை நடப்பித்தவனை வீரனாகப் புகழ்ந்தது போதாதென்று சொல்லி அவனைத் தேவனாகவும் பாராட்டி, பின்பு மேலான தேவனென்று அக்காலத்து ஜனங்கள் வணங்கிவந்த தேவனெவனோ அவனோடே இவனை சம்பந்தப்படுத்தி அந்தத் தேவனே இந்த வீரனாக அவதரித்தானென்று புகட்டினார்கள்.

இராமாயணம், மகாபாரதமானவைகள் புராணங்களல்ல; புராணமென்ற பேர் பிற்காலத்திலெழுதப்பட்ட பதினெட்டுப் பிரபந்தங்களுக்குரியது. அந்தப் பதினெண் புராணங்களே இக்காலத்தில் வழங்கிவருகிற இந்து மதத்திற்கு ஆதாரம். இராமாயணம் பாரதமானவைகளுக்குப் பெருங்காப்பியங்களென்று பேர். சிலர் இராமாயணத்தை மாத்திரம் காவியமென்றும் மகாபாரதத்தில் பல சரித்திரங்களும் நானாவித பழங்கதைகளும் அடங்கியிருப்பதினாலே அதை இதிகாசமென்றும் சொல்லுகிறதுண்டு. பாரதமானது பழங்கதைகளெல்லாம் சேகரமான களஞ்சியம் போலிருக்கிறது. இராமாயணமோ இராமனுடைய சரித்திரத்தைச் சொல்லுகிற ஒரே நோக்கமுள்ளதானதினாலும் அதிலுள்ள மிகுதியான பங்கு ஒரே கவிராயனால் கட்டப்பட்டதென்று தோன்றுகிறபடியினாலும் பலவகைச் செய்யுள் சிறப்பு அதில் கண்டிருப்பதினாலும் இராமாயணத்தைக் காவியமென்று சொல்வது தகுதி. இராமாயணம் என்பதற்கு இராமன் சஞ்சாரம் என்றர்த்தம்.

இந்துக்கள் இவ்விரண்டு காவியங்களையும் வைதிக நூல்களாகவும், திவ்விய அதிகாரமுள்ள பிரபந்தங்களாகவும் எண்ணுகிறார்கள்.

பாரதத்தைப் பார்க்கிலும் இராமாயணம் பூர்வீகமுள்ளதென்று தோன்றுகிறது. ஆனாலும் இருக்குவேதத்தைப் பார்க்கிலும் இராமாயணம் நூதனமென்று அநேக முகாந்தரங்களினாலே அறியலாம். இராமாயணம் எப்போது கட்டப்பட்டிருக்குமென்றால் புத்தசமயம் தோன்றினதற்குப் பின்பும், இத்தேசத்து இராசாக்களிலும் சனங்களிலும் மிகுதியானபேர் அந்தச் சமயத்தை அனுசரிக்கிறதற்கு முன்னும், வட இராச்சியத்து இந்துக்களுக்குள் சமஸ்கிருதப் பாஷை நாடோடிப் பாஷையாக வழங்கிவருங்காலத்திலும், அது கட்டப்படிருக்குமென்று நிதானிக்கலாம். இப்படியானால் கிறிஸ்து பிறக்கிறதற்கு ஏறக்குறைய நானூறு வருஷத்துக்கு முன்பு அது கட்டப்பட்டிருக்க வேண்டும்.

இராமாயணத்திலுள்ள மிகுதியான பங்கு கட்டப்பட்ட பின்பு பிற்காலத்துக் கவிராயர்கள் சில பங்கைக் கட்டி பூர்வீக பங்கோடே சேர்த்திருக்கிறதாய் சாஸ்திரிகள் நிதானித்திருக்கிறார்கள்.

வால்மீகிரிஷி இராமாயணத்தைக் கட்டினவனென்று சொல்லு வார்கள். அந்த வால்மீகிரிஷி இருக்குவேதகாலத்திலுள்ள

ரிஷிகளிலொருவன். அவன் பேருக்கு அர்த்தம் ''கறையான் புற்று.'' இராமாயணம் வெகு பூர்வீகமுள்ளதென்று ஜனங்களெண்ணும் படியாக வால்மீகிரிஷி அதைக் கட்டினானென்று பிற்காலத்துப் புலவர் புகட்டியிருப்பார்களேயல்லாமல் அது அந்த ரிஷியினாலே கட்டப்பட்டதாக எண்ணுகிறதற்கு ஏதுவில்லை. இராமனுடைய புத்திரரென்று சொல்லப்பட்டிருந்த குசனும் லவனும் ஆகிய குசலவர் வால்மீகியிடத்தில் இராமாயணத்தைப் படித்து ஒரு அசுவமேதயாகம் ஆசரிக்கப்படுஞ் சமயத்தில் அதை முதல் முதல் அரங்கேற்றிப் பாடினதாக இராமாயணத்திலே சொல்லியிருக்கிறது. உள்ளபடி குசலவரை இராமனுடைய மக்களென்று நினைக்கக் கூடாது. குசலவர் என்கிறது ஒரே பதமேயல்லாமல் இரண்டு பதமல்ல. குசலவன் என்றால் சூதரென்று அர்த்தம். சூதரென்றால் அரண்மனைக் கவிராயர்கள். அப்படிப்பட்ட குசலவர்கள் இராசாக் களுடைய கலியாணங்கள், யாகங்கள், திருவிழாக்கள், இவை முதலான வேடிக்கைகள் நடந்துவருஞ்சமயங்களில் இராமன் கதையைப் பாடியிருப்பார்கள். அக்காலத்திலுள்ளவர்களுக்கு எழுத்தெழுதத் தெரியாததினாலே அதை மனப்பாடம் பண்ணிப் பாடினார்களேயன்றி எழுதிப் படித்துப்பாட ஏதுவில்லை. எழுதக் கூடாமல்போனபடியால் காலஞ் செல்லச் செல்ல அதை மாற்றியும் கூட்டியுமிருப்பார்கள். இப்போது வழங்குகிறபடி இராமாயணத்தில் ஏறைக்குறைய இருபத்து நாலாயிரம் சுலோகங்களுண்டு.

இத்தேசத்தில் வழங்கிவருகிற ஒவ்வொரு பாஷையிலும் இராமாயணத்தைத் திருப்பியிருக்கிறது. தமிழ் இராமாயணம் இன்பமான செய்யுளலங்காரமுள்ளதென்று பேர்பெற்றதாயிருக்கிறது. அதை எழுதின கவிராயன் சோழதேசத்திலுள்ள கம்பநாட்டான். அந்த நாட்டின்பேரால் அவனுக்குக் கம்பன் என்று பேர். கிறிஸ்து பிறந்த 785ஆம் வருஷத்துக்குச் சரியான சகாப்தம் எண்ணூற்றேழில் கம்பன் அதை அரங்கேற்றினதாக இராமாயணப் பாயிரத்தில் வைத்த ஒரு பாட்டில் சொல்லியிருக்கிறது. இராசேந்திர சோழன் காலத்தில் கம்பன் அதை அரங்கேற்றினதாகச் சிலர் சொல்லு கிறார்கள். இராசேந்திரன் மகனான குலோத்துங்க சோழன் காலத்திலே அவன் அதை அரங்கேற்றினதாக வேறுசிலர் சொல்லுகிறார்கள். அந்த இரண்டு இராசாக்களில் ஒருவனுடைய காலத்திலே கம்பன் இராமாயணத்தை அரங்கேற்றினது நிச்சயமானால், மேற்சொல்லிய

பாட்டில் கண்டிருக்கிற சகாப்தம் யதார்த்தமுள்ளதல்ல. அவ்விரண்டு இராசாக்களும் கிறிஸ்து பிறந்து 1000 வருஷத்துக்குப்பின்பு அரசாண்டவர்களென்று அவர்கள் காலத்தில் நடந்த விருத்தாந்தங்களைப் பற்றிக் கல்லில் வெட்டியிருக்கிற பூர்வீக எழுத்துக்களினாலே விளங்குகிறது. ஆதலால் தமிழ் இராமாயணம் கிறிஸ்து பிறந்து 1000 வருஷத்திற்குப் பின்பு எழுதப்பட்டிருக்குமேயல்லாமல் அதற்கு முன்னே எழுதப்பட்டிருக்கமாட்டாது.

இராமாயணத்தில் சொல்லிய இராமன் கதையை இப்போது சுருக்கி ஒழுங்காய்ச் சொல்லுவோம்.

இராமன் கதையடக்கம்

கோசலநாட்டிலுள்ள அயோத்தியாபுரியில் சூரிய குலத்தானாகிய தசரதராஜா இராச்சியபரிபாலனம் பண்ணிக்கொண்டிருந்தான். அவனுக்கு நெடுநாளாய்ப் பிள்ளையில்லாததினாலே அசுவமேத யாகஞ் செய்தான். செய்ததின்பின்பு அவனுடைய மூன்று மனைவி களிடத்திலும் நாலு புத்திரர் பிறந்தார்கள். அவர்களில் இராமனென்றும் இராமசந்திரன் என்றும் பேர்களையுடைய மூத்தகுமாரன் தசரதனுக்குப் பட்டத்து ஸ்திரீயும் அவனுக்கு அதிக அன்பானவளுமாகிய கௌசலையின் வயிற்றில் பிறந்தான். இரண்டாம் ஸ்திரீயாகிய கைகேயினிடத்தில் பரதன் பிறந்தான். மூன்றாம் மனைவியாகிய சுமத்திரைக்கு இலட்சுமணனும் சத்துருக்கனனும் பிறந்தார்கள்.

இவர்கள் வாலிபப் பருவமாகும்போது விசுவாமித்திர ரிஷி தசரத இராசாவினிடத்தில் வந்து அவனை வாழ்த்துதல் செய்து, தான் வனத்தில் தசராத்திரி யாகஞ் செய்யப்போனதாயும், தாடகையென்ற இராட்சதப் பெண்ணும் மற்ற இராட்சதரும் இராத்திரிதோறும் வந்து யாகஞ் செய்யவொட்டாமல் ஓமகுண்டங்களில் இரத்தத்தை ஊற்றித் தன்னுடைய பிரயத்தனங்களை அழித்துக்கொண்டே வருகிறதாயும் அறிவித்து அவர்களைச் செயித்து சங்காரம் பண்ணும்படி இராமனை அனுப்பவேண்டுமென்று கேட்டான். தசரத இராசா அந்த விண்ணப்பத்தைக் கேட்டவுடனே கலங்கி, இராமனுக்குப் பதினாலு வயசு ஆகவில்லையே. அவனுக்குப் பதிலாக நானே வருகிறேன் என்று சொல்ல, அதற்கு விசுவாமித்திரன் சம்மதியாமல்

மிகுந்த கோபமடைந்தான். அவனுடைய கோபத்தினாலே பூமி அதிர்ந்ததை மந்திரிகள் பார்த்து அந்த ரிஷி கேட்டுக் கொண்டபடி செய்யவேண்டுமென்று அவர்கள் இராசாவுக்கு யோசனை சொன்னபடியினாலே அவன் இராமனையும் இலட்சுமணனையும் விசுவாமித்திரனோடு அனுப்பினான். விசுவாமித்திரன் அந்த இரண்டு இராசகுமாரர்களையும் அழைத்துக்கொண்டுபோய் திவ்விய ஆயுதங்களை இராமனுக்குக் கொடுத்து சத்துருக்களால் அவனுக்கு ஒரு சேதமும் வராதபடி வரமளித்தான். இவ்வகை எத்தனஞ் செய்துகொண்டதின் பின்பு அவர்கள் விசுவாமித்திரனுடைய ஆசிரமத்திற்குப் போனார்கள். அவ்விடத்தில் சேர்ந்தவுடனே இராமன் புறப்பட்டு அநேக தீவினைகளைச் செய்துவந்த இராட்சதர்களையும் தாடகையென்னப்பட்ட அரக்கியையும் சங்காரம் பண்ணினான்.

பின்பு விசுவாமித்திரன் யாகத்தை ஆசரித்துக் கொண்டு அந்த இராசகுமாரரை மிதிலையென்று சொல்லிய விதேக தேசத்துக்கு அரசனாகிய ஜனக இராசாவின் குமாரத்திகளுக்கு விவாகம் செய்யலாமென்று யோசித்து அவர்களை அந்த இராசாவின் நகரத்துக்கு அழைத்துக்கொண்டு போனான். அந்த ஜனக இராசா முன் ஒருநாள் யாகத்துக்குரிய ஆசாரமாக உழுதுகொண்டிருக்கும் போது அந்த யாகத்தின் பலனாக உண்டான ஒரு பெண் குழந்தையை அவன் யாகபூமியில் கண்டெடுத்து படைச்சால் என்றர்த்தங் கொள்ளுஞ் சீதையென்ற பேரை அந்தக் குழந்தைக்கிட்டு அதைத் தன் புத்திரியாக வளர்த்து வந்தான்.

ஜனகனிடத்தில் பெரிய வில்லொன்று இருந்தது. அவனுடைய முன்னோர்களிலொருவனுக்குச் சிவனால் கொடுக்கப்பட்டு அந்நாள் முதல் ஒருவராலும் வளைக்கக் கூடாதிருந்த அந்த வில்லை எவன் வளைத்து நாண் ஏற்றத்தக்கவனோ அவனுக்கே தன் மகள் சீதையைக் கொடுக்கவேணுமென்று தீர்மானித்திருந்தான். இராமன் வந்திருக்கும்போது அந்த வில்லை ஜனகன் வருவித்தான். 800 புருஷர் இழுக்கிற எட்டுச் சக்கர இரதத்தில் கொண்டு வரப்பட்ட அந்தப் பெரிய வில்லை இராமன் ஒற்றைக் கையினாலே எளிதாய் எடுத்து நாண் ஏற்றி வளைக்கும்போது அது முறிந்து விட்டது. சிவன் கொடுத்த வில் முறிந்ததென்று பரசுராமன் கேள்விப்பட்டு கோபங்கொண்டு இராமனுக்கெதிர்த்து அவனோடு யுத்தஞ்

செய்ததில் அபசெயமடைந்து இராமனிடத்திற் பொறுமை கேட்டு திரும்ப மஹேந்திரமலைக்குப் போய்விட்டான். அதன்பின்பு சீதையை இராமனுக்கு விவாகம் பண்ணிக் கொடுத்தார்கள். இராமனுடைய சகோதரர் மூன்று பேரும் இராசகுமாரத்திகளில் மூன்று பேரை விவாகம் பண்ணினார்கள். ஜனக இராசா வாசம் பண்ணின மிதிலா பட்டணத்திற்கும் அயோத்தியாபுரிக்கும் நாலு நாள் பயணமாத்திரமானதினாலே தசரதனும் அவனுடைய இராச்சியத்திலுள்ள பிரபுக்களும் கல்யாணத்திற்கு வந்தார்கள்.

கலியாண முடிந்து இராமனும் சீதையும் தசரதனோடே புறப்பட்டு அயோத்தியாபுரியில் சேர்ந்ததின்பின்பு தசரத இராசா மந்திரிகள் யோசனைப்படிக்கும் பிரசைகள் கேட்டுக் கொண்ட படிக்கும் இராமன் தன்னோடே இராசாதிகாரஞ் செய்து தான் மரித்தபின் தன் பட்டத்துக்கு வரும்படி அவனை இளைய இராசாவாக ஏற்படுத்தும்படிக்கு ஆரம்பிக்கும் சமயத்தில் அவனுடைய இரண்டாந்தாரமாகிய கைகேயி என்பவளுடைய விரோதத்தினாலே அந்த யோசனைப்படி நிறைவேறாமற் போயிற்று. அவள் இராமன்மேலே பொறாமை கொண்டு தான் பெற்ற மகனாகிய பரதனையே பட்டத்துக்கு நியமிக்க வேணுமென்று விண்ணப்பம் பண்ணினாள். சில காலத்துக்கு முன்னே நடந்த ஒரு யுத்தத்திலே தசரதனுக்குக் காயமுண்டானதில் கையேயி அவனைப் பட்சமாய்ப் பார்த்து வந்ததினாலே அவனுக்கு சவுக்கியமுண்டான பொழுது அவள் காண்பித்த அன்பை அவன் நினைத்து எந்த இரண்டு வரங்களை நீ கேட்பாயோ அவைகளைத் தருவேனென்று அவளுக்கு வாக்குக் கொடுத்திருந்தான். இராமனை இளையராசாவாக ஏற்படுத்தும்படி தசரதனுக்கு யோசனையுண்டாவதற்கு முன்னே அவள் அந்த வரங்களைக் கேளாமல் அந்த யோசனை உண்டென்று கேள்விப்பட்டவுடனே தன் ஏவற் பெண்ணாகிய மந்தரையினாலே போதிக்கப்பட்டு தன்னிடத்தில் சொல்லியிருந்த வாக்குப்படி இராசா செய்ய வேண்டுமென்று கேட்டாள். இராசா சம்மதித்தபோது இராமன் பதினாலு வருஷமாய் நாட்டை விட்டு வனவாசஞ் செய்ய வேண்டுமென்ற முதலாம் வரமாகவும், தன் மகன் பரதனை இளைய இராசாவாக நியமிக்க வேண்டுமென்று இரண்டாம் வரமாகவும் கேட்டாள். அவள் இப்படிக் கேட்டுக் கொண்டவுடனே தசரதனுக்கு மிகுந்த துக்கமுண்டாயிற்று. துக்கப்பட்டும் தான்

கொடுத்த வாக்கை மாற்றக் கூடாமல் அப்படியே ஆகட்டும் என்று சம்மதித்தபடியினாலே இராமன் தன் மனைவி சீதையையும் தன் சகோதரன் இலட்சுமணனையும் கூட்டிக்கொண்டு வனத்துக்குப் போகப் புறப்பட்டான்.

அவர்கள் புறப்பட்ட பின்பு தசரதன் ஆறுநாள் இரவும் பகலும் துக்கித்து புத்திர சோகத்தினாலே தியங்கினான். ஏழாம் தினத்து இராத்திரியில் தனக்குண்டான துன்பத்துக்குக் காரணமின்னதென்று ஞாபகமுண்டாகி அந்தக் காரணத்தைத் தன் மனைவி கௌசலைக்கு அறிவித்தான். அவன் சொன்னது: கலியாணம் பண்ணும்முன்னே வாலிபனாயிருக்கும் போது நான் ஒரு வனத்திலே வேட்டையாடினதில் கருக்கலான வேளையில் ஒரு ஆற்றங்கரையில் பதுங்கிக் காத்திருக்கும் போது ஒரு யானை வந்து தண்ணீர் குடிக்கிற சத்தங் கேட்கிறதாக நினைத்து அந்தச் சத்தமுண்டான இடத்தை நோக்கி அம்பு எய்தேன்; அது யானையல்ல, குடத்தில் தண்ணீர் மொண்டுகொண்டு நின்ற ஒரு பையன். அவன் அந்த அம்பினாலே காயப்பட்டு இறந்தான். அந்தப் பையனுடைய தாய்தகப்பன்மார் வயசாளிகளும் கண் தெரியாதவர்களுமாய் அந்த வனத்திலே தபஞ் செய்துகொண்டு இருந்தவர்கள். அவர்களுடைய ஆசிரமத்துக்கு நானே போய் கைப்பிசகாய் நடந்த மோசத்தை மிகுந்த துக்கத்தோடே அவர்களுக்கு அறிவித்து மன்னிப்புக் கேட்டேன். கேட்டபோதைக்கும் அந்தப் பையனுடைய தகப்பன் மன்னிப்புக் கொடாமல், ''என் குமாரனுக்காக நான் துக்கிக்கிறதுபோல நீயும் ஒரு குமாரனுக்காக துக்கிப்பாய்'' என்று சாபமிட்டான் என்றான். நடந்தெல்லாவற்றையும் தசரத இராசா இவ்வண்ணமாய்த் தன் மனைவியிடத்தில் அறிவித்து துக்க சாகரத்தில் அமிழ்ந்து பிராணனை விட்டான்.

தசரதனுக்காகச் செய்யவேண்டிய கர்மாந்தர சடங்குகள் வெகு ஆடம்பரத்தோடே நடத்தப்பட்டன. அவனுடைய மனைவிகள் கட்டை ஏறித் தீப்பாயவில்லை. அந்தக் கொடிய வழக்கம் அக்காலத்திலே வழங்கினதாகக் காணோம். விசேஷித்த யாகமும் பெரிய விருந்தும் நடந்தது. ஒரு பசுவையும் அதன் கன்றுக்குட்டியையும் பலியிட்டார்கள். நெய்யும் மாமிசமும் கூடிவந்த விருந்தாரெல்லாருக்கும் பரிமாறப் பட்டது.

தசரதன் மரித்தவுடனே கைகேயியின் மகனாகிய பரதனை இராச்சியத்தார் அழைப்பித்து அவன் இராசாவாயிருக்க வேண்டுமென்று

கேட்டுக்கொண்டார்கள். அவர்கள் அழைப்பித்த உடனே அவன் அயோத்தியாபுரிக்கு வந்தும், என் சகோதரனான இராமன் இருக்க அவனுக்குரிய பட்டத்தை நான் அநியாயமாக ஏற்றுக் கொள்ளத் தக்கவனா என்று மறுத்தான். அரசாட்சி செய்ய அவனுக்கு மனமிராவிட்டால் இராமன் திரும்பிவந்து அரசாட்சி செய்யும்படி அவனைத் தேடி அழைத்துக்கொண்டு வர வேண்டுமென்று மந்திரிகள் சொன்ன விண்ணப்பத்தைப் பரதன் ஒப்புக்கொண்டு இராமனைத் தேடும்படி புறப்பட்டான். இக்காலத்தில் அலகாபாத் என்று பேரையுடைய பிரயாகைக்கு அவன் வந்தபோது பரத்வாச ரிஷி அவனைக் கண்டுகொள்ள வந்து மந்திர பலத்தினாலே அவனுக்கும் அவனுடைய சேனை முழுவதுக்கும் விருந்துபண்ணி மானும் மயிலும் ஆடும் பன்றியும் சாராயமும் விருந்தினருக்குப் பரிமாறினான். அந்தச் சமயத்திற்கென்று உண்டாக்கப்பட்ட சாலையிலே அந்த விருந்து நடந்தது. விடியற்காலம் சமீபித்தவுடனே சாலையும் விருந்தும் இல்லாமல் போகும்படி செய்தான்.

அக்காலத்தில் வழிப்போக்கர் போகத்தக்க நல்ல பாதை களில்லை. ஆதலால் பரதன் தொழிலாளிகளையும், கூலியாட்களையுங் கூட்டிக் கொண்டுபோய் மலைகளைப் பேர்த்துப் பாலங்களைக் கட்டி வாய்க்கால்களை வெட்டி பாதையுண்டாக்கி முன்னே ஒருவருக்குந் தெரியாத காடுகளிற் சென்று கடைசியாக யமுனை யாற்றுக்குத் தெற்கிலுள்ள வனத்தில் வந்து சித்திரகூடத்தில் சேர்ந்து, தன் சகோதரன் இராமனையும் சீதையையும் இலட்சுமணனையும் கண்டான்.

தன் தாயார் விளைத்த தீவினைகளைப் பரதன் வெறுத்த படியினாலே அவைகளை இராமனிடத்தில் ஒத்துக்கொண்டு அவன் திரும்பிவந்து இராசாதிகாரஞ் செய்ய வேண்டுமென்று அவனை வருந்திக் கேட்டான். கேட்டபோதைக்கும் இராமன் என் தகப்பன் சொன்ன வாக்கை மீறக்கூடாது, மீறினால் அவன் சொர்க்க சுகத்தை இழந்துபோவானென்று சொல்லி நான் திரும்பி வருகிறதில்லை யென்று தீர்மானமாய் உத்தரவு சொன்னான். அவனுடைய தீர்மானத்தை பரதன் அறிந்து தான் கொண்டுவந்த பாத இரட்சையை அவன்போட வேணுமென்று கேட்க, இராமன் அதைப் போட்டு பரதனிடத்தில் திருப்பிக் கொடுக்கும்போது பரதன் அந்தப் பாதரட்சயைத் தொட்டுக் கும்பிட்டு நான் இதை

உம்முடைய அடையாளமாக வைத்துக்கொண்டு உம்முடைய இராச்சியத்தை இதற்கு ஒப்புக்கொடுத்து பதினாலு வருஷமாய் நகரத்துக்குப் புறம்பேயிருந்து தவஞ்செய்வேனென்று சொல்லி இராமனைவிட்டுத் திரும்பிப் போனான்.

பரதன் போன பின்பு இராமன் கோதாவரி உபநதிகளுக்குச் சமீபமாய்த் தண்டகாரணிய மென்னப்பட்ட வனத்தின் வட பாகத்தில் வாசம் பண்ணினான். அந்தத் திசையில் சஞ்சரித்த ஜனங்கள் காட்டு மனிதரும் நாகரிகந் தெரியாதவர்களுமானதால் ஆரியர் அவர்களை இராட்சதரும் பூதங்களுமாக எண்ணினார்கள். அந்த வனத்திலே ரிஷிகள் வந்து அங்கங்கே தவஞ்செய்து கொண்டிருந்தார்கள். அவர்களில் அகஸ்தியன் என்பவன் விசேஷித்தவன். தக்ஷண வனத்தில் தவஞ்செய்கிறவர்களுக்கு மோசம் வராதபடி அகஸ்தியன் இராட்சதரெல்லாரையும் துரத்தி யிருந்தானாம். அப்படியிருந்தும் இராட்சத பயம் நீங்கவில்லை. அடிக்கடி அந்த இராட்சதர் ரிஷிகளை இமிசைப்படுத்தி அவர்கள் செய்யும் யாகங்களைத் தடுத்ததுமல்லாமல் வேளாவேளை அவர்களைக் கொலை செய்தும் தின்றும் வந்தபடியினாலே அகஸ்தியன் கேட்டுக் கொண்டபடி இராமன் தெற்கே சென்று இராட்சதரை நிர்மூலமாக்கி ரிஷிகளை இரட்சித்தான்.

கடைசியிலே இராமனுக்கும் துன்பம் நேரிட்டது. கோதாவரி ஆற்றங்கரையில் பஞ்சவடி யென்னப்பட்ட வனத்தில் இராமன் வேட்டையாடிச் சீவனம் பண்ணிவருங் காலத்தில் அந்த வனத்திலே சஞ்சரித்துக் கொண்டிருந்த சூர்ப்பனகையென்னும் பேரையுடைய இராட்சதப் பெண் இராமனைக் கண்டு அவனில் மோகங்கொண்டு தன்னைக் கலியாணம் பண்ணும்படி வருந்திக் கேட்டாள். அவனுக்கு மனமிராததால் பின்பு அவள் இலட்சுமணனை அப்படியே கேட்டபோது அவனும் மாட்டோமென்று அவளை வெறுத்தபடியினாலே அவளுக்குக் கோபமூண்டு சீதையை வதைக்கும்படி எத்தனித்தனிமித்தம் இராமனுடைய உத்தரவின்படி இலட்சுமணன் அவளைப் பிடித்து அவளுடைய மூக்கையும், காதையும் அறுத்துப் போட்டான். அவளுடைய இரண்டு சகோதரர்கள் கரனும் தூஷணனும் அந்த வனத்தில் சஞ்சரித்தார்கள். அவர்களிடத்தில் அவள் போய் தன்னுடைய சங்கடத்தைத் தெரிவித்தபோது அவளுக்காக அவர்கள் ஏற்பட்டார்கள். இராமனும்

இலட்சுமணனும் அவர்களிருவரையுஞ் செயித்து கொலை செய்ததின் பின்பு இலங்கைக்கு இராசாவாயிருந்த தன்னுடைய தமையன் இராவணனிடத்தில் அவள் ஓடி அபயமிட்டுத் தனக்காக அவள் ஏற்படும்படிக்கு அவள் ஓடி அபயமிட்டு தனக்காக அவன் ஏற்படும்படிக்கு அவள் சீதையின் அழகை அவனுக்கு வருணித்து அவளைக் கொண்டுபோய் கலியாணம் பண்ணும்படி அவனுக்குப் போதனை சொன்னாள். அவள் சொன்னதை இராவணன் கேட்டுச் சம்மதித்து தன் தங்கைக்காக ஏற்பட்டு சீதையை எடுத்துக்கொண்டு போகும்படியாக இராமனும் சீதையும் வாசமாயிருந்த பஞ்சவடி வனத்துக்கு வந்தான். விசுவாமித்திரனுக்கு உதவி செய்யும்படி இராமன் ஏற்பட்ட சமயத்தில் அவன் கொலை செய்திருந்த தாடகையின் மகனாகிய மாரீசன் இராவணனுக்குத் தோழனாக வந்து அவன் செய்யப் போகிற உபாயத்துக்கு உதவியாக மான் ரூபமெடுத்தான். வேட்டையின் மேலே இராமனுக்கு மிகவும் பிரியமாயிருந்தபடியால் மான் ரூபமாய் மாறின மாரீசனை அவன் கண்டவுடனே சீதைக்குக் காவலாக இலட்சுமணனை வைத்து சீதை இருந்த ஆசிரமத்தை விட்டு மானைக் கொல்லும்படி நெருங்கிய காட்டிலே விரைந்தோடினான். கொஞ்சத்தூரம் போய் இராமன் அந்த மானையெய்ததில் அது இராமனுடைய சத்தம் போல ஓ இலட்சுமணா அபயம் என்று சத்தமிட்டது. சீதை அந்தச் சத்தங் கேட்டவுடனே இராமனுக்கு என்ன அபாயம் வந்ததோவென்று புலம்பி இலட்சுமணன் தன்னைவிட்டு இராமனுக்கு உதவியாக ஓடும்படியாய் அவனைத் துரிதப்படுத்தியனுப்பிவிட்டு தனியே ஆசிரமத்தில் இருந்தாள். தான் செய்த உபாயம் சித்தித்ததென்று இராவணன் கண்டு வேஷமறி காவிவஸ்திரம் தரித்துக் கையில் செம்பு பிடித்து முதிர்ந்த வயதுள்ள ஒரு பிராமண சந்நியாசியாக சீதையிடத்தில் வந்தான். அவன் கிட்ட வரும்போது குருவிகள் பயத்தினாலே சத்தங்காட்டாமல் அமைந்தன. இராமன் இட்ட சத்தம் எதினாலேயோவென்று சீதை யோசித்து அழுது கொண்டிருந்ததை இராவணன் சற்று நேரம் பார்த்து பின்பு உபசாரஞ்செய்து பேசத் தொடங்கினான். துவக்கத்தில் அவள் அவனைக் கண்டு பயந்தாள். பின்பு அவனைச் சந்நியாசியல்லாமல் வேறல்லவென்று நினைத்து பயம் நீங்கி அவனுடைய பாதங் கழுவத் தண்ணீர் கொண்டுவந்து அவனுக்கு முன்பாக போசனம் வைத்தாள். அவளை யாரென்றும் எவ்விடத்தாளென்றும் அவன் விசாரிக்க, அவள் தன் சரித்திரஞ்

சொல்லித் தன் புருஷனுடைய விருத்தாந்தமெல்லாம் விவரித்து அவர் திரும்ப வருமட்டும் காத்திருக்கவேண்டுமென்று கேட்டாள். இராவணன் அப்போது தன்னை இன்னானென்று அறிவித்து அவள் தனக்கு மனைவியாக இலங்கைக்கு வரவேண்டுமென்று கேட்டான். சீதைக்கு மிகுந்த கோபமுண்டாகி அவளைக் கடிந்துகொள்ளத் தொடங்கினவுடனே இராவணன் தன் பிராமண ரூபத்தை மாற்றி சுயமான ரூபமெடுத்து சீதை அலறிக்கொண்டிருக்கவே கருடன் பாம்பைப் பிடித்து உயரப் பறக்குமாப்போல அவளைப் பிடித்து உயரப் பறந்து ஆகாயமார்க்கமாகப் போய் விட்டான். சீதை இராமனுடைய பேரைக் கூப்பிட்டு இராவணன் தன்னை எடுத்துக் கொண்டு போகிறதாக மரங்களும், பூக்களும், நதியும் அவருக்குச் சொல்லவேண்டுமென்று கதறிக்கொண்டே போனாள். இராவணன் ஆகாயத்திலேறி விரைவாகப் போகும்போது தசரத இராசாவுக்குச் சிநேகிதனாயிருந்த ஜடாயு என்ற பெயரையுடைய திவ்விய பட்சி நடந்த சங்கதியை அறிந்து அவனுக்கெதிர்ப்பட்டுத் தடுத்து தன்னால் ஆனமட்டும் அவனோடே யுத்தஞ்செய்ய எத்தனித்ததில் அபசெயமடைந்து சாகத்தக்கதான காயம் பட்டவனாய்த் தரையில் விழுந்தான். இராவணன் வேறே தடையில்லாமல் பறந்து இலங்கையில் சேர்ந்தான்.

இராமன் தன் ஆசிரமத்துக்கு வந்து சீதையைத் தேடினதில் அவளைக் காணாமல் காயப்பட்டு குற்றுயிராய்க் கிடக்கும் ஜடாயுவைக் கண்டான். சீதையைக் கொண்டு போனது இராவணனென்று ஜடாயு அறிவித்தும் இராவணன் இன்ன இடத்தில் இருக்கிறவனென்று சொல்லுதற்கு முன்னே பிராணனை விட்டான்.

இராவணனைக் கண்டு செயித்து அவன் எடுத்துக்கொண்டு போன சீதையை இரட்சிக்க வேணுமென்று இராமன் அந்த இடத்தைவிட்டுக் காடு மலையெல்லாம் போய்த் தேடும்படி புறப்பட்டான். போகும்போது கபந்தன் என்ற பேருடைய தலையில்லாத இராட்சதன் அவனைக் கொலை செய்ய எத்தனிக்க, இராமனால் கொல்லப்பட்டான். அந்தக் கபந்தன் பிராணனை விடுகிறதுக்கு முன்னே, பம்பாநதிக்குச் சமீபமாய் இராசரீகம் பண்ணிவரும் குரங்கு அரசனாகிய சுக்கிரீவ இராசாவினிடத்தில் போய் சீதையைக் குறித்துச் செய்தி கேட்க வேண்டும் என்று அவன் இராமனுக்குச் சொன்னதினாலே இராமன் மேற்கே சென்று அந்த

இராசாவைத் தேடினான். அவனுடைய நகரமும் அவன் இராச்சிய முழுமையும் ஒரு பெரிய கெபியிலேயிருந்தது. இராமன் அவ்விடத்தில் வரும் சமயத்தில் சுக்கிரீவனுடைய சகோதரனாகிய வாலி தன் தம்பி மனைவியையும் அவனுடைய இராஜாங்கத்தையும் அபகரித்துக் கொண்டிருந்ததினாலே வானர காரியங்களெல்லாம் குழப்பமாயிருந்தது. இராமன் சுக்கிரீவனோடே உறவுசெய்து வாலியைக் கொன்றுபோட்டு சுக்கிரீவனுக்கு இராஜாதிகாரத்தைத் திரும்பக் கொடுத்தபடியினாலே சுக்கிரீவன் சந்தோஷப்பட்டு தன்னுடைய குரங்குப் பிரபுக்களெல்லாரையும் அழைத்து சீதையிருக்கிற இடத்தைக் கண்டறியும்படி அவர்களை நாலு திசைக்கும் அனுப்பினான். அந்தந்தக் கூட்டத்தார் போய்த் தேடினதில் சீதையைப் பற்றின செய்தி அனுமான் என்ற வானர சேனாபதிக்குத் தெரியவந்தது. அவனுடைய கூட்டத்தார் தென் திசையை நோக்கித் தென்கடல் வரைக்கும் போய்த் தேடி, கடற்கரையில் சேரும் போது ஜடாயு என்ற இராஜப்பக்ஷியின் சகோதரனாகிய சம்பாதி யென்கிறவன் அவர்களுக் கெதிர்ப்பட்டு சீதை இலங்கையிலிருக்கிறாளென்று செய்தி அறிவித்தான். இலங்கையில் அவளைத் தேடும்படி அனுமான் கடலைத் தாண்டி சீதையைச் சிறை வைத்திருந்த அசோகவனத்தில் புகுந்து அவளைக் கண்டு பேசித் தேற்றினான். பின்பு இலங்காபட்டணத்தை அக்கினிக்கிரையாக்கி இராமனிடத்தில் திரும்பிவந்து தனக்குத் தெரியவந்த சங்கதிகளையெல்லாம் அவனுக்கு அறிவித்தான்.

இராமன் இந்தச் செய்தி கேட்டவுடனே சீதையை மீட்கும்படி புறப்பட்டான். சுக்கிரீவன் தன் குரங்குப் பிரஜைகளில் எண்ணிறந்த சேனைகளைக் கூட்டிக்கொண்டு இராமனுக்கு உதவியாகப் போனான். இராமன் தென் கடற்கரையில் சேர்ந்து இந்து தேசத்துக்கும் இலங்கைத் தீவுக்கும் நடுவே உள்ள சிறு கடலில் மலைகளும் குன்றுகளும் போட்டு நிரப்பிப் பாலம் போல ஒரு சேது உண்டாக்கினதினாலே அவ்வழியாய் அவனும் கூட வந்தவர்கள் யாவரும் கடலைத் தாண்டி இலங்கையில் சேர்ந்தார்கள்.

இராவணனுடைய தம்பியாகிய விபீஷணன் தன் தமையனுடைய செய்கைகளை ஒப்புக்கொள்ளாமல் சீதையை அனுப்பிவிட வேண்டுமென்று அவனுக்குப் புத்திசொல்லி வந்ததைக் குறித்து இராவணன் கோபங்கொண்டதினாலே விபீஷணன் தன் தமையனை

விட்டுப்பிரிந்து இராமனைச் சேர்ந்துகொண்டான். இராமன் படை எடுத்துக் கடலைக் கடந்து இலங்கையில் வந்து நகரத்துக்குச் சமீபமாய் பாளையமிறங்கின பின்பு வானர சேனைக்கும், இராக்ஷதசேனைக்கும் அநேக யுத்தங்கள் நடந்தன. கடைசியில் இராக்ஷத குலத்தார் முற்றிலும் அபஜெயப்பட்டுப் போனார்கள். இராவணன் இராமனுடைய கையினாலே மடிந்தான்.

இராவணன் மடிந்து போனவுடனே சீதை சிறைமீட்சியடைந்து தன் பர்த்தாவண்டை வந்தபோது இராமன் அவளைக் குறித்துச் சமுசயப்பட சீதை அக்கினிப் பிரவேசஞ்செய்து யாதொரு சேதமுமில்லாமல், அக்கினியைக் கடந்ததினாலும் பிரமா முதலான தேவர்களும் சொர்க்கவாசியான அவளுடைய மாமனாகிய தசரத மகாராஜாவும் அவள் கற்புள்ளவளென்று சாட்சி கொடுத்த படியினாலும் இராமனுடைய சந்தேகந்தீர்ந்து அவளைச் சேர்த்துக் கொண்டான். பின்பு இராவணனுக்குப் பதிலாக விபீஷணனை இலங்கைக்கு அரசனாக ஏற்படுத்தி இராமன் சீதையை அழைத்துக் கொண்டு, இலங்கையை விட்டு வடக்கே பிரயாணம் பண்ணி கோசலநாட்டில் வந்து அயோத்தியாபுரியில் சேர்ந்தவுடனே அவனுடைய சகோதரனான பரதன் அவனைச் சந்தித்து சந்தோஷமாய் உபசரித்து இராஜாதிகாரத்தை அவனுக் கொப்புக் கொடுக்க, இராமன் வெற்றிவேந்தனாய்ப் பட்டணப் பிரவேசஞ் செய்து பிரஜைகளெல்லாரும் வாழ்த்த, ரிஷிகளெல்லாரும் ஆசீர்வதிக்க சிங்காசனமேறினான்.

இராமாயணத்தைக் குறித்துக் கவனிக்க வேண்டிய விசேஷங்கள்

(1) பல தேசசரித்திரங்களையும் பல சாஸ்திர நூல்களையும் வாசித்து ஆராய்ந்த வித்துவான்கள் இராமாயணத்தை வாசித்த வுடனே அது வீண்கதைகளால் நிறைந்திருக்கிறதென்றும் அதில் அடங்கியிருக்கும் உண்மையான சரித்திரங்களை அந்த வீண்கதைகள் கெடுக்கிறதென்றும் சொல்லுவார்கள். சிறப்பான செய்யுளலங்காரமும் இனிமையான மொழிகளும் இயல்புக்கேற்றதாய் சொல்லிய நடபடிகளும் இராமாயணத்திலுண்டு. ஆயினும் இப்படிப்

பட்டவைகளெல்லாம் புத்தியீனமான வருணிப்பினாலே கெட்டுப் போயிருக்கிறது. கதைகளைக் கேட்கிறது இக்காலத்து இந்துக்களுக்கு மிகவும் பிரியமாயிருக்கிறது போலப் பூர்வகாலத்து இந்துக்களுக்கும் பிரியமாயிருந்தது. வருணித்துச் சொல்லும் திறமை அவர்களுக்கு அதிகம். பகுத்தறியும் விவேகம் அவர்களுக்குக் குறைவு. இராக்ஷதரையும், பூதங்களையும் (Jack the Giant-Killer போல) அவைகளைக் கொல்லும் வீரரையும் குறித்துச் சொல்லிய கதைகள் யூரோப் கண்டத்திலுள்ளவர்களில் பிள்ளைகளுக்கே பிரியம். சிறுபிள்ளைகள் அந்தக் கதைகளை நம்பும்; சற்றே பெரிய பிள்ளைகளாகிறபோது நம்பாது. ஆனாலும் அவ்வகைக் கதைகளுக்கொத்த வீணான கதைகளை இத்தேசத்திலுள்ள சகலரும் பிரியமாய்ச் சொல்லியும் கேட்டும் வருகிறார்கள். பேர்பெற்ற கவிராயர்கள் அவைகளைக் குறித்துப் பாட்டுக் கட்டுகிறார்கள். கல்வி கற்ற வித்துவான்கள் அப்படிப்பட்ட பாட்டுகளின் மேல் உரை எழுதுகிறார்கள். அந்தப் பாட்டுகளைப் பாடுகிறதும் பாடக் கேட்கிறதும் புண்ணிய கிரியையென்று பேதைச் சனங்கள் எண்ணுகிறார்கள்.

(2) இராமனுடைய செய்கைகளைக் குறித்து முதல்முதல் பாட்டுக் கட்டின கவிராயன் அந்தச் செய்கைகளை ஒன்று பத்தாக்கி அநேக தேவர்களையும் இராட்சதர்களையும் பூதங்களையும் குறித்துக் கட்டுக்கதைகளுண்டாக்கி ஊடே சேர்த்திருந்தும் அவன் இராமனைத் தெய்வமாகக் காட்டினதாய்த் தோன்றவில்லை. இராமனைப் பற்றிய உண்மையான சரித்திரம் எல்லாருக்கும் மறதியாகி அந்தச் சரித்திரத்தின் பேரில் முதல்முதல் பாட்டுக் கட்டினவன் காலம் சென்றதின்பின்பு இராமனை தேவனாகப் பாராட்டும்படி துவக்கியிருக்க வேண்டும். விவேகமுள்ளவர்கள் இராமாயணத்தைக் கூர்மையாய்ச் சோதித்துப் பார்த்தால் பிற்காலத்தில் கட்டப்பட்ட சங்கதிகளைக் கண்டுபிடிக்கலாம். ஆரம்பத்தில் சொல்லிய கதையைப் பார்த்தால் இராமன் ஒரு வீரனேயில்லாமல் வேறல்ல. அந்தக் கதையின் படி அவனுடைய செய்கைகளையும் பேச்சையும் வீரனுக்கேற்றவைகளாகக் காட்டி யிருக்கிறதேயன்றி தெய்வத்துக்கேற்றவைகளாகக் காட்டியிருக்க வில்லை. திருஷ்டாந்தரமாக: சீதையிருக்குமிடம் இராமனுக்குத் தெரியாதிருந்தும் அந்த இடத்தைக் குறித்து அவன் குரங்குகளிடத்திலும்

பக்ஷிகளிடத்திலும் விசாரித்து அதைத் தேடினதும் தெய்வத்துக் கேற்றவைகளல்ல. மேலும் இராமனை விஷ்ணுவின் அவதாரமாகப் பாராட்டிய பாட்டுக்களைச் சோதித்துப் பார்க்கும்போது அவை களுக்கும் முன்பின்னுள்ள பாட்டுக்களுக்கும் சம்பந்தமில்லை யென்று விளங்கும். இராமன் கதையின் ஒழுங்குக்கு அவைகள் இடையூறானவைகளேயன்றி இசைவானவைகளல்ல. செய்யுள் சிறப்பைப் பார்த்தாலும் தெய்வ அவதாரத்தைப் பாராட்டும் பாட்டுக்கள் வீரதத்துவத்தைப் பாராட்டும் பாட்டுகளுக்குத் தாழ்ந்தவைகள். இவை முதலான நியாயங்களை யோசிக்கும்போது மேற்சொல்லிய தெய்வ அவதாரப் பாட்டுகள் பிற்காலத்துக் கவிராயர்களால் இராமாயணத்தோடே கூட்டப்பட்டவைகளாயிருக்க வேண்டுமென்று அறியலாம்.

(3) இராமனுடைய மெய்யான சரித்திரத்தைக் குறித்து விவேகமுள்ள யூரோப்பு வித்துவான்களில் சிலர் எண்ணுகிறதென்ன வென்றால், முற்காலத்தில் அயோத்தியாபுரியிலே இராமனென் றொருவன் அரசாண்டிருப்பானென்றும் அவன் தென்இந்தியாவுக்குப் படையெடுத்துப் போய், பல கிருத்தியங்களைச் செய்து ஜெயமாய்த் திரும்பி வந்திருப்பானென்றும், கவிராயர்கள் அவனுடைய செய்கைகளை யதார்த்தமாகச் சொல்லாமல் பல காரியங்களைக் கூட்டியும் வருணித்தும் இருப்பார்களென்றும், உண்மையும் அபத்தமும் நெடுநாளாய் ஒன்றோடொன்று கலந்திருப்பதினாலும் உண்மையிலும் அபத்தம் அதிகமானதினாலும் அபத்தமானவைகளில் உண்மையானவைகளைத் தெரிந்தெடுக்கிறது இக்காலத்திலுள்ளவர் களுக்கு மிகுந்த வருத்தமாயிருக்கிறதென்றும் எண்ணுகிறார்கள்.

வேறே சிலர் இராமன் என்னப்பட்டவன் ஒருபோதும் இருந்த தில்லையென்றும் இராமன் என்கிற பேர் சில விருத்தாந்தங்களைக் குறிக்கிறதேயன்றி ஒரு வீரனைக் குறிக்கிறதில்லை என்றும் எண்ணுகிறார்கள். இவர்கள் எண்ணத்தின்படி பூர்வ காலத்தில் தக்ஷண வனங்களில் முதல்முதல் சென்று தவஞ்செய்துகொண்டிருந்த பிராமண ரிஷிகளைக் காப்பாற்றும்படியாக வட இராச்சியத்தில் அரசாக்ஷிசெய்த க்ஷத்திரியரான அரசரில் பலபெயர் படையெடுத்துப் போனதை இராமன் என்கிற பேரால் குறித்திருக்கலாம். அல்லது, தக்ஷிணத்திலுள்ள காட்டு ஜனங்களால் தங்கள் வெள்ளாண்மைக்குச் சேதம் உண்டாகிறதை வட இராச்சியத்து இந்துக்கள் கண்டு அதைக்

காப்பாற்றும்படிக்கும் தங்கள் வெள்ளாண்மையும் மற்றுமுள்ள தங்கள் வழக்கங்களும் தக்ஷணத்தில் பரப்பப் பண்ணும்படிக்கும் அவர்கள் நடப்பித்து வந்த பிரயத்தனங்களை அந்தப் பேரால் குறித்திருக்கலாம். சில வித்துவான்கள் எண்ணுகிறபடி சீதை என்பது வெள்ளாண்மையைக் குறிக்கும். இராவணன் முதலான இராட்சதரென்றால் ஆரியருடைய வெள்ளாண்மையை அழித்து அவர்களுடைய பருவப்பலன்களைக் கொள்ளையடித்துக் கொண்டு போன தக்ஷணக் காட்டு சனங்களைக் குறிக்கும். இராமன் என்றால் வெள்ளாண்மையைக் காப்பாற்றின ஆரிய இராஜாக்களுடைய உதவியைக் குறிக்கும்.

இந்த அபிப்பிராயத்தை உறுதிப்படுத்தும்படி கீழேகாட்டிய நியாயங்களைச் சொல்லுவார்கள். என்னவென்றால் சீதை என்கிற மொழிக்கு அர்த்தம் படைச்சாலென்பதே. இராமாயணத்துக்கு முன்னுள்ள இருக்குவேதப் பாட்டுகளிலும் சில பூர்வீக சூத்திரங்களிலும் வெள்ளாண்மையைச் சீதை என்கிற மொழியால் காட்டியிருக்கிறதுமன்றிப் பயிரிடுங்குடிகள் அந்தச் சீதையை வணங்கினதாகக் கண்டிருக்கிறது, திருஷ்டாந்தரமாக: இருக்கு வேதத்திலுள்ள கம்மண்டலம் 57-ஆம் சூக்தம் காண்க. குடிகள் பருவ காலத்தில் உழவு செய்யத் துவக்கும்போது ஆசாரியர்கள் அந்தச் சூக்தத்தில் வெள்ளாண்மைக்குரிய ஆயுதங்களை வணங்கும் பாட்டோடே சீதையை வணங்கும் பாட்டுமுண்டு. மேலும் ஜனகராஜா உழவு செய்யும்போதே யாக பூமியிலுள்ள படைச்சாலில் சீதையைக் கண்டெடுத்தானென்றும், அதினிமித்தம் சீதையென்கிற பெயரை அவளுக்கிட்டானென்றும் இராமாயணம் சொல்லுகிறது. இதன்றியும் பலராமனென்று பேரையுடைய மூன்றாம் இராமன் உழவுசெய்யுந் தொழிலைப் பிரியமாய் நடத்தி அந்தத் தொழிலை மற்றச் சனங்களுக்குக் கற்றுக் கொடுத்தவனாயிருந்தானென்று சொல்லுகிற பூர்வ கதைகளுண்டு. இதினிமித்தம் கலப்பையாயுதனென்று அர்த்தங்கொள்ளும் அலாயுதனென்பது அவனுக்குப் பெயர். அவனைப் பற்றிய கதைகளோடே இராமச்சந்திரனைப் பற்றின கதைகளையும் கலந்திருக்கலாமென்று நினைக்கிறதுக்கு ஏதுவுண்டு. சீதையையும் இராமனையுங் குறித்துச் சொல்லிய மேற்கண்ட அபிப்பிராயங்கள் ருசுவாயிருக்கிறதென்று இதுவரைக்கும் சொல்லக் கூடாது. ஆயினும் அவைகள் விவேகமுள்ள அபிப்பிராயங்கள் என்பதற்குச் சந்தேகமில்லை.

(4) மகாபாரதம் கட்டப்படுங்காலத்தில் வட இராச்சியத்து இந்துக்கள் விந்திய மலையில் சஞ்சரித்த காட்டுசனங்களைப் பற்றி அதிகமாய் அறியாவிட்டாலும் கலிங்கர், ஆந்திரர், திராவிடர், கேரளர் முதலிய தென்தேசத்து ஜனங்களைப் பற்றிச் சில விசேஷங்களை கேள்விப்பட்டிருந்தார்கள். இராமாயணம் கட்டப்படும் காலத்திலுள்ளவர்களுக்கோ அந்தத் தென்தேசத்து ஜனங்களைக் குறித்து ஒன்றும் தெரியாது. சிலருக்குத் தெரியும் என்று சொன்னாலும் இராமாயணங்கட்டின கவிராயனுக்குத் தெரியவில்லை. இராமாயணம் கட்டப்படுங்காலத்தில் அல்லது அந்தக் காலத்துக்குச் சற்று முன்னே, மானவ தர்ம சாஸ்திரம் செய்யப்பட்டதாகக் காண்கிறது. அந்த சாஸ்திரஞ் செய்தவர்கள் தென்தேசத்தாரைக் குறித்துக் கொஞ்சம் கேள்விப்பட்டிருந்தார்கள். ஆனதால் தென்தேசத்து ஜனங்களை இராக்ஷதரென்று காட்டாமல் ஜாதிகெட்ட க்ஷத்திரியராகக் காட்டியிருக்கிறார்கள். இராமாயணத்தைக் கட்டினவனோ புத்தி மயங்கின சந்நியாசிகள் தென் இந்தியாவைக் குறித்துச் சொன்ன விபரீதங்களை நம்பி தென்தேசத்தாரை இராக்ஷதராகவும் குரங்குகளாகவும் காட்டியிருக்கிறான்.

யமுனையாற்றைக் கடந்தவுடனே தக்ஷணவனம் துவக்க மாயிற்றென்றும், இராக்ஷதரும், பூதங்களும், குரங்குகளுமே அந்த வனத்தில் சஞ்சரித்தவைகளென்றும் அங்கங்கே சில ரிஷிகள் மிகுந்த பயத்தோடே யாகம் நடப்பித்து தவஞ்செய்து கொண்டிருந்தார்களேயன்றி வேறே யாதொரு மனிதர் அந்தக் காட்டில் வாசமாயிருக்கவில்லை யென்றும், கோதாவரி ஆற்றுக்குத் தெற்கே ரிஷிகளும் இல்லையென்றும், அந்த ஆறு முதல் இலங்கைக்கு எதிரேயிருக்கும் தென்கடலின் கரை மட்டும் மிகுந்த பயங்கரமான தண்டகாரணியமென்று பேருடைய காடு இருந்ததேயன்றி அத்திசையில் ஊர்களும் ஜனங்களும் இருக்க வில்லையென்றும், இலங்கைத் தீவிலும் அப்படியே இராக்ஷதர் மாத்திரம் வாசமாயிருந்தார்களென்றும், இராமாயணம் கட்டினவன் எண்ணினபடியினாலே அவன் தென்தேசத்தைக் கண்டவனல்ல வென்றும் அதைப் பற்றி நிச்சய செய்தி கேட்டவனுமல்லவென்றும் அறியலாம். வட இராச்சியத்திலுள்ள கோசலம், விதேகம் முதலிய நாடுகளைப் பற்றிக் கண்டறிந்தவனைப் போல் பாடினவன், தென் இராச்சியத்துச் சமாசாரங்களையும் விசேஷமாய் இலங்கையையும் இராமன் செய்த சேதுபந்தனத்தின் தன்மையையும் குறித்து ஒன்றும் அறியாதவனைப் போலப் பாடியிருக்கிறான்.

இராமாயணத்தில் சொல்லியிருக்கிற அதிசயமான கதைகளை மெய்யென்று வட இராச்சியத்து இந்துக்களில் படிப்பில்லாதவர்கள் நம்பி இலங்கைத் தீவில் இந்நாள் மட்டும் இராக்ஷதர் மாத்திரம் வாசமாயிருக்கிறார்ளென்றும், இராவணனுடைய தம்பி விபீஷணன் இந்நாள் மட்டும் அவ்விடத்தில் அரசாளுகிறானென்றும் நினைக்கிறார்கள்.

தென்இந்தியாவிலுள்ள இராக்ஷதரையும் குரங்குகளையும் பற்றி இராமாயணத்திற் சொல்லிய கதைகள் எவ்வகையுண்டாயிருக்குமென்றால், வட இராச்சியத்து சந்நியாசிகள் தெற்கே சென்று விந்திய மலைக்கருகான காடுகளில் சஞ்சாரம் பண்ணியிருக்கும்போது அந்நியபாஷை பேசின காட்டுச் சனங்களை அங்கங்கே கண்டார்கள். அந்தக் காட்டு ஜனங்களில் ஆரியருக்கெதிர்த்து அவர்களுடைய யாகங்களையும் வெள்ளாண்மையையும் அழித்து வேளாவேளை சந்நியாசிகளைக் கொன்றுபோட்ட துஷ்டர்களைப் பூதங்களாகவும் மனிதரைத் தின்கிற இராக்ஷதராகவுஞ் சொன்னார்கள். ஆரியருக்கு விரோதஞ்செய்யாமல் அவர்களோடு உறவு பண்ணி சில சமயங்களில் அவர்களுக்கு உதவிசெய்த சற்றே சாதுவான காட்டு ஜனங்களை இராக்ஷதரென்று சொல்லாமல் நிந்தையாகக் குரங்குகளென்றார்கள்.

(5) இராமாயணத்தில் கண்டிருக்கிற மதாசாரத்தை இருக்கு வேதத்தில் கண்டிருக்கிற முற்காலத்து மதாசாரத்தோடும், புராணங்களில் கண்டிருக்கிற பிற்காலத்து மதாசாரத்தோடும் ஒத்துப் பார்க்கும் போது இராமாயணக் கொள்கை அவ்விரண்டு கொள்கைக்கும் நடுவே இருக்கிறதென்று சொல்லலாம். அது மானவ தர்மசாஸ்திரத்தில் கண்டிருக்கிற கொள்கைக்கு ஏறக்குறைய சரியாயிருக்கிறது. பஞ்ச பூதங்களைத் தேவர்களென்று வணங்கும் வழக்கம் இராமாயணம் கட்டப்படுங் காலத்திற்குள்ளாக கொஞ்சங்கொஞ்சமாய் அற்றுப் போக, வீரரைத் தேவர்களாக வணங்கும் வழக்கம் கொஞ்சம் கொஞ்சமாய்ப் பலங் கொண்டது. நாராயணனையும் அரியையும் ஒன்றாக்கி அவ்விருவரையும் விஷ்ணுவோடொன்றாக்கி இவ்வகையாய்ப் பெரிய தேவனாகத் திரண்ட விஷ்ணுவை விசேஷித்த தேவனென்று சிலர் வணங்கினார்கள். அங்கங்கே எழும்பின திசை தேவர்களில் கிரீசனென்னும் பேரையுடைய இமயகிரித் தேவனாகிய சிவனோடே ருத்திரன், பசுபதி, அரன் முதலான தேவர்களை ஒன்றாக்கி அந்தச் சிவனைப் பிரதான தேவனென்று வேறுசிலர் வணங்கினார்கள்.

இருக்குவேதத்திலுள்ள கடைசிப் பாட்டுகளில் புருஷனென்னும் பெயரையுடைய பரம ஆத்மாவைத் துதிக்கும் பாட்டு உண்டே. இராமாயணத்தில் சொல்லிய ரிஷிகள் அந்த பரம ஆத்மாவோடே ஐக்கியமாக வேண்டாமென்று கருதி வனத்தில் போய் தியானம் பண்ணித் தவஞ்செய்துகொண்டு வந்தார்கள்.

இருக்குவேத காலத்தில் தேவர்களை வணங்கும் ஆசாரங்களில் யாகமே பிரதானம். இராமாயண காலத்தில் யாகஞ் செய்தல் முற்றிலும் ஒழிந்து போகாதிருந்தும் யாகத்தைப் பார்க்கிலும் தவமே பிரதானமென்று ஜனங்கள் எண்ணினார்கள். ரிஷிகளைப் பார்த்தாலும் ரிக் வேதத்திற்கும் இராமாயணத்திற்கும் வித்தியாசமுண்டு. இருக்குவேத காலத்தில் ரிஷிகளெனப்பட்டவர்கள் பஞ்சநதமாகிய பஞ்சாப் தேசத்து இராஜாக்களுக்குப் புரோகிதரென்னப்பட்ட குடும்பத்து ஆசாரியர்களாய் அவர்களுடைய அரண்மனைகளில் வாசம் பண்ணி அவர்களுக்குப் பல ஊழியங்கள் செய்து வந்தவர் களாயிருந்தார்கள். இராஜாக்களுக்கு இந்திரனுடைய கிருபையும், அந்த கிருபையினாலே பசுக்கள், குதிரைகள், பிள்ளைகள், ஐசுவரிய முதலான லோகபாக்கியங்களும் கிடைக்கும்படிக்கு அவர்களுக்காக அந்த ரிஷிகள் பாட்டுக்களைக் கட்டி, பாடி, யாகங்களை நடப்பித்து வந்தார்கள். இராமாயணத்திற் சொல்லிய ரிஷிகளோ, இராஜாக்களுக்குப் புரோகிதராயிராமலும் அவர்கள் அரண்மனைகளில் வாசம் பண்ணாமலும் ஊரையும் நாட்டையும் விட்டுக் காட்டிலே சென்று தவமும் தியானமும் பண்ணிக் கொண்டவர்களாயிருந்தார்கள். விசேஷித்த கீர்த்தி அடையவேண்டு மென்றிருந்த சந்நியாசிகள் அகஸ்தியன் செய்தது போல சுயதேசத்துக்கு வெகுதூரமாய்ச் சென்று அதிகமதிகமாய் தெற்கே நடந்துகொண்டு போனார்கள். இருக்குவேத ஆசாரங்களோடே இந்து ஆசாரங்களை ஒத்துப் பார்க்கும்போது இந்துக்கள் பூர்வீகத்தில் அநுசரித்த மதம் வெகுவாய் மாறினதாக விளங்கும். இருக்குவேத காலத்தை யாககாலமென்றும் இராமாயண காலத்தைத் தவகாலமென்றுஞ் சொல்லலாம்.

இதற்கு திருஷ்டாந்தம்: இருக்குவேத காலத்தில் விசுவாமித்திரன், வசிஷ்டன் ஆகிய இருவரும் பஞ்சநத அரசர்களில் ஒருவனாகிய சுதாஸ் இராஜாவுக்குப் புரோகிதராய் அவனுடைய அரண்மனையில் வாசமாயிருந்தார்கள். இந்திரனுடைய கடாட்சத்தினாலே தங்கள்

இராசா மற்ற இராசாக்களை ஜெயங்கொள்ளும்படி தாங்கள் கட்டின வேதப்பாட்டுக்களைக்கொண்டு இந்திரனைத் துதித்துப் பிரியப் படுத்த வேண்டுமென்று ஒருவரிலொருவர் முந்திக் கொண்டார்கள். காட்டிலே போய்ச் சஞ்சரிக்கவும் தவம் பண்ணவும் அவர்களுக்கு யோசனையில்லை. இருக்குவேதத்திற்கும் இராமாயணத்திற்கும் இடையில் ஏறக்குறைய (500) வருஷம் சென்றிருந்தும் அந்த இரண்டு ரிஷிகள் இராமாயண காலத்திலும் உயிரோடேயிருந்தாற் போல அவர்களைக் குறித்து இராமாயணத்தில் சொல்லியிருக்கிறது. ஆனாலும் அவர்களுடைய பேரைப் பிரயோகித்திருக்கிறதேயன்றி அவர்களைப் பற்றின காரியங்கள் ஒன்றும் முற்காலத்தில் வழங்கின எண்ணங்களுக்கு இசைந்திருக்கவில்லை. முன்போல அவர்கள் பஞ்சாப் தேசத்தில் வாசமாயிராமல் கங்கை உபநதிகளுக்கருகான கோசல தேசத்தில் வாசம் பண்ணுகிறவர்களாயிருந்தார்கள். முன்போல அவர்கள் சிற்றரசர்களுக்குப் புரோகித ஊழியஞ்செய்து இந்திரன் பேரில் வேதப்பாட்டுக்களைக் கட்டினவர்களாயிராமல் தங்கள் தவபலத்தினாலே தேவர்களுக்கொத்த சத்துவமுடையவர் களாகி இந்திரன் முதலான தேவர்களை நடுங்கப் பண்ணுகிறவர்களா யிருந்தார்கள். இராமாயண காலத்திலும் அவர்கள் வேளாவேளை யாகம் நடப்பித்து வந்தது மெய். ஆனாலும் நெருங்கிய காட்டில் கடுந்தவஞ் செய்கிறதும், உபநிஷதங்களில் கண்டிருக்கிற வகையாய் பரம ஆத்துமாவின் பேரிலே தியானம் பண்ணுகிறதும், யாகஞ் செய்கிறதைப் பார்க்கிலும் அவர்களுக்குப் பிரதான கருத்தாயிருந்தது. விசேஷித்த சமயங்களில் மாத்திரம் அவர்கள் காட்டை விட்டு நாட்டில் வந்து இராஜாக்களுக்கும் வீரருக்கும் தோன்றுவார்கள். இவ்வகையாய் இராமாயணக் கவிராயன் பழைய சுவரில் புதிய படம் எழுதினாற் போல அந்தந்த ரிஷிகளை இருக்குவேத காலத்திலுள்ள ரிஷிகளாகக் காட்டாமல் அவர்களுடைய தொழிலையும் கொள்கையையும் மாற்றி தன் காலத்திலுள்ளவர்கள் ரிஷிகளைப் பற்றி எண்ணினதற்கிசைவாக அவர்களைக் காட்டியிருக்கிறான்.

மூன்றாம் பாகம்

மா பாரதத்தைப்பற்றிச் சொல்லியது

பூர்வ காலத்தில் இந்துதேசத்தில் இராஜ்ய பரிபாலனம் பண்ணின பிரதான இராஜ வம்சங்களாகிய சூரிய சந்திர குல இராஜாக்களுடைய செய்கைகளைக் குறித்து இராமாயணம், மகாபாரதமாகிய இரண்டு பெருங்காப்பியங்கள் கட்டப்பட்டன. அவ்விரண்டு காவியங்களில் இராமாயணம் சூரியகுல வீரரின் பேரிலும் மா பாரதம் சந்திரகுல வீரரின் பேரிலும் கட்டப்பட்டது.

சந்திரகுல இராஜாக்கள் யமுனை நதிக்கும் கங்கை நதிக்கும் இடையிலுள்ள தோவாப் மாகாணத்தில் இராச்சிய பரிபாலனம் பண்ணினவர்கள். ஆரம்பத்திலே பிரதிஷ்டானமென்கிற பட்டணம் அவர்களுக்கு இராசதானி நகரம். அந்தப் பட்டணம் யமுனையும் கங்கையும் சங்கமமாகிற பிரயாகைக்கும் இக்காலத்தில் அலகாபாத் பட்டணமிருக்கிற இடத்துக்கும் சமீபமாயிருந்தது. பின்பு அந்த இராஜவம்சத்தார் அஸ்தினாபுரம் என்கிற நகரத்தில் அரசாட்சி செய்தார்கள். அது டில்லி நகரத்துக்கு வடக்கே கங்கை நதிக்கரையிலிருந்தது. அதற்குப் பின்பும் அந்தக் குலத்தாரான பஞ்ச பாண்டவர் யமுனையாற்றங்கரையில் இக்காலத்தில் டில்லி நகரமிருக்கிற இடத்திலே ஒரு நகரத்தைக் கட்டி, குடியேற்றி அதற்கு இந்திரபிரஸ்தம் என்று பெயரிட்டார்கள்.

மகத தேசத்து இராஜாக்களும் சந்திரகுலத்தைச் சேர்ந்தவர்கள். இக்காலத்தில் அந்த தேசத்திற்கு பிகார் என்று பேர். பூர்வகாலத்தில் இந்து தேசத்தில் அரசாட்சி செய்த இராசாக்களெல்லாரிலும் அந்த மகததேசத்து இராஜாக்களே பலத்தவர்களும் நெடுநாளாய் அரசாண்டவர்களுமாயிருந்தார்கள். இந்து தேசத்திற்கு வந்த கிரேக்கர் அவர்களை நன்றாய் அறிந்தார்கள்.

கௌரவருக்கும் பாண்டவருக்கும் நடந்த யுத்தம் மகாபாரதத்திலுள்ள பிரதான பொருள். கௌரவர், பாண்டவர் ஆகிய இவ்விருதரத்தாரும் சந்திரகுலத்தைச் சேர்ந்தவர்கள். அவர்களுக்குள் நடந்த யுத்தத்தைப் பற்றிய சரித்திரம் பாரதத்திலுள்ள பிரதான பொருளாயிருந்தும், மற்றும் அநேக சங்கதிகளைக் குறித்தும் அதிலே சொல்லியிருக்கிறது. பூர்வீக இந்துக்களுக்குள்ளே வழங்கிவந்த கதைகள், இதிகாசங்கள், அந்தக் காலத்திலுள்ளவர்கள் கைக்கொண்ட ஆசாரங்கள், சாஸ்திரங்கள், சட்டங்கள், அவர் களுக்குள்ளே வழங்கிவந்த மதவிகாரங்கள், சதுர் வேதத்திலுள்ள வைகளை அல்லாமல் அக்காலத்து இந்துக்கள் அறிந்த விசேஷங்கள், அந்தந்த இராஜாக்களுக்குள்ளே நடந்துவந்த யுத்தங்கள், சிநேகங்கள், வேடிக்கைகள், சுபாசுபங்கள் இவைகளெல்லாவற்றையும் குறித்து பூர்வீகப் புலவர்கள் பாடின பாட்டுக்கள் மகாபாரதத்தில் அடங்கி யிருக்கிறது. பாண்டவர்களைப்பற்றின சரித்திரம் பாரதத்திலுள்ள மொத்தப் பொருளென்றாலும், அந்தச் சரித்திரம் ஒழுங்காகச் சொல்லப்படவில்லை. மூங்கில் நெருங்கிய காட்டில் ஒருவன் நுழைந்து மலைக்குன்றுகளில் ஏறி இறங்கி சுற்றிச் சுற்றிப் போய் சில இடங்களில் வழி தெரியாமல் அலைந்துபோகிறதெப்படியோ, அப்படியே அந்த சரித்திரஞ் சொல்லிய வகையும் நேராயிராமல் முன்னும் பின்னுமாயிருக்கிறது. இதினிமித்தம் பாரதம் ஒரு பெருங்காப்பியமென்னப்பட்டாலும் சிலர் அதைப் பழங்கதை என்று அர்த்தங்கொள்ளும் இதிகாசமென்றும் சொல்லுகிறார்கள்.

வேதவியாசர் என்று பேர் வழங்கிய கிருஷ்ண-துவைபாயன-வியாசன் என்ற ரிஷி பாரதத்தைக் கட்டினானென்றும், வைசம் பாயனன் என்கிறவன் வேதவியாசனிடத்தில் கற்றுக்கொண்டபடி அதை முதல்முதல் பாடினானென்றும், உக்கிரசிரவன் என்னப்பட்ட கவிராயன் இரண்டாந்தடவையாக அதைப் பாடினானென்றும், முதலாந்தரம் அதை அரங்கேற்றினதில் அதில் அடங்கிய சுலோகங்கள் இருபத்தினாலாயிரம் மாத்திரம் என்றும், இரண்டாம் அரங்கேற்றலில் அநேக ஆயிரம் புது சுலோகங்கள் அதோடே கூட்டப்பட்டதென்றும், பாரதமே சொல்லுகிறது. கல்கத்தாவில் அச்சடிக்கப்பட்ட பிரதியில் அரிவம்சமானது போக 91,015 சுலோகங்கள் அதில் உண்டு.

மேற்சொல்லியவைகளைப் பார்க்கும்போது பாரதம் எப்படிக் கட்டப்பட்டிருக்குமென்றால், சூதரென்று சொல்லிய அரண்மனைக் கவிராயர்கள் பாரத வீரரைப் பற்றிய பழங்கதைகளைக் கேட்டு அந்தக் கதைகளைச் சிறப்பித்துப் பாட்டாய்க் கட்டினதாகவும், இராமாயணத்தை இராஜசபைகளில் பாடிவந்த வழக்கம்போல அந்தப் பாரதப் பாட்டுகளையும் அவர்கள் இராஜசபைகளில் பாடிவந்ததாகவும், பாடப்பாட முன்னுள்ள பாட்டுகளோடே அவர்கள் புதுப்பாட்டுகளைச் சேர்த்ததாகவும், கடைசியாக யாரோ ஒரு வித்துவான் அந்தந்தக் கவிராயர்களிடத்தில் அந்தந்தக் கதையைப் பற்றிய பாட்டுக்களைக் கேட்டு, சற்றே ஒழுங்குபடுத்தி அவைகளை ஒரே பிரபந்தமாகச் சேர்த்து மகாபாரதமாகிய பெருங்காப்பியமென்று பேரிட்டதாகவும் விளங்குகிறது. பாரத கதைகளை எல்லாம் பாரதத்தில் சேர்க்கிறதற்குமுன்னே அவைகள் ஜனங்களுக்குள் வெகுகாலமாய் வழங்கி வந்திருக்க வேண்டும். பாரதத்திலுள்ள பாட்டுகளில் இன்ன பாட்டு இன்ன காலத்திலுள்ளதென்று தீர்மானிக்கிறது அரிது. ஏனென்றால் சங்கதி நடந்தது ஒரு காலம்; அதைக் குறித்துப் பாட்டுக் கட்டினது ஒரு காலம்; அந்தப் பாட்டை ஒழுங்குபடுத்தி மற்றப் பாட்டுக்களோடே பாரதத்தில் சேர்த்தது இன்னொரு காலம். சகல நதிகளும் சமுத்திரத்தில் சேர்கிறது போல அநேக காலங்களிலுள்ள சங்கதிகளும் அநேக கவிராயர்கள் செய்த பாட்டுக்களும் பாரதத்தில் சேகரமாயிற்று.

பாரதத்தில் நானாவித விஷயங்கள் அடங்கியிருப்பதினாலே அதில் கண்டிருக்கிற சரித்திரங்களின் ஒழுங்கு இன்ன வகையென்று திட்டமாய்ச் சொல்லுகிறது எளிதல்ல. எந்த சரித்திரத்தைப் பார்த்தாலும் அதை ஒரு பாட்டில் ஒரு வகையாயும், இன்னொரு பாட்டில் வேறு வகையாயும் சொல்லியிருக்கிறது.

பல வகையாய்ச் சொல்லியிருக்கிற கதைகளை ஒத்துப் பார்த்து ஒரே வகையாய் ஒழுங்குபடுத்தும்படி பாரதப் பாட்டுக்களைச் சேர்ந்த வித்துவான் பிரயாசப்பட்டதாகத் தோன்றவில்லை. ஒரு கதையின்பேரில் ஒரு சூதன் பாடினதை பாரதஞ் சேர்ந்தவன் கேட்டு அந்தப் பாட்டை அப்படியே எழுதி வைத்ததாகவும், இன்னொரு சூதன் அந்தக் கதையை வேறுவிதமாய்த் திருப்பி அதின்பேரில் பாடினதை அவன் கேட்டு அந்தப் பாட்டையும் அவன் அப்படியே எழுதி வைத்ததாகவும் காணப்படுகிறது. இந்த முகாந்தரத்தினாலே

பாரதத்திலுள்ள ஒரு சங்கதி இன்னவிதமென்று ஒருவன் சொல்லப் போனால் வேறொருவன் அதை ஒப்புக்கொள்ளாமல் பாரதத்தில் சொல்லியிருக்கிறது வேறுவிதமென்று தர்க்கிக்கிறதுக்கு ஏதுஉண்டு. சோதித்துப் பார்த்தால் இருவகைக் கதையையும் பாரதத்தில் காணலாம். இதினிமித்தம் புராணங்களைக் கட்டினவர்களும் அந்தந்த கொள்ளைக்காரரும் பாரதத்தை ஆராய்ந்து பார்த்து தங்கள் நோக்கத்துக்கு ஏலாதவைகளை விட்டுவிட்டு அந்த நோக்கத்துக்கு ஏற்றவைகளைத் தெரிந்துகொண்டு அவைகளையே பாரதமென்று பாராட்டுகிறது வழக்கம்.

பாரதத்திலுள்ள சகல கதைகளையும் யூரோப் சாஸ்திரிகள் பரிசோதித்து ஒத்துப்பார்த்து ஒன்றோடொன்று இசைவாகி யிருக்கிறவைகளைக் காட்டியிருக்கிறார்கள். இதனடியில் சொல்லி யிருக்கிற பாண்டவர் கதையடக்கத்திற்கு யூரோப் சாஸ்திரிகள் செய்த ஆராய்ச்சியே ஆதாரம். இந்துக்கள் எழுதியிருக்கிற நூல்களைப் பார்த்தால் பஞ்சபாண்டவர் சரித்திரம் இவ்வளவு துலக்கமாய் விளங்காது. பூர்வீகமானவைகளையும் நூதனமானவைகளையும் பிரித்தெடுத்து கருகலானவைகளைத் தெளிவிக்கிறதற்கு இத்தேசத்து வித்துவான்களுக்கு நன்றாய்த் தெரியாது.

பாரதம் என்கிற பேர் பரதன் எனப்பட்ட பூர்வீக இராஜாவின் பேரால் உண்டாயிற்று. அந்தப் பரதன் சந்திரகுலத்தான். அவன் முதலாஞ் சக்கரவர்த்தியாகி சகல இராச்சியங்களையும் ஒரே குடையின் கீழாக அரசாண்டவனாம். அவனுடைய பேரால் இந்துதேச முழுமைக்கும் பரதகண்டம் என்கிற பேர் பாட்டில் வழங்குகிறது. அந்த பரதனுடைய சந்ததியாருக்குப் பாரதர் என்று பேர். மகாபாரதமென்றால் கௌரவர் பாண்டவராகிய பாரத வேந்தருக்குள்ளே நடந்த மா யுத்தம் என்று அர்த்தம்.

பாண்டவர் கதையடக்கம்

இமயகிரிக்கும் விந்தியமலைக்கும் இடையிலுள்ள மாகாணத்திற்கு பூர்வகாலத்தில் மத்திய தேசமென்று பேர் வழங்கிற்று. யமுனை நதியும் கங்கை நதியில் மேல் நதியும் அந்த நதிகளின் இடையிலுள்ள தோவாப் மாகாணமும் மேற்சொல்லிய

மத்திய தேசத்தில் உட்பட்டவைகள். வேதகாலத்திற்குப் பின்பு சூரசேனர், யாதவர், மச்சர், பாஞ்சாலர், கௌரவர் ஆகிய ஜனங்கள் அந்த மத்திய தேசத்தில் வசித்தவர்கள். அவர்களில் பாஞ்சாலரும் கௌரவரும் பிரதானமானவர்கள், கௌரவர் குரு என்னப்பட்ட இராஜாவின் சந்ததியார். அந்த குரு இராஜா சந்திர குலத்தானும் பரத சக்கரவர்த்தியின் வம்சத்தில் பிறந்தவனுமாயிருந்தான். அவனுடைய நீதியினிமித்தம் பிரஜைகள் அவனை இராஜாவாகத் தெரிந்துகொண்டதாக சொல்லியிருப்பதால் அவன் புதிதாக எழும்பின இராஜ வம்சத்தில் முதலாம் இராஜாவாயிருப்பானென்று தோன்றுகிறது. அவனுடைய பேரால் அவன் ஆண்டுவந்த தேசத்திற்கு குருக்ஷேத்திரம் என்று பேர் உண்டாயிற்று. டில்லிக்கு வடக்கே கங்கைக்கரையில் கட்டப்பட்ட அஸ்தினாபுரம் குருக்ஷேத்திரத்திற்கு இராஜதானி நகரம்.

குரு இராஜாவின் சந்ததியாரில் ஒருவனுக்கு சாந்தனு என்று பேர். அந்தச் சாந்தனு இராஜாவுக்கு சத்தியவதி என்பவளிடத்தில் இரண்டு குமாரர் பிறந்தார்கள். அவர்களில் இளையவனுக்குப் பேர் விசித்திரவீரியன். அந்தக் குமாரர் இருவரும் சந்தானமில்லாமல் இறந்துபோனபடியால் முந்தின புருஷனுக்கு சத்தியவதியிடத்தில் பிறந்த வியாசன் என்பவன் தன் சகோதரனுக்காக சந்தான முண்டாக்கும்படி விசித்திரவீரியனுடைய இரண்டு மனைவி களாகிய அம்பிகை, அம்பாலிகை என்கிறவர்களைத் தனக்கு மனைவிகளாக வைத்துக்கொண்டான். அந்த வியாசன் வேதவியாசனென்றும் கிருஷ்ண துவைபாயன வியாசன் என்றும் பேர்களையுடையவன்; அவனே பாரதத்தைக் கட்டினவனென்றும் சொல்லுவார்கள். அந்த இரண்டு ஸ்திரீகளிடத்தில் திரிதராஷ்டிரன், பாண்டு என்கிற இரண்டு குமாரர் வியாசனுக்குப் பிறந்தார்கள். அவர்கள் வியாசனுக்குப் பிறந்தவர்களாயிருந்தும் அவனுடைய தம்பி விசித்திரவீரியனுடைய குமாரராகவும் குருகுலத்தவராகவும் எண்ணப்பட்டார்கள்.

திரிதராஷ்டிரன், பாண்டு என்பவர்கள் வளர்ந்து வால பருவமுள்ளவர்களாகி விவாகம் பண்ணிக்கொண்டார்கள். திரிதராஷ்டிரனுக்கு நூறு குமாரர்கள் பிறந்தார்களாம்; அவர்களில் துர்யோதனன் மூத்தவன். துர்யோதனன் என்ற பேருக்குப் பொல்லாத முகாந்தரமாய் யுத்தஞ்செய்கிறவனென்று அர்த்தம். பாண்டுவுக்கு

ஐந்து குமாரர் பிறந்தார்கள். அவர்களில் யுதிஷ்டிரன் மூத்தவன். யுதிஷ்டிரன் என்றால் யுத்தத்தில் ஸ்திரமுள்ளவன் என்றர்த்தம். தமிழில் அவனுக்கு தருமராஜன் என்று பேர் வழங்குகிறது; பாண்டுவுக்குப் பிறந்த இரண்டாவது குமாரன் பீமன், மூன்றாவது குமாரன் அர்ஜுனன்; இம்மூவர் குந்தி என்பவளிடத்தில் பிறந்தவர்கள். மற்ற இரண்டு குமாரர்களுக்கும் நகுலன், சகாதேவன் என்று பேர். இவர்கள் மாத்ரி என்பவளிடத்தில் பிறந்தவர்கள். பாண்டுவின் குமாரராகிய இந்த ஐந்து பேரே பஞ்சபாண்டவர் என்னப்பட்டவர்கள். திரிதராஷ்டிரனுடைய நூறு குமாரர்களுக்கு கௌரவர் என்று பேர். தமிழில் அவர்களுக்குக் குருகுல வேந்தர் என்று பேர் வழங்குகிறது. அந்த கௌரவரும், பஞ்சபாண்டவரும் பரதனுடைய சந்ததியினரானபடியால் அவர்கள் இருதரத்தாரும் பாரதர் என்னப்பட்டார்கள். அவர்களில் இராஜாங்கம் யாரைச் சேர வேண்டியதென்று இருதரத்தாருக்குள்ளும் நடந்த யுத்தமே மா பாரதத்தின் மொத்தப் பொருள்.

பாண்டு என்பதற்கு வெள்ளையன் என்று அர்த்தம். அந்தப் பேரிட்ட முகாந்தரத்தைக் குறித்துச் சொல்லியிருக்கிற கதை ஒப்புக்கொள்ளத் தக்கதல்ல. அவனுடைய பேர் வெள்ளையன் என்று அர்த்தங்கொண்டிருக்கிறதையும், அவனுடைய குமாரரில் விசேஷித்தவனுக்கும் வெள்ளையன் என்று அர்த்தங்கொள்ளும் அர்ஜுனன் என்ற பேர் உண்டாயிருக்கிறதையும் பார்க்கும்போது அவர்களுடைய வெள்ளை நிறத்தினிமித்தம் அந்த பேர்கள் அவர்களுக்குக் கொடுக்கப்பட்டிருக்கும் என்றும், அவர்கள் வம்சத்தார் நூதனமாய் வடக்கிலிருந்து இத்தேசத்தில் வந்தவர் களாய் இருந்திருக்கலாமென்றும், அதினாலே மற்ற ஆரியரைப் பார்க்கிலும் அவர்கள் வெள்ளை நிறமுடையவர்களாய் இருந்திருக்கலா மென்றும் சிலர் நினைக்கிறார்கள்.

திரிதராஷ்டிரன் மூத்தவனாயிருந்தும் கண் தெரியாதவனான படியால் துவக்கத்திலே பாண்டு என்பவன் இராச்சிய பரிபாலனம் பண்ணினான். சிலகாலமான பின்பு பாண்டு தன் தமையன் திரிதராஷ்டிரனிடத்தில் இராஜாங்கத்தை ஒப்புவித்து தன் மனைவி களையும் குமாரர்களையும் கூட்டிக்கொண்டு போய் இமயகிரிக் காடுகளில் சஞ்சரித்து அவ்விடத்தில் இறந்துபோனான். அவனுடைய மனைவி மாத்ரி உடன்கட்டை ஏறித் தீப்பாய்ந்து

செத்தாள். விதவைகள் உடன்கட்டையேறுகிற வழக்கத்துக்கு இதுவே இந்துதேசத்தார் எழுதிய நூல்களில் முதலாம் உதாரணம். பெருங்காப்பியங்களுக்கு முன்னுள்ள பூர்வகாலத்தில் அந்தக் கொடிய வழக்கம் நடந்ததற்கு ருஜுவில்லை. வேதங்களிலும் இராமாயணத்திலும் மானவ தர்ம சாஸ்திரத்திலும் அதைக்குறித்து ஒரு வார்த்தையும் காணோம்.

பாண்டுவின் மக்களாகிய பஞ்சபாண்டவரை அந்த வனத்திலுள்ள ரிஷிகள் வளர்த்து, பின்பு அவர்களை அஸ்தினாபுரத்துக்குக் கூட்டிக் கொண்டுபோய் அவர்கள் பெரிய ஐயா திருதிராஷ்டிரனிடத்தில் ஒப்புவித்தார்கள். திரிதராஷ்டிரன் அவர்களைப் பக்ஷமாய் ஏற்றுக் கொண்டு, கௌரவரான தன்னுடைய மக்களோடே வளர்த்து அவர்களோடே படிக்கும்படி திட்டஞ்செய்தான். அவர்கள் இருதரத்தாரையும் படிப்பித்த குரு, கிருபன் என்கிற பிராமணன். பாரதத்திலுள்ள பிற்காலப் பாட்டுக்களின்படி துரோணன் என்கிற பிராமணன் அவர்களுக்குக் குரு. அந்தக் குரு அவர்களுக்கு வேத சாஸ்திரத்தைக் கற்றுக் கொடுத்ததுமன்றி, வில்வித்தையாகிய தனுர் வேதத்தையும் வீரிய முயற்சிகளையும் யுத்த சாஸ்திரத்தையும் கற்றுக் கொடுத்தான். பாண்டவர் ஒவ்வொரு வித்தையிலும் அதிகமாய்த் தேறிக் கீர்த்தி பெற்றதினாலும் ஜனங்கள் அவர்களை அதிகமாய்ப் புகழ்ந்ததினாலும் கௌரவர் பொறாமையடைந்து முழு இராச்சியமும் தங்களைச் சேரவேண்டுமே அல்லாமல் ஒரு பங்காவது பாண்டவரைச் சேரக்கூடாதென்று கட்டுப்பாடு பண்ணிக் கொண்டார்கள். அவர்களுடைய குணாகுணங்களைக் காட்டிய பாட்டுக்களில் யுதிஷ்டிரனை உறுதியும் பொறுதியுமுள்ளவனாகவும், பீமனைப் பலசாலியாகவும், அர்ஜுனனைச் சகல வித்தையிலும் யுத்த முயற்சிகளிலும் தேறி எல்லாராலும் புகழப்பட்ட தயாளனாகவும், கௌரவர்களனைவரையும் நற்குணமில்லாதவர்களாகவும் காட்டி யிருக்கிறது.

சிலகாலமான பின்பு அவர்கள் வித்தை கல்விகளில் தேறினதையும் அவரவர்களுடைய வீரியத்தையும் காட்டும்படிக்கு அவர்கள் குருவாகிய துரோணன் வித்தியாபரிக்ஷை செய்யவேண்டு மென்று தீர்மானித்து அந்தப் பரிட்சையை மிகவும் வேடிக்கையாக நடப்பித்தான். நகரத்துக்குப் புறம்பான மைதானத்தில் அரங்கம் எத்தனமாக்கப்பட்டது. அரசனும் அரண்மனையாரும் பிரஜைகளும்

கூடிவந்து வேடிக்கை பார்த்தார்கள். சகலவித வீரிய வித்தைகளிலும் சாஸ்திரங்களிலும் அர்ஜுனன் மேற்கொண்டதால் அவனே சிறந்தவனென்று கண்டு எல்லாரும் அவனை மிகுதியாகப் புகழ்ந்தார்கள்.

பாஞ்சால இராஜாவாகிய துருபதன் அதற்கு முந்தின காலத்திலுள்ள ஒருநாள் துரோணனுக்கு அவமரியாதை செய்ததை விட்டு துரோணனுடைய ஏவுதலினாலே கௌரவர் வித்தியா பரிட்சையானதின் பின்பு அந்த துருபத இராஜாவோடே யுத்தஞ் செய்யப் போனதில் துருபதன் அவர்களை முறியடித்தான். பாண்டவர் அந்தச் செய்தி அறிந்து கௌரவருக்கு உதவியாகப் புறப்பட்டு துருபதனை ஜெயித்துப் பிடித்து அவன் தன் இராச்சியத்திலுள்ள வடபாதியை துரோணனுக்கு விட்டுவிடும்படி செய்தார்கள்.

இப்படி நடந்து ஒரு வருஷமான பின்பு யுதிஷ்டிரனுடைய நற்குணங்களினிமித்தமும் பிரஜைகள் அவனிடத்தில் பிரியப் பட்டனிமித்தமும் திரிதராஷ்டிரன் அவனை இளைய இராசாவாக ஏற்படுத்தினான். துர்யோதனன் மூத்தவனுடைய மகனாயிருந்தும், அவன் பிறக்கிறதற்கு முன்னே யுதிஷ்டிரன் பிறந்தபடியால், அவர்களுக்குள் வழங்கின வழக்கத்தின்படி யுதிஷ்டிரனே திருதராஷ்டிரனுக்குப் பின்பு பட்டத்துக்கு வரவேண்டியவன். இதைக்குறித்து துர்யோதனன் எப்போதும் அவன் மேல் குரோத முள்ளவனாயிருந்தான். மேற்சொல்லியபடி திரிதராஷ்டிரன் யுதிஷ்டிரனை இளைய இராஜாவாக ஏற்படுத்தியிருந்தும், சில காலத்திற்குள்ளாக கௌரவருடைய பொறாமை மேற்கொண்டது. பாண்டவர் மிஞ்சிப் போனார்களென்று திரிதராஷ்டிரன் நினைக்கும்படி கௌரவர் செய்து அவர்களைக் கெடுக்கிறதற்குச் சமயம் பார்த்துக் கொண்டிருந்தார்கள். பலாத்காரத்தினாலே அவர்களை அடக்கிக் கொள்ளக் கூடாதென்று துர்யோதனன் சொன்னதை திரிதராஷ்டிரன் ஒப்புக்கொண்டு அவர்களை வெளியரங்கமாய்த் துன்பப்படுத்தாமல் நகரத்தைவிட்டுக் குடிபோகும்படி கட்டளையிட்டான்.

அவனுடைய கட்டளையின்படி அவர்கள் போன இடத்துக்கு வாரணாவதம் என்று பேர். அது அஸ்தினாபுரத்துக்கு எட்டு நாள் பயணத் தூரத்திலே கங்கை நதியோரமாயிருந்தது. அவ்விடத்தில்

துர்யோதனன் அரக்கு மெழுகு முதலானவைகளால் வினோதமான வீட்டை அவர்களுக்குக் கட்டிக் கொடுத்து தன்னுடைய ஊழியக்காரரில் ஒருவன் அங்கேயிருந்து பாண்டவரைச் சிநேகம் பண்ணி அவர்கள் தன்னிடத்தில் நம்பிக்கையுள்ளவர்களாகும்படி செய்து அவர்கள் நினையாத சமயத்தில் அந்த வீட்டைக் கொளுத்தி விடும்படி அந்த ஊழியக்காரனுக்குக் கட்டளையிட்டான். பாண்டவர் தங்கள் தாயாருடனே அந்த இடத்துக்குப் போய் ஒரு வருஷ காலமாய் அந்த வீட்டில் தங்கியிருந்து பின்பு துர்யோதனன் பண்ணின துர்யோசனையின் மூலமாய் அறிந்து தாங்களே அந்த வீட்டைக் கொளுத்திப் போட்டு இரகசியமாகப் போய்விட்டார்கள். வீடு தீப்பற்றி எரிந்ததில் துர்யோதனனுடைய ஊழியக்காரனும் குந்தி என்பவள் பிராமண ஸ்திரீகளுக்காகப் பண்ணின விருந்துக்கு வந்து சாராயங் குடித்துத் தூக்க மயக்கமாய்க் கிடந்த ஒரு நிஷாத பெண்பிள்ளையும் அவளுடைய ஐந்து மக்களும் அக்கினி வாதையால் இறந்து போனார்கள். ஒருவருக்கும் தெரியாதபடி பாண்டவர் இரகசியமாகப் போய்விட்டபடியால் அவர்கள் அக்கினி வாதையால் எரிந்து போனதாய் அந்த இடத்து ஜனங்கள் நினைத்து துர்யோதனனுக்கு அறிவித்ததின் பேரில் அவர்கள் மாண்டு போனார்களென்று அவனும் நிச்சயித்து அவர்களுக்காக சிரார்த்தம் நடப்பித்தான். விதுரன் எத்தனம் பண்ணி வைத்திருந்த ஓடத்தில் பாண்டவர் ஏறிக் கங்கை நதியைக் கடந்து தெற்கே பிரயாணம் பண்ணி வனவாசஞ்செய்து வேட்டையாடிக் கொன்ற மிருகங்களைப் புசித்து அந்த மிருகங்களின் தோலை வஸ்திரமாக உடுத்திக் கொண்டு பல இராக்ஷதரையும் பூதங்களையும் ஜெயித்து சில சமயங்களில் வேதங்களையும் சாஸ்திரங்களையும் படித்து சில சமயங்களில் கிராமங்களில் புகுந்து பிச்சைகேட்டுப் பலவகையாய் ஜீவனம் பண்ணி வந்தார்கள்.

சிலகாலமான பின்பு பாஞ்சால அரசனாகிய துருபத இராஜாவின் மகளான துரோபதை என்றும் கிருஷ்ணை என்றும் பேர்களையுடையவள் தனக்குப் புருஷனைத் தெரிந்துகொள்ளத் தக்கதாய் சுயம்வரம் நடத்தப் போகிறாளென்று ஒரு பிராமணன் மூலமாய்ப் பாண்டவருக்குச் செய்தி வந்தது. அக்காலத்தில் இந்து தேசத்து இராஜகுமாரத்திகளில் ஒருத்தி கலியாணஞ் செய்யத்தக்க வயசாகும்போது நடக்கும் வழக்கமென்னவென்றால், அவளுடைய

தகப்பன் பற்பல தேசங்களிலுள்ள இராஜகுமாரரையும் பிரபுக்களையும் தன் நகரத்தில் வரும்படி அழைப்பிப்பான். அவர்களெல்லாருங் கூடி வீரிய முயற்சிகளைச் செய்து தங்கள் திறமையைக் காண்பிக்கிறதில் எவன் வீரியமுள்ளவனாய்க் காணப்படுவானோ அவனுடைய கழுத்தில் அந்த இராஜகுமாரத்தி மணமாலை போட்டு அவனைத் தனக்குப் புருஷனாகத் தெரிந்துகொள்வாள். அப்படிச் செய்கிறதற்கு சுயம்வரம் என்று பேர் வழங்கிற்று. சுயம்வரம் என்றால் சுய சித்தத்தினாலே தெரிந்துகொள்ளுதல் என்று அர்த்தம். பாண்டவருக்கு வியாசன் தோன்றி துரோபதையானவள் உங்களுக்கே பெண்ணாக நியமிக்கப்பட்டதென்று சொல்லி அவர்களை அந்தச் சுயம்வரத்துக்குப் போகும்படி ஏவினபோது அவர்கள் சம்மதித்து பிரமசாரிகளைப் போல உடுத்திக்கொண்டு அந்த ஊர்ப் பிரமசாரிகளோடே புறப்பட்டு துருபத இராஜாவின் நகரத்தில் சேர்ந்தார்கள். சிலநாளாக ஒரு குயவனுடைய வீட்டில் தங்கியிருந்து நாள்தோறும் நகரத்தில் போய்ப் பிச்சை கேட்டுக்கொண்டிருந்தார்கள்.

அந்தந்த இராஜகுமாரருடைய வீரியத்தைப் பரிக்ஷை பார்க்கும் படி பாஞ்சால அரசன் அதிசயமான ஒரு வில்லை எத்தனம் பண்ணி வைத்து, விரைவாய்ச் சுழலுகிற சக்கரமொன்றை இலக்காகத் திட்டஞ்செய்து, அந்த வில்லை வளைத்து அந்த இலக்கின் மையத்தில் அம்பு எய்கிறவன் எவனோ அவனுக்கே என் குமாரத்தியைக் கொடுப்பேனென்று விளம்பரம் பண்ணியிருந்தான். குருகுலவேந்தரும் திரள் கூட்டமான இராஜகுமாரரும் மற்ற வீரரும் தங்கள் வீரியத்தைக் காட்டும்படிக்கும், அநேகம் இராஜாக்களும் எண்ணிறந்த கூட்டமான பிரஜைகளும் வேடிக்கை பார்க்கும்படிக்கும், கூடிவந்தார்கள். பதினாலு நாள் பல விளையாட்டும் கூத்தும் நடந்தது. பின்பு சுயம்வரம் நடக்கும் நாளில் துருபத இராஜா தன் மகள் துரோபதையை அரங்கத்தில் அழைத்துக்கொண்டு வந்தான். அவள் மணமாலையைக் கையில் பிடித்துக்கொண்டு ஜெயவேந்தன் கழுத்தில் போட ஆயத்தமாய் நின்றாள். இராஜகுமாரரெல்லாரும் ஒருவரொருவராய் அரங்க பூமியில் வந்து நடுவே நின்று வில்லை எடுத்து இலக்கில் அம்பு எய்யப் பார்த்தார்கள். அதை வளைக்க முதலாய் ஒருவனாலும் கூடாமல் போயிற்று. சிலர் தங்கள் ஆடையாபரணங்களைக் கழற்றி உடம்பு வளைய மிகுந்த பிரயாசத்தோடே வில்லை வளைக்கப் பார்த்தும், ஜனங்கள் சிரிக்கத்தக்கதாய்த் தரையில் விழுந்தார்கள்.

எல்லாரும் தோல்வியடைந்து வெட்கிப்போன சமயத்தில் அர்ஜுனன், நான் அந்த வில்லை வளைத்து இலக்கில் அம்பு எய்து போடுகிறேனென்று சொல்லி முற்பட்டான். அவனோடே கூடவந்த பிராமணர் அவனைத் தங்களுக்கொத்த பிரமசாரி என்றெண்ணி, உன்னால் கூடாதே, போக வேண்டாமென்று விலக்கியும் அவன் அவர்களைத் தள்ளி அரங்கத்தின் மத்தியில் வந்து நின்று வில்லைப் பிரதக்ஷணஞ் செய்து அதைக் கையில் எடுத்து நாணேற்றி அம்பு தொடுத்து வில்லை வளைத்து இலக்கின் நடுவில்பட எய்தான். அவன் கெலித்ததை துருபதனும் துரோபதையும் பார்த்தபோது அவன் ஏற்றவன்தானென்று ஒப்புக்கொண்டார்கள். தங்களுக்குக் கிடையாமற்போன பாக்கியம் ஒரு பிரமசாரிக்குக் கிடைக்கப் போகிறதாவென்று இராஜகுமாரரெல்லாரும் சினங்கொண்டு துருபத இராஜாவையும் அவனுடைய இனஜனங்களையும் கொன்று துரோபதையைத் தீயில் போட்டு நிர்மூலமாக்க வேண்டுமென்று பேசி கலகஞ்செய்ய ஆரம்பித்தார்கள். அவர்கள் அப்படிச் செய்ய ஆரம்பித்ததில் அர்ஜுனனும் மற்ற பாண்டவரும் பாஞ்சாலருக்கு உதவியாக நின்று கலகக்காரரை ஜெயித்து ஓடிப் போகும்படி செய்தார்கள். பின்பு துரோபதையானவள் அர்ஜுனனுடைய கழுத்தில் மணமாலை போட்டாள். போட்டவுடனே அர்ஜுனனும் அவனுடைய சகோதரரும் தங்களைப் பஞ்ச பாண்டவராக அறிக்கையிட்டபடியினாலே பாஞ்சால ராஜா மிகுந்த சந்தோஷம் அடைந்தான்.

மேற்சொல்லிய சுயம்வரத்தை பார்க்கும்படி வந்தவர்களில் யாதவ குலத்திலுள்ள வீரனாகிய கிருஷ்ணன் என்பவன் ஒருவனா யிருந்தான். சுயம்வரம் நடக்கும் சமயத்தில் அவன் பாண்டவரை நட்புச் செய்து அதுமுதல் அவர்களுக்கு உதவி செய்கிற சிநேகிதனா யிருந்தான்.★

★ கிருஷ்ணன் துரோபதையின் சுயம்வரத்துக்கு வந்தது முதல் அவன் சாகிறவரைக்கும் அவனுடைய சரித்திரத்தைக் குறித்துச் சொல்லிய பிரதானமான விசேஷங்கள் பின்வரும் சரித்திரத்தில் காணப்படும். அந்தச் சுயம்வரம் நடக்கும்முன்பு கிருஷ்ணனுடைய சரித்திரத்தைக் குறித்து அறியவேண்டிய விசேஷங்களைப் பாரதத்தில் சொல்லியிருக்கிறபடி, இதனடியில் காட்டுகிறோம்.

கிருஷ்ணன் யாதவர் குலத்தில் மதுராபுரியில் பிறந்தவன். அந்த மதுராபுரி யமுனை ஆற்றங்கரையில் கட்டப்பட்டு யாதவர்களுக்கு இராஜ நகரமாயிருந்தது.

பாண்டவரும் துரோபதையின்பேரில் இஷ்டமுள்ளவர்களான படியினாலே அவளைப் பற்றித் தங்களுக்குள்ளே சச்சரவு எழும்பாத படி அவளை எல்லாரும் பொதுவில் வைத்துக்கொள்ளவேணுமென்று தீர்மானம் பண்ணினார்கள். ஐந்து பேரும் ஒரு ஸ்திரீயைப் பொதுவாய் வைத்துக்கொண்டது பிற்காலத்து பிராமணர் முதலான

ஆனாலும் கிரேக்கர் இத்தேசத்தில் வந்தபோது மதுராபுரி சூரசேனருடைய நகரமென்றெழுதினார்கள். அந்த யாதவர் சந்திரவம்சத்தில் பிறந்த யதுவென்ற இராஜாவின் சந்ததியார், அவர்கள் அநேக கோத்திரங்களாகவும் குடும்பங்களாகவும் பிரிந்து ஓயாமல் ஒருவரோடொருவர் சண்டை செய்கிறவர்களாயிருந்தார்கள். கிருஷ்ணனுடைய மாமனாகிய கஞ்சன் மதுராபுரிக்கு இராஜாவாயிருந்தான். அக்காலத்தில் மகததேசத்து இராஜாவாகிய ஜராசந்தன் எல்லா இராஜாக்களிலும் வல்லமையுள்ளவனாயிருந்தான். அவனுடைய இரண்டு குமாரத்திகளை கஞ்சன் விவாகம்பண்ணி ஜராசந்தனுடைய சிநேகத்தினாலே பெருமையுள்ளவனானான். தேவகிக்குப் பிறந்த மகன் உன்னைக் கொலை செய்வானென்று அசரீரி வாக்கு உண்டானதை அவன் கேட்டதினாலே தன் சகோதரி தேவகியிடத்தில் பிறந்த ஆறு குமாரர்களையும் கொலை செய்தான். பலராமனும் கிருஷ்ணனும் ஏழாம் எட்டாம் குமாரர்களாக தேவகியிடத்தில் பிறந்தவர்கள். அவர்கள் அவனுடைய கையில் அகப்படாமல் பிழைத்தபடியினாலே அவர்களைக் குறித்து அவன் எப்போதும் பயமுள்ளவனாகி அவர்களைக் கொலை செய்யும்படி பல உபாயங்களைத் தேடினான். கிருஷ்ணனைக் கொலை செய்ய வேணுமென்று கஞ்சன் யோசித்து தன் நகரத்தில் வந்து வீரியக்கிரியைகளைச் செய்து காண்பிக்கும்படி சகல வீரரையும் அழைப்பிக்கிற பாவனையாய் ஒரு நாள் கிருஷ்ணனையும் பலராமனையும் அழைப்பித்தான். அவர்கள் இருவரும் வந்து கஞ்சனுடைய துர் யத்தனங்களை யெல்லாம் மேற்கொண்டு கடைசியில் அவனைக் கொலை செய்தார்கள். கஞ்சனுடைய விதவைகள் தங்கள் தகப்பனாகிய ஜராசந்த இராஜாவிடத்தில் போய் அபயமிட்டதினாலே ஜராசந்தன் கிருஷ்ணனையும் அவனைப் பற்றின யாதவரையும் நிர்மூலமாக்க வேண்டுமென்று படை எடுத்து வந்தான். அவன் தோல்வியடைந்தும், திரும்பத் திரும்ப படை எடுத்து வருவானென்று கிருஷ்ணனும் யாதவரும் பயந்து மதுராபுரியை விட்டுக் குடிபோக வேண்டுமென்று தீர்மானித்து தென்மேற்கே போய் அக்காலத்தில் சுராஷ்டிரமென்றும் இப்போது குஜராத்தென்றும் சொல்லிய தேசத்திலுள்ள கடற்கரைப் பட்டணமாகிய துவாரகாபுரியில் வந்து அதைப் பலப்படுத்தி தங்கள் ஜென்மதேசத்தை நினைவுகூர்ந்து அந்தப் பட்டணத்தில் வாசம் பண்ணினார்கள். அவர்கள் துவாரகாபுரியில் வாசமாயிருக்குங்காலத்தில் பாண்டவருடைய கீர்த்தியைக் குறித்து கிருஷ்ணன் கேள்விப்பட்டு அவர்களை நட்புச் செய்யும்படி போய் மேற்கண்ட பாண்டவர் கதையடக்கத்தில் சொல்லியபடி துரோபதையின் சுயம்வரம் நடக்கும்போது அவர்களை முதலாந்தரம் கண்டான். அந்த சுயம்வரம் முதற்கொண்டு பாண்டவருடைய சரித்திரமே கிருஷ்ணனுடைய சரித்திரமென்று சொல்லலாம்.

இந்துக்களுக்கு வெறுப்பாயிருந்ததினாலே அந்தச் சங்கதியை வருணித்து மறைக்கும்படி பல கட்டுக்கதைகளையுண்டாக்கினார்கள். உள்ளபடி அதற்கு முகாந்தரமென்னவென்றால் முன்னே சொல்லியபடி, பூர்வீகமாய் தத்தாரி வனாந்தரங்களில் சஞ்சரித்த ஸ்கீத்தரானவர் களுக்குள்ளே குதிரையைப் பலியிடுவது வழக்கமாயிருந்தது போல, பல புருஷர் ஒரு மனைவியை வைத்துக்கொள்ளுகிறதும் அந்த ஸ்கீத்தருக்குள்ளே வழக்கமாயிருந்தது. ஆரம்பத்திலே அந்த ஸ்கீத்தர் தேசத்தில் வாசமாயிருந்த ஆரியர் அவர்களை விட்டு இத்தேசத்தில் வந்ததின்பின்பு அனேக புது வழக்கங்களைக் கற்றுக்கொண்டிருந்தும், அவர்கள் முற்காலத்தில் கைக்கொண்ட ஸ்கீத்த வழக்கங்களும் சில சமயங்களில் உயிர் கொண்டதாகக் கண்டிருக்கிறது. இதுவே அந்த நடவடிக்கைக்கு காரணம்.

பாண்டவருக்குக் கிடைத்த பாக்கியத்தைக் குறித்து கௌரவர்கள் கேள்விப்பட்டு சிலர் அவர்களோடே சண்டைக்கு எத்தனம் பண்ண வேண்டுமென்றும் வேறே சிலர் அவர்களைச் சமாதானப்படுத்த வேண்டுமென்றும் இருயோசனையாயிருக்கையில், அஸ்தினா புரத்துக்கு வரும்படி திரிதராஷ்டிரன் அவர்களை அழைப்பித்து தன் இராச்சியத்தில் பாதிப்பங்கை அவர்களுக்குக் கொடுத்தான். அவன் கொடுத்த இராச்சியத்தை அவர்கள் பற்றிக்கொண்டு இக்காலத்தில் டில்லி நகரமிருக்கிற இடத்தில் யமுனை ஆற்றங்கரையில் இருந்த காட்டை வெட்டித் திருத்தி அதில் இந்திரபிரஸ்தம் என்ற பேருடைய நகரத்தைக் கட்டினார்கள். தன்னுடைய சிநேகிதராகிய பாண்டவர் அந்த நகரத்தில் குடியேறி சுகமாய் வசித்திருக்கிறதை கிருஷ்ணன் கண்டு தன் தமையன் பலராமனோடேகூட துவாரகாபுரிக்குப் போய்விட்டான்.

யுதிஷ்டிரன் அதுமுதல் சுயாதீன இராஜாவாக இந்திர பிரஸ்தத்தில் இராச்சிய பரிபாலனம் பண்ணினான். அவனுடைய சகோதரரும் சிலகாலமாய் சுகமே அவனோடே வாழ்ந்திருந்தார்கள். பின்பு துரோபதையைப்பற்றி அவர்கள் பண்ணிக்கொண்டிருந்த வாக்கை அர்ஜுனன் மீறினபடியால் அவன் பன்னிரண்டு மாதம் வரையும் அவர்களை விட்டு வனத்தில் போய் சஞ்சரிக்க வேண்டியதாய் நேரிட்டது. அவன் இமயகிரிக்குப் போய் அங்குள்ள வனங்களில் வாசஞ்செய்து தக்ஷணத்துக்கும் பிரயாணம் பண்ணி பல தீர்த்தங்கள் ஆடி பாண்டி நாட்டிலுள்ள மதுரையில் வந்து

பாண்டிய இராஜாவின் மகளை விவாகஞ்செய்து பின்பு வடக்கே திரும்பி துவாரகாபுரியில் வந்து சேர்ந்தான்.

அவ்விடத்தில் அவன் இருக்குங்காலத்தில் கிருஷ்ணனுடைய தங்கையாகிய சுபத்திரையை ஒரு இடத்தில் கண்டு எடுத்துக் கொண்டு போனான். கிருஷ்ணன் அவனுக்காகப் பரிந்து பேசின படியினாலே யாதவர் அவனுக்கு மன்னிப்புக் கொடுத்தார்கள். அப்பொழுது அவன் திரும்ப துவாரகாபுரிக்கு வந்து சுபத்திரையைக் கலியாணஞ்செய்து குறிக்கப்பட்ட பன்னிரண்டு மாதம் முடியுமட்டும் அவ்விடத்தில் தங்கியிருந்தான்.

பின்பு இந்திர பிரஸ்தத்துக்கு வரவேண்டுமென்று அவன் யோசனையாயிருக்கும்போது சுபத்திரையை அழைத்துக் கொண்டு வரப் பயந்து முதலாவது தனியே துரோபதையினிடத்தில் போய் சுபத்திரையைக் கூட்டிக்கொண்டு வருகிறதற்கு அவளைச் சம்மதப் படுத்தினதின் பின்பு, சுபத்திரை வந்து தன்னை இடைச்சியாகவும், ஏவற்பெண்ணாகவும் துரோபதைக்குக் காட்டி அவளுடைய மனமடிவை ஆற்றினாள். சுபத்திரையை பாண்டவர் ஏற்றுக்கொண்டு மரியாதையாய் நடத்தினதை கிருஷ்ணன் கேட்டு அவனும் அவன் சகோதரனும் பாண்டவரைக் கண்டுகொள்ளும்படி வந்து அவர் களிடத்தில் அநேகம் வெகுமதிகளைப் பெற்று சிலகாலமாய் அவர்கள் நாட்டில் குடியிருந்து பின்பு துவாரகாபுரிக்குப் போனார்கள்.

பாண்டவர் இந்திரபிரஸ்த நகரத்தில் சௌக்கியமாய் வசித்திருக்கும் போது யுதிஷ்டிரன் இராஜசூய யாகஞ்செய்து சகல இராஜாக்களுக்கும் மேலான இராஜா என்று அர்த்தங்கொள்ளும் சம்ராசு ஆகவேண்டுமென்று விருப்பமுற்றான். தன்னை சக்கர வர்த்தியாக்கினால் சூழஇருக்கிற இராஜாக்களும் விசேஷமாய்க் கௌரவரும் பொறாமையடைவது நிச்சயமென்றும் அவன் நினையாமல் தான்கொண்ட யோசனையின்படி செய்ய எத்தனித்து இராஜசபையில் அதைக் குறித்து ஆலோசனை செய்ததின் பின்பு கிருஷ்ணனுடைய யோசனையையும் கேட்டு அவனுடைய உதவியைப் பெற்றுக்கொள்ளும்படி ஆளனுப்பி அவனை அழைப்பித்ததில் கிருஷ்ணன் யுதிஷ்டிரனிடத்தில் வந்து சொன்னது, சக்கரவர்த்திக்குரிய குணங்களெல்லாம் உம்மிடத்தில் இருப்பதினாலே சக்கரவர்த்தி யாகும்படி நீர் விரும்புகிறது நல்லதுதான். அந்த யோசனை

நிறைவேறுகிறதற்கு ஒரு தடை மாத்திரமுண்டு. இராஜசூய யாகஞ் செய்து சக்கரவர்த்தி பட்டம் பெற்ற மகத இராஜாவாகிய ஜராசந்தன் உயிரோடிருக்கையில் வேறொருவன் சக்கரவர்த்தியாகிறதற்கு ஏதுவில்லை. அவன் எனக்குப் பழைய சத்துரு, எப்படியும் அவனைக் கொல்ல வேண்டுமென்றான். அக்காலத்திலுள்ள இராச்சியங்கள் எல்லாவற்றிலும் மகத இராச்சியமே பலமும் ஐசுவரியமுமுள்ளதாயிருந்தது. ஜராசந்தன் அநேக இராஜாக்களை ஜெயித்து அவர்களில் சிலரைக் கொலை செய்து, சிலரைக் காவலில் வைத்திருந்தான். போர்க்களத்தில் அவன் ஜெயிக்கப்படாதவனென்றும் மல் யுத்தத்தினாலேயே அவனை மேற்கொள்ளக் கூடுமென்றும் ஜனங்கள் நினைத்தபடியினாலே அவனோடே யுத்தஞ் செய்யும் படிக்கு கிருஷ்ணன், அர்ஜுனன், பீமன் இவர்கள் மூன்று பேர் மாத்திரம் ஆயுதமில்லாமல் அவனிடத்தில் போய்த் தங்களை பிராமணராகக் காட்டி ஒரு காரியத்தைக் குறித்து இராத்திரியிலே இரகசியமாய்ப் பேச வேண்டுமென்று கேட்க, நடுச்சாமத்தில் அவர்களிடத்தில் பேசும்படி அவன் இறங்கி வந்தான். அப்போது கிருஷ்ணன் அவனைப் பார்த்து அநேக இராஜாக்களை ஜெயித்து சிவனுக்குப் பலியிடும்படி அவர்களைக் காவலில் கட்டி வைத்திருக்கிறாயே. அவர்களை விடுதலை பண்ணுவாயா? அவர்களை விடுதலை பண்ண மனமில்லாவிட்டால் யுத்தஞ்செய்ய வாவென்று சொல்லிப் பல வகையாய் அவனைப் போருக்குத் தூண்டினான். இராஜாக்களை விடுதலையாக்க ஜராசந்தனுக்கு மனமில்லாமல் பீமனோடே மல் யுத்தஞ் செய்யச் சம்மதித்தான். அவர்களிருவரும் பதினாலு நாள் யுத்தஞ் செய்ததின்பின்பு பீமன் ஜராசந்தனை ஜெயித்து தன் முட்டினாலே அவனுடைய முதுகெலும்பை முறித்துப் போட்டதால் அவன் இறந்தான். அவனுக்குப் பதிலாக அவனுடைய மகன் சகாதேவன் இராஜாவாக ஏற்படுத்தப்பட, காவலில் கட்டுண்டு கிடந்த இராஜாக்கள் விடுதலையடைந்து இந்திர பிரஸ்தத்துக்குப் போய் யுதிஷ்டிரனைக் கண்டு வணங்கி இராஜசூயம் நடக்கும்போது திரும்ப வருவோ மென்று வாக்குக்கொடுத்து அவனிடத்தில் உத்தரவு பெற்றுத் தங்கள் தங்கள் நகரங்களுக்குப் போய்விட்டார்கள். கிருஷ்ணனும் துவாரகாபுரிக்குத் திரும்பிப்போனான்.

இதற்குப் பின்வரும் பாரதப்பங்குக்கு திக்குவிஜயம் என்று பேர். இராஜசூய யாகஞ் செய்யப் போகிறவர்கள் முந்தி எல்லா

இராஜாக்களையும் ஜெயங்கொண்டு தங்களுக்கு அடங்கும்படி செய்து பின்பு அந்த யாகம் அநுஷ்டிக்க வேண்டிய ஒழுங்கு இருந்தது. இந்த ஒழுங்குப்படி அந்தந்த தேசத்து இராஜாக்கள் தன்னை மேலான இராஜாவென்று ஒத்துக்கொண்ட தனக்குக் கப்பங்கட்டும்படி செய்யும்படியாக யுதிஷ்டிரன் தன் சகோதரரை நியமித்து நீங்கள் நாலு திக்குக்குஞ்சென்று உலகத்தை ஜெயித்துக் கொண்டு வாருங்களென்று சொல்லி அவர்களை அனுப்பினான். இந்த திக்குவிஜயத்தைக் குறித்துச் சொல்லிய பாட்டுகளைப் பார்க்கும்போது பாரதங் கட்டப்படுங் காலத்திலுள்ள இந்துக்கள் பூமிசாஸ்திரத்தையும் பலதேச விருத்தாந்தங்களையும் குறித்து அறிந்தது இவ்வளவென்று அறியலாம். யுதிஷ்டிரனுடைய சகோதரர் எங்கும் போய் எல்லாரையும் ஜெயங்கொண்டு வந்ததன் பின்பு அவனை மேலான இராஜாவென்று ஒப்புக்கொள்ள வேண்டியதாயிற்றென்று குருகுல வேந்தரும் கண்டபடியால் இராஜசூய யாகம் நடக்கும்படி வேண்டிய பிரயத்தனங்களெல்லாம் செய்யப்பட்டன. எத்திசையிலு முள்ள இராஜாக்கள் யாகத்துக்கழைக்கப்பட்டார்கள். அந்தந்த இராஜாக்கள் கொண்டுவந்த வெகுமதிகளைக் குறித்தும் வராத இராஜாக்கள் உபசாரமாக அனுப்பின வெகுமதிகளைக் குறித்தும் சொல்லிய விவரங்களைப் பார்த்தால் அக்காலத்தில் அங்கங்கே உண்டாக்கப்பட்ட சரக்குகளையும் அந்தந்த தேசத்தார்களுக்குள் நடந்துவந்த வர்த்தகத்தையும் குறித்து அறியலாம்.

கிருஷ்ணன் பாண்டவருக்கு பிராண சிநேகிதனானதால் மிகுந்த திரவியங்களை ஆயத்தம்பண்ணி அநேக சேவகரோடே யாகத்துக்கு வந்தான். யாகத்துக்காகக் கூடிவந்த இராஜாக்களில் எவன் யோக்கியனோ அவனுக்கு அருகம் என்னப்பட்ட யோக்கிய யாக காணிக்கையைக் கொடுக்க வேணுமென்றும், எல்லாரிலும் யோக்கியன் எவன் என்று பீஷ்மன் கேட்டதற்கு கிருஷ்ணனே யோக்கியனென்றும், பீஷ்மனுடைய ஏவுதலினாலே யுதிஷ்டிரன் இராசசபையில் சொன்னான். அந்தப்படி சகாதேவன் அந்தக் காணிக்கையைக் கொண்டுவந்து கிருஷ்ணனுக்கு யோக்கிய யாகமாகக் கொடுக்கும்போது சபையில் பிரிவினையும் சண்டையு முண்டாயிற்று. கிருஷ்ணனை இவ்வகையாய்க் கனஞ்செய்கிறதை சேதிநாட்டு இராஜாவான சிசுபாலன் சகிக்கக்கூடாமல் பீஷ்மனையும், யுதிஷ்டிரனையும் சபைக்கு முன்பாகக் கடிந்து, கிருஷ்ணனுடைய

மனைவியாகிய ருக்மணி முன்னே தனக்கு வாழ்க்கைப்பட்டிருந்தவளென்றும் வேறொருவனுக்கு வாழ்க்கைப்பட்டவளை கிருஷ்ணன் எடுத்துக்கொண்டு போய் மனைவியாக வைத்தது மானக்கேடு என்றும், பல முகாந்தரங்களினிமித்தம் கிருஷ்ணன் இராஜ யோக்கியமுள்ளவனல்லவென்றும், அப்படிப்பட்டவனுக்கு யோக்கிய யாக காணிக்கையைக் கொடுக்கிறது மற்ற இராஜாக்களுக்குங் கனவீனஞ் செய்கிறதென்றும் சொன்னான். அவன் சொன்னதை இராசாக்களெல்லாரும் ஒப்புக்கொண்டு யுதிஷ்டிரன் செய்கிற இராஜசூய யாகமும் கிருஷ்ணனை கனப்படுத்துகிற யோக்கிய யாகமும் நடவாதபடிக்கு ஒப்பந்தம் பண்ணினார்கள். கிருஷ்ணன் சண்டைக்கு எத்தனம் பண்ணுகிறதை சிசுபாலன் கண்டும் ஓயாமல் வைது கொண்டிருந்தபடியால் கிருஷ்ணன் தன் சக்கரத்தினாலே அவனைக் கொன்றான். கிருஷ்ணன் அவனைக் கொலை செய்தது கூடிவந்த இராஜாக்களில் சிலருக்கு சம்மதியாயும் சிலருக்கு சம்மதியில்லாமலுமிருந்தது. சிலர் இரு யோசனையுள்ளவர்களாய் பேசாமல் நின்றார்கள். யுதிஷ்டிரனுடைய கட்டளைப்படி சிசுபாலனுடைய மகன் சேதி இராஜாவாக ஏற்படுத்தப்பட்ட பின்பு வேறே இடையூறில்லாமல் இராஜசூய யாகம் நடந்து முடிந்தது. யுதிஷ்டிரனை சம்ராஜ் பட்டாபிஷேகம் பண்ணுஞ்சமயத்தில் இராஜாக்களெல்லாரும் அவனுக்கூழியஞ் செய்து, பின்பு அவனிடத்தில் உத்தரவு பெற்று தங்கள் தங்கள் தேசங்களுக்குப் போய்விட்டார்கள். கடைசியில் கிருஷ்ணனும் போய்விட்டான்.

பாண்டவர் விரும்பின மகிமையெல்லாம் அவர்களுக்குக் கிடைத்த போதைக்கும் வெற்றிசிறக்குங் காலத்தில் அவர்கள் அதிர்ஷ்டம் மாறி அவர்களுக்குத் துன்பமுண்டாயிற்று. கௌரவர் அவர்களுக்கு அடங்கி நடக்கிறவர்கள் போல வெளியரங்கமாய்க் காண்பித்தும் யுதிஷ்டிரனைத் தாழ்த்த வேண்டுமென்று அந்தரங்கமாய் ஆலோசனை பண்ணினார்கள். சூது விளையாட்டின் மேலே யுதிஷ்டிரனுக்கு உண்டாயிருந்த மிகுந்த விருப்பம் கௌரவருடைய யோசனை நிறைவேறுகிறதற்கு ஏதுவாயிற்று. மற்ற இராஜாக்கள் போனதின்பின்பு துர்யோதனன் சில நாளாய் யுதிஷ்டிரனிடத்தில் தங்கி விசுமகர்மன் அவனுக்காகக் கட்டின இராஜசபை சாலையையும் அதிலுள்ள வினோதங்களையும் பார்த்து பொறாமையினாலும்

வர்மத்தினாலும் நிறைந்து அஸ்தினாபுரத்துக்குத் திரும்பிவந்து தன் தாயின் சகோதரனாகிய சகுனியிடத்தில் தன் சங்கடத்தைச் சொல்லி அவனுடைய யோசனையைக் கேட்க, சகுனி சொன்னது, யுத்தத்தில் பாண்டவரை ஜெயிக்க ஏதுவில்லை. சூது விளையாட்டினாலே மாத்திரம் அவர்களை அடக்கிப் போடலாம். சூதாடுகிறதில் நான் மகா கெட்டிக்காரனானதினாலே அவர்களை அடக்கிப்போட என்னால் ஆகுமென்றான். துர்யோதனன் அடைந்த துக்கத்தை திரிதராஷ்டிரன் கண்டு அந்தத் துக்கம் உண்டான முகாந்தரத்தை யறிந்து அவனை ஆறுதல் படுத்தும்படியாக யுதிஷ்டிரனுடைய சாலைக்கொத்த வினோதமாய் ஒரு இராஜசபை சாலையை அவனுக்குக் கட்டிக் கொடுத்ததுமல்லாமல் அவனோடே சூதாடும் படிக்கு யுதிஷ்டிரனை அழைப்பித்தான். திரிதராஷ்டிரன் கேட்டுக் கொண்டபடி யுதிஷ்டிரன் சம்மதித்து துரோபதையுடனே அஸ்தினா புரத்துக்கு வந்தான். அவனுடைய சகோதரர் இரகசியமாய்ப் பிந்தி வந்தார்கள். மதிரிதேசத்து இராஜாவும் சிந்துதேசத்து இராஜாவும் வந்திருந்தார்கள். சூதாடும்போது சகுனி வஞ்சகமாய்ச் சூதாடின தினாலே யுதிஷ்டிரன் தோற்றுத் தன் திரவியங்களையும் தன் சேனையையும் தன் சகோதரரையும் கடைசியாகத் தன்னையும் துரோபதையையும் அவனுக்குக் கொடுக்க வேண்டியதாய் நேரிட்டது. அவர்களெல்லாரும் துர்யோதனனுக்கு அடிமைகளாகும்படி நிபந்தனைக்குட்பட்டார்கள். துர்யோதனனுடைய சகோதரனான துச்சாதனன் துரோபதையை கனவீனமாய் நடத்தி அவளுடைய தலைமுடியைப் பிடித்து இராஜசபையில் இழுத்தான். அவன் செய்ததை திரிதராஷ்டிரன் துவக்கத்தில் தடுக்காமல் பின்பு அநேகம் பொல்லாத குறிப்புகளைக் கண்டு பயந்து துரோபதையைச் சமாதானப்படுத்தும்படியாக நீ என்ன கேட்டாலும் தருவேன் என்று சொன்னதற்கு, யுதிஷ்டிரனுக்கும் மற்ற பாண்டவருக்கும் அவன் மன்னிப்புக் கொடுத்து அவர்கள் தங்கள் இரதங்களோடும் ஆயுதங்களோடும் தங்கள் நகரத்துக்குப் போக உத்தரவாக வேண்டுமென்று அவள் கேட்டுக்கொள்ள, திரிதராஷ்டிரன் அப்படி சம்மதித்துச் சூதாடின நிபந்தனையை மாற்றி அவர்களை விடுவித்ததினாலே அவர்களெல்லாரும் போய்விட்டார்கள்.

இப்படி நடக்கையில் கிருஷ்ணனுக்கும் சால்வ இராஜாவுக்கும் யுத்தம் நடந்ததினாலே கிருஷ்ணனுடைய உதவி பாண்டவருக்குக்

கிடைக்காமற் போயிற்று. பாண்டவரை முற்றிலும் அடக்கி அவர்கள் இராச்சியத்தை அபகரிக்கிறதற்கு இது நல்ல சமயம் என்று கௌரவர் நினைத்து மறுபடியும் வந்து சூதாடும்படி யுதிஷ்டிரனை அழைப்பித்தார்கள். இந்த முறை எவர்கள் தோற்றுப் போவார்களோ அவர்கள் பன்னிரண்டு வருஷக்காலமாய் வனவாசிகளாய் அலைந்து திரிய வேண்டுமென்றும், பதின்மூன்றாம் வருஷத்தில் அவர்களை இன்னாரென்று ஒருவரும் அறியாதிருக்க வேண்டு மென்றும், யாராவது அவர்களை அறிந்தால் திரும்பவும் பன்னிரண்டு வருஷக்காலமாய் வனத்தில் போய் சஞ்சரிக்க வேண்டுமென்றும், அந்த வருஷத்தில் ஒருவரும் அவர்களை அறியாதிருந்தால் பதினாலாம் வருஷத்தில் அவர்கள் தங்கள் நகரத்துக்கு வந்து முன்போல் அரசாட்சி செய்யவேண்டுமென்றும் கௌரவர் ஒப்பந்தம் பண்ணினார்கள். அந்தப்படி திரிதராஷ்டிரன் யுதிஷ்டிரனை அழைப்பித்தபோது முன்போலத் தோற்றுப் போகிறதாயிருக்குமென்று அவன் அறிந்தும் திரிதராஷ்டிரனுடைய கட்டளையை மீற மனமில்லாமல் அஸ்தினாபுரத்துக்குப் போய் சூதாடி மறுபடியும் தோற்றுக் கெட்டுப் போனான்.

அப்படி தோற்றுப்போனபடியால் பாண்டவர் தங்கள் ஒப்பந்தத்தின்படி தவவேஷங்கொண்டு தங்கள் ஸ்திரீகளோடும் பிள்ளைகளோடும் புறப்பட்டுக் காட்டில் சென்று வேதங்களை அத்தியயனஞ்செய்து வேட்டையாடிக் கொன்ற மிருகங்களைப் புசித்து வழக்கம்போல பல இராக்ஷதரையும் பூதங்களையும் ஜெயித்து வனசஞ்சாரஞ் செய்துவந்தார்கள். அக்காலத்தில் அவர்கள் இமயகிரிக்கும் தக்ஷண தேசங்களுக்கும் தீர்த்தயாத்திரையாய்ப் போனதும்தவிர அர்ஜுனன் தன் தகப்பனைக் கண்டுகொள்ளும்படி சொர்க்கலோகத்துக்குப் போனான். அவர்கள் வனத்தில் சஞ்சரித்திருக்கும் காலத்தில் கிருஷ்ணனும், பாஞ்சால இராஜாவின் குமாரரும் மற்றும் பலரும் அவர்களைக் கண்டுகொள்ளும்படி வந்தார்கள். வந்தவர்களில் சிலர் அவர்களை ஆறுதல்படுத்தும்படி பேர்பெற்ற உபகாவியமான நளன் கதையைச் சொன்னார்கள். பன்னிரண்டாம் வருஷத்தில் சிந்து இராஜாவாகிய ஜயதிரதன் அவர்களுக்கு எதிர்ப்பட்டு துரோபதையை எடுத்துக்கொண்டு போக எத்தனித்ததில் அர்ஜுனன் அவனை ஜெயித்து பின்பு அவன் செய்ததை மன்னித்து அவனை விட்டுவிட்டான்.

யுதிஷ்டிரனுடைய தகப்பனென்று எண்ணப்பட்ட தருமராஜா வென்று பேர் வழங்கிய யமதேவன் அப்போது அவனுக்குத் தோன்றி பதின்மூன்றாம் வருஷத்தில் ஒருவராலும் அறியப் படாதபடி விராட தேசமென்று சொல்லிய மச்சதேசத்து இராஜாவின் அரண்மனைக்கு அவர்கள் போய் அங்கே சேவகம் பண்ணும்படி யோசனை சொன்னபடியால் தங்கள் ஸ்திரீ பிள்ளைகளில் சிலரை பாஞ்சால இராஜாவிடத்திலும் சிலரை துவாரகாபுரிக்கும் போகும்படி அனுப்பிப் பின்பு அவர்கள் துரோபதையுடனே புறப்பட்டு கால்நடையாய்க் காட்டில் பிரயாணம் பண்ணிப் போனார்கள். விராட நகரத்துக்கருகாக அவர்கள் சேர்ந்திருக்கும்போது அங்கிருந்த மயானத்தில் நின்ற ஒரு வன்னிமரத்தின் பொந்தில் தங்கள் ஆயுதங்களை மறைத்து அந்த மரத்துக்குச் சமீபமாய் ஜனங்கள் வராதபடி அதில் ஒரு பிரேதத்தைக் கட்டிவைத்து பின்பு நகரத்துக்குள்ளே போய் இராஜாவைக் கண்டு தங்களை யுதிஷ்டிர இராஜாவின் சேவகராகக் காட்டினார்கள். மச்சதேசத்தரசன் அவர்களை ஏற்றுக் கொண்டு அவர்களுக்கேற்ற ஊழியங்களைச் செய்யும்படி கட்டளையிட்டான். இராஜாவுக்கு சந்தோஷமுண்டாக அவர்கள் தங்கள் ஊழியங்களைச் சுறுசுறுப்புடனே செய்துவர ஒரு சமயத்தில் தங்கள் வீரியத்தைக் காட்டி இராஜாவைச் சத்துருக்களி னின்று காப்பாற்றினார்கள். அப்படியிருந்தும் பதின்மூன்றாம் வருஷம் முடியுமட்டும் தங்களை இன்னாரென்று காட்டாதிருந்தார்கள். அந்த வருஷம் முடிந்தவுடனே தங்களைப் பாண்டவர்களென்று இராஜாவினிடத்தில் அறிவிக்க, இராஜா அவர்களை மிருந்தபட்சமாய் உபசரித்ததுமல்லாமல் தன் இராச்சியத்தையும் தன் சேனையையும் அவர்களிடத்தில் ஒப்புவித்து தன் மகளை அர்ஜுனனுடைய மகனுக்கு கலியாணம் பண்ணிக் கொடுத்தான். தான் பாண்டவரோடே பண்ணின உறவை உறுதிப்படுத்தும்படியாக தனக்குச் சிநேகமாயிருந்த இராஜாக்களெல்லாரையும் கிருஷ்ணனையும் கலியாணத்துக் கழைப்பித்தான்.

கலியாண விருந்தின் பின்பு பாண்டவருடைய சங்கதிகளைப் பற்றி ஆலோசனை செய்யும்படியாக இராஜாக்கள் சங்கங் கூடினார்கள். யுத்தத்தினாலே கௌரவரை ஜெயங்கொள்ளுகிறது எளிதாயிராததால் துர்யோதனனுடைய மனதை அறியும்படி புத்தியுள்ள தானாபதியை அவனிடத்தில் அனுப்புகிறது நல்லதென்று

கிருஷ்ணன் யோசனை சொன்னான். பாண்டவருக்கு சிநேகமா யிருக்கிற இராஜாக்கள் யாவரும் இப்போதே கௌரவரோடே யுத்தஞ்செய்ய வேண்டுமென்று கிருஷ்ணனுடைய குலத்தாராகிய யாதவரில் ஒரு கோத்திரத்துக்கு அதிபதியான யுயுதானனும் பாஞ்சால அரசனாகிய துருபதனும் யோசனை சொன்னார்கள். அவர்கள் சொன்ன யோசனையை கிருஷ்ணன் ஒப்புக்கொள்ளாமல், தன்னுடைய குலத்தார் கௌரவருக்கும் பாண்டவருக்கும் மத்தியமாய் இருக்கிறார்களென்று தன்னைக் கடத்திக் கூட்டிவந்த இராஜாக்களில் துருபத இராஜா அதிக வயசும் விவேகமுமுள்ளவனானதால் அவனிடத்தில் காரியங்களை ஒப்புவித்து துர்யோதனன் ஆங்காரத் தினாலாவது புத்தியீனத்தினாலாவது பாண்டவருக்கு நியாயஞ் செய்யாதிருந்தால் தன் குலத்து வீரனைப் பாண்டவருக்கு அனுகூலமாய் வர ஏவிவிடுகிறேனென்று கிருஷ்ணன் துவாரகாபுரிக்குப் போய் விட்டான். போன பின்பு மற்ற இராஜாக்களெல்லாரும் ஒருமனப் பட்டு யுத்தத்திற்கு எத்தனம் பண்ணினார்கள். கௌரவர் அந்தச் செய்தி கேட்டு அவர்களும் யுத்தத்திற்கு எத்தனம் பண்ணினார்கள்.

கிருஷ்ணனுடைய உதவியைக் கேட்டுக் கொள்ளும்படி அர்ஜுனன் அவனிடத்தில் போனான். அவன் போகிற நோக்கத்தைத் துர்யோதனன் கேள்விப்பட்டுத் தானும் கிருஷ்ணனுடைய உதவியைப் பெற்றுக்கொள்ள வேண்டுமென்று விரும்பித் துரிதமாய் துவாரகாபுரிக்குப் போய் முந்திச் சேர்ந்தான். அவர்கள் இருவரும் சேரும் சமயத்தில் கிருஷ்ணன் நித்திரையாயிருந்தான். துர்யோதனன் அவனுடைய தலைமாட்டினருகே இருந்துகொண்டு காத்திருக்கிறதை அர்ஜுனன் கண்டு அவனுடைய கால்மாட்டில் வந்து காத்து நின்றான். கிருஷ்ணன் விழிக்கும்போது அர்ஜுனனை முந்திப் பார்க்க வேண்டியதாயிற்று. துர்யோதனன் முந்தி வந்ததினாலும் தான் அர்ஜுனனை முந்திப் பார்த்ததினாலும் ஒரு வகையில் இருவருக்கும் அனுகூலமாயிருக்க வேண்டியதென்று கிருஷ்ணன் நினைத்தவனாய் அர்ஜுனனை முந்திப் பார்த்தபடியால் முதலாவது அவனை நோக்கி, யுத்தஞ்செய்ய நானே வரக்கூடாது; என்னுடைய கோபால குலமாகிய இடையரில் ஒரு சேனையைக் கொண்டுபோக உமக்கு மனமுண்டா? அல்லது யுத்தஞ்செய்யாதவனாய் உமது இரதத்தை நடத்துகிறதற்கு மாத்திரம் நான் உமக்கு சாரதியாய் வர உமக்கு மனமுண்டா? இவ்விரண்டில் எது உமக்கு வேண்டுமென்று

அவனிடத்தில் கேட்டதற்கு, தனக்கு சாரதியாய் வரவேண்டுமென்று அர்ஜுனன் கேட்டுக் கொண்டபடியால் கிருஷ்ணன் சம்மதித்து அவனுடைய இரதத்தை நடத்தும் சாரதியாகப் போனான். இதனாலே கிருஷ்ணனுடைய பேர்களில் பார்த்தசாரதி என்பது ஒரு பேர்.

அப்படி நடக்கும்போது துருபதன் தன் புரோகிதனை கௌரவரிடத்தில் அனுப்பி பாண்டவருடைய நியாயத்தை அவன் மூலமாய்த் தெரியப்படுத்தினான். அதற்கு கௌரவர் ஒரு உத்தரவுஞ் சொல்லவில்லை. பின்பு திரிதராஷ்டிரன் தன் கவிராயனாகிய சஞ்சயனைத் தானாபதியாகப் பாண்டவரிடத்திற்கு அனுப்பி அவர்கள் காரியங்களை விசாரித்ததில் எங்களுக்கு ஐந்து பட்டணங்களை விட்டுவிட்டால் சமாதானமாயிருப்போமென்று துர்யோதனனிடத்தில் சொல்லும்படி யுதிஷ்டிரன் உத்தரவு அனுப்பினான். அந்தத் தானாபதி திரும்பி அதை கௌரவரிடத்தில் அறிவித்ததற்கும் அவர்கள் யாதொரு உத்தரவுஞ்சொல்லி அனுப்ப வில்லை. கடைசியில் தங்களுக்காகச் சமாதானம் பேசும்படி கிருஷ்ணனை அனுப்பிப் பார்த்தார்கள். அவனாலும் அனுகூலங் கிடையாமல் அவன் திரும்பிவந்து கௌரவரைச் சேர்ந்த பதினொரு சேனைகள் புறப்பட்டு யுத்தத்துக்கு வருகிறதாகச் செய்தி சொன்னான்.

பாண்டவர் சேனைகளும் கௌரவர் சேனைகளும் குருக்ஷேத்திரத்தில் கூடி யுத்தத்திற்கு ஆயத்தமாயிற்று. உள்ளபடி பார்த்தால் ஒரு பக்ஷத்தில் யுத்தஞ்செய்தவர்கள் கௌரவர் மாத்திரமே என்றும், எதிர் பக்ஷத்தில் பாண்டவருக்காக யுத்தஞ் செய்தவர்கள் பாஞ்சாலரும் மச்சரும் அல்லாமல் வேறொரு வருமில்லையென்றும் சொல்ல வேண்டும். ஆனாலும் பாரதங் கட்டின கவிராயர்கள் எந்த இராஜாக்களைக் குறித்துக் கேள்விப் பட்டிருந்தார்களோ அந்த இராஜாக்களெல்லாரும் வந்து தங்கள் குதிரைகள், இரதங்கள், யானைகள், பதாதிகள் முதலான சேனை களாலும் குருக்ஷேத்திர பூமியை அதிரப் பண்ணிப் பாண்டவருக்காவது கௌரவருக்காவது யுத்தஞ்செய்தது போலக் காட்டினார்கள். மற்ற இராஜாக்கள் கொண்டுவந்த சேனைகளுக்குப் பாண்டவர் சேனாபதிகளாயிருந்து அச்சேனைகளை நடத்தினார்களேயன்றி அவர்களுக்கு சுயமான சேனை இருந்ததாகத் தோன்றவில்லை. பாண்டவர் பக்ஷத்தில் யுத்தஞ்செய்ய வந்தவர்கள் மச்சர், பாஞ்சாலர், சேதிநாட்டார், காசி நாட்டார், மகதர், யாதவரில் ஒரு கோத்திரரான

சாத்வதர், தக்ஷணத்திலுள்ள பாண்டிநாட்டு அரசனான மலையதுவஜன் ஆகிய இவர்களே. கௌரவர் பட்சத்தில் யுத்தஞ்செய்ய வந்தவர்கள் கூட்டங் கூட்டமாய்த் திரண்டு சிந்துநதி முதல் கங்கை நதி மட்டுமுள்ள விஸ்தாரமான பூமியை நிரப்பினார்கள். கீழ்த்திசையிலிருந்து சீனரும், கிராதரும், தென்கீழ்த் திசையிலிருந்து கலிங்கரும் வந்தார்கள். வங்காளத்திலுள்ள அங்கர், பங்கர், பவுந்திரரும் வந்தார்கள். இந்துஸ்தானிலுள்ள விதேகரும், கோசலரும் வந்தார்கள். மத்தியதேசத்திலுள்ள ஜனங்களில் சூரசேனர் மாத்திரம் வந்தார்கள். வடக்கிலும் மேற்கிலுமிருந்து பலீகரென்று சொல்லிய பல்க் தேசத்திலுள்ள பக்திரியரும், கம்போசர், சகர், யவனரும், சிந்துசௌவீரரும், ஐந்து சகோதரர் அரசாண்ட கேகையரும் வந்தார்கள். மந்திரி இராஜா பாண்டவரைச் சேரவேணுமென்று புறப்பட்டு கௌரவரைச் சேர்ந்தான். குருக்ஷேத்திரத்திற்கு தென் திசையிலிருந்து கிருஷ்ணனுடைய குலத்தாராகிய யாதவரில் சிலர் ஒரு பக்ஷத்தையும் சிலர் மறுபக்ஷத்தையும் சேர்ந்தார்கள். பாண்ட வருடைய சேனைகள் ஏழு. கௌரவருடைய சேனைகள் பதினொன்று.

சேனைகள் சேர்ந்தவுடனே போர் கலந்தது; மகாபாரத மென்பது அந்தப் போருக்குப் பேர். பதினெட்டு நாள் யுத்தம் நடந்தது. சில சமயங்களில் பாண்டவரும் சில சமயங்களில் கௌரவரும் ஜெயங்கொண்டார்கள். அந்தந்த வீரர் பிரமிக்கப் படத்தக்க அதிசயமான கிரியைகளையெல்லாம் செய்தார்கள். அவர்களில் அர்ஜுனன், துரோணன், பீமன், யுதிஷ்டிரன், கருணன் இவர்களே விசேஷித்த வீரியங்காட்டினவர்கள். வரவர கௌரவர் தோல்வியடைந்தார்கள். குருகுலவேந்தர் சகலரும் அவர்கள் பக்ஷத்தில் யுத்தஞ்செய்த வீரரில் மூன்று பேர்தவிர மற்றெல்லாரும் மடிந்துபோன பின்பு அந்த மூன்று வீரர் இராத்திரியில் பாண்ட வருடைய பாளையத்தில் பாய்ந்து பஞ்சபாண்டவரை அல்லாமல் மற்ற யாவரையும் கொலை செய்தார்கள். அப்படிச் செய்தவர்களில் ஒருவன் கிருதவர்மன் என்கிற யாதவன்; அதோடே போர் முடிந்தது. யுதிஷ்டிரன் ஜெயங்கொண்டவனாய் அஸ்தினாபுரத்துக்குத் திரும்பிப்போகப் புறப்பட்டான்.

குருகுலவேந்தருக்குத் தகப்பனான திரிதராஷ்டிரன் தன் குமாரரெல்லாரும் மடிந்துபோனதாகக் கேள்விப்பட்டு நகரத்துக்கு வெளியேபோய் அவர்களுக்காக சிரார்த்தஞ்செய்தான். யுதிஷ்டிரன்

தன் சகோதரரோடும் துரோபதையோடும் திரிதராஷ்டிரனைச் சந்திக்கப் போனதில் வியாசன் அவர்களிருவரையும் சமாதானப் படுத்தினான். யுத்தத்தில் மடிந்தவர்களுக்காக யுதிஷ்டிரன் சிரார்த்தஞ் செய்வித்து ஒருமாச காலம் பட்டணத்துக்கு வெளியே தங்கியிருந்து பின்பு பிரஜைகளெல்லாரும் வாழ்த்துதல் சொல்ல பட்டணப் பிரவேசம் பண்ணி யாகஞ்செய்து இராஜ அபிஷேகம் பெற்றுக் குருகுல சிம்மாசனத்தில் ஏறினான். அதுமுதல் அவனே இராச்சிய பரிபாலனஞ் செய்தவனாயிருந்தும் பேருக்கு திருதராஷ்டிரன் மேலான இராஜாவாயிருந்து எப்படிச் செய்ய வேண்டுமென்று விரும்பினானோ யுதிஷ்டிரனும் மற்ற பாண்டவரும் அப்படிச் செய்தார்கள்.

பீமன் இளைய இராஜாவானான். அர்ஜுனன் சேனாபதியும், நகுலன் யுத்த மந்திரியும், சகாதேவன் அரண்மனை மந்திரியு மானார்கள். அதற்குப் பின்பு யுதிஷ்டிரன் தன் சகோதரரையும், தனக்கடுத்தவர்களையும் கூட்டிக்கொண்டு சந்தனு இராசாவின் மூத்த மகனாகிய மிகுந்த வயசுள்ள தவசியான பீஷ்மனிடத்தில் போய் தேச சட்டங்களையும் பல சாஸ்திரங்களையுங் குறித்து அவனுடைய உபதேசங் கேட்டான். பீஷ்மன் சொன்ன உபதேசங் களால் ஏறக்குறைய இரண்டு பருவம் நிறைந்திருக்கிறது.

அதற்குப்பின்பு வியாசன் யுதிஷ்டிரனுக்குத் தோன்றி யுத்தத்தினாலுண்டான தோஷத்தை விமோசனம் பண்ணும்படி அசுவமேத யாகத்தைச் செய்ய ஏவினான். கிருஷ்ணன் சில காலமாய் அர்ஜுனனோடே இந்திரப்பிரஸ்த நகரத்தில் தங்கிப் பின்பு தன் தகப்பனையும், தன் தமையன் பலராமனையும், தன் தங்கை சுபத்திரையையும் வெகுநாளாய்க் காணாததால் அவர்களைப் பார்க்கும்படி துவாரகாபுரிக்குப் போய்விட்டான். பின்பு அசுவமேத யாகத்துக்கு வேண்டியவைகளெல்லாம் ஆயித்தமாயிருக்கிறதென்று கேள்விப்பட்டு சுபத்திரையோடும் தன் குலத்தாரான சில வீரரோடும் திரும்பப் புறப்பட்டு அஸ்தினாபுரத்தில் வந்து சேர்ந்தான். துர்யோதனன் முதலான சகல இராஜாக்களுடைய திரவியங்களும் மா பாரத யுத்தத்தினாலே செலவழிந்து போனதால் அசுவமேத யாகத்தை நடத்துகிறதற்கு வேண்டிய திரவியம் இல்லாததைக் குறித்து யுதிஷ்டிரன் சில காலமாய் சஞ்சலப்பட்டுப் பின்பு மறுத்த இராஜா இமயகிரியில் அளவிறந்த திரவியங்களைப்

புதைத்து வைத்ததாக வியாசன் சொல்லக் கேட்டதினாலே பாண்டவர் அவ்விடத்துக்குப் போய் குபேரன் முதலான தேவர்களை வணங்கி அந்தத் திரவியங்களைக் கண்டு எடுத்து அஸ்தினாபுரத்துக்குக் கொண்டுவந்தார்கள். அதனாலே யுதிஷ்டிரனுக்கு செலவுக்கு வேண்டிய திரவியங் கிடைத்தது.

அந்த அசுவமேதயாகம் ஆசரிக்கப்பட்ட ஒழுங்கைக் குறித்து பாரதத்தில் மிகுந்த விவரமாய்ச் சொல்லியிருக்கிறது. யாகத்துக்கு நியமிக்கப்பட்ட குதிரை முறைப்படியே பூமியைச் சுற்றி நடந்தது மல்லாமல், அர்ஜுனனும் முறைப்படி அதற்குப் பின்சென்று பூமியைச் சுற்றினான். குதிரை போன வழியைக் குறித்துச் சொல்லி யிருக்கிற பாட்டுகளைப் பார்த்தால் அக்காலத்து இந்துக்கள் பூமியின் அளவைக் குறித்து அறிந்த அளவு இவ்வளவென்று மதிக்கலாம். அந்தக் குதிரை வட இந்தியாவிலுள்ள அந்தந்த தேசத்தின் வழியாய்ச் சுற்றி நடந்து, பின்பு தக்ஷணத்துக்குப் போய்க் கீழ்க்கரையிலிருக்கும் திராவிட தேசத்திலும் மேல்கரையிலிருக்கும் கோகருணத்திலும் வந்து, பின்பு வடக்கே திரும்பி சுராஷ்டிர தேசத்திலும் துவாரகா புரியிலுஞ் சேர்ந்து, அதற்குப் பின்பு பஞ்சநத தேசத்தில் சுற்றி நடந்து கடைசியாக அஸ்தினாபுரத்தில் வந்து சேர்ந்தது. அவ்வளவு தூரம் நடந்து பூமியைச் சுற்றியாயிற்றென்று எண்ணினார்கள்.

அசுவமேதயாகம் முடிந்ததின் பின்பு கிருஷ்ணன் துவாரகா புரிக்குத் திரும்பிப்போனான். சிலகாலமானபின்பு பீமனுடைய குரோதத்தைப் பாண்டவருடைய பெரிய ஐயாவான திரிதராஷ்டிரன் சகிக்கக் கூடாமல், பூர்வீக இராஜாக்களில் சிலர் செய்ததுபோல சாகிறவரைக்கும் தவஞ்செய்யவேண்டுமென்று தீர்மானித்து நகரத்தைவிட்டுக் காட்டில் சென்று மூன்று வருஷமாய் வனவாசஞ் செய்து, பின்பு கங்கை நதி உற்பத்தியாகிற கங்கா துவாரத்துக்குப் போயிருக்கையில் காடு தீப்பற்றி எரிய அவனும் அவன் மனைவி காந்தாரியும் பாண்டுவின் விதவையான குந்தியும் அக்கினி வாதையால் இறந்து போனார்கள். நாரதரிஷி பாண்டவருக்குத் தோன்றி அவர்களுடைய தாயும் திரிதராஷ்டிரனும் அவனுடைய மனைவியும் இறந்துபோன செய்தியை அறிவித்ததினாலே அவர்கள் அஸ்தினாபுரத்துச் சனங்களுடனே கங்காதுவாரத்துக்குப் போய் அவர்களுக்காக கருமாந்தரஞ்செய்து திரும்பி வந்தார்கள்.

யுதிஷ்டிரன் அஸ்தினாபுரத்தில் அரசாட்சி செய்த முப்பத்தாறாம் வருஷத்தில் கிருஷ்ணனுடைய சாரதியாகிய தாருகன் அஸ்தினா புரத்துக்கு ஓடிவந்து யாதவரெல்லாம் ஒருவரோடொருவர் சண்டை செய்து ஒருவரையொருவர் கொலை செய்திருக்கிறார்கள் என்றறிவித்து, அர்ஜுனன் சீக்கிரமாய் துவாரகாபுரிக்கு வந்து ஸ்திரீகளைக் கூட்டிக் கொண்டு போய்க் காப்பாற்ற வேண்டுமென்று கிருஷ்ணனுடைய நாமத்தினாலே கேட்டுக்கொண்டான். திரிதராஷ்டிரனுடைய மனைவியும் கௌரவருடைய தாயுமான காந்தாரி கிருஷ்ணனைச் சபித்ததே யாதவர் நாசமாய்ப் போனதற்குக் காரணம். அவள் தன் குமாரரெல்லாரையும் பாரத யுத்தத்தில் சாகக்கொடுத்த படியினாலே அவள் கிருஷ்ணனைப் பார்த்து என்னுடைய குலத்தார் மடிந்து போகாதபடி உன்னால் செய்யக்கூடியதாயிருந்தும், யாதொன்றுஞ் செய்யாததினாலே, உன்னுடைய குலத்தார் முப்பத்தாறு வருஷத்துக்குள்ளாக மடிந்து போவார்கள் என்று சாபமிட்டாள். அவள் சொன்ன வார்த்தையின் கருத்தைக் கிருஷ்ணன் யோசித்து, யாதவர் தேவர்களாலும் தானவர்களாலும் மடிந்துபோகத் தக்கவர் களல்லவே, ஆகையால் தங்களைத் தாங்களே நாசப்படுத்து வார்களாக்குமென்று அறிந்து கொண்டான்.

யாதவர் மாண்டு போகுங்காலம் சமீபமாயிற்றென்று கிருஷ்ணன் அநேகவிதக் குறிப்புகளினாலே அறிந்தபோது அவர்களெல்லாரும் பிரபாசமென்ற தேவஸ்தானத்துக்குத் தீர்த்த யாத்திரையாய்ப் போகும்படி ஒழுங்கு பண்ணினான். அவ்விடத்தில் அவர்கள் போயிருக்கும்போது அவர்களெல்லாரும் சாராயங் குடித்து வெறித்திருக்கையில், கௌரவர் பட்சத்தில் யுத்தஞ்செய்த கிருதவர்மன் என்ற வீரனை யுயுதானன் பார்த்து, நீ இராத்திரியில் பாண்டவருடைய பாளையத்தில் புகுந்து தூங்கிக் கொண்டிருந்த வீரரைக் கொன்று போட்டாயேயென்று வைதபோது, யுயதானனுடைய தலையை அந்த கிருதவர்மன் வெட்டிப் போட்டான். இதுமுகாந்தரமாய் உண்டான கலகத்தில் அவர்கள் ஒருவரையொருவர் தண்டாயுதங் களினாலே மோதிக்கொண்டு எல்லாரும் மடிந்துபோனார்கள்.

அதற்குப்பின்பு கிருஷ்ணன் தன் தமையன் பலராமனைப் பார்க்கும்படி போனான். பலராமன் உலக விஷயங்களை வெறுத்து விட்டு வனத்தில் போய்த் தியானம் பண்ணிக்கொண்டிருந்தான். கிருஷ்ணன் சமீபமாய் வந்தவுடனே பலராமன் இறந்துபோனான்;

அவனுடைய ஆத்துமா ஆயிரந்தலையுள்ள நீளமான பாம்புபோல அவன் வாயிலிருந்து புறப்பட்டு, சமுத்திரத்தில் போய்ச் சேர்ந்தது. கிருஷ்ணன் அதைக் கண்டு தனக்கும் மரணகாலம் வந்ததென்றறிந்து தரையில் உட்கார்ந்து தியானம் பண்ணத் தொடங்கினான். அவன் தியானம் பண்ணி வருகையில் ஜரா என்ற பேருடைய வேடன் அவனை மான் என்று நினைத்து அவனுடைய காலில் அம்பு எய்ததிலே அவன் இறந்தான். ஜரா என்பதற்கு விருத்தாப்பிய வயசென்றர்த்தமானதால் கிருஷ்ணன் விருத்தாப்பியமான வயசினாலே இறந்துபோனானென்று காணப்படுகிறது. அவனுடைய ஆத்துமா சுவர்க்கலோகத்தில் சேர்ந்தவுடனே தேவர்களும், கணங்களும், ரிஷிகளும் அவனை மிகுந்த மரியாதையுடனே உபசரித்தார்கள்.

கிருஷ்ணன் தன்னுடைய சாரதியை அனுப்பிக் கேட்டுக் கொண்டபடி, துவாரகாபுரியிலுள்ள ஸ்திரீகளை ஒப்புக்கொண்டு காப்பாற்றும்படியாக அர்ஜுனன் அவ்விடத்தில் வந்திருக்கும்போது கிருஷ்ணனுடைய தகப்பனான வசுதேவன் அவனைக் கண்டு தன் குமாரர் இருவரும் மரித்துப் போனதாகவும் தன் வம்சத்தார் யாவரும் மடிந்துபோனதாகவும் சொன்னான். சொன்னவுடனே அவனும் மரித்துத் தேவலோகத்துக்குப் போனான். மரித்தவர்களெல்லாருக்காகவும் செய்யவேண்டிய சிரார்த்தங்களை அர்ஜுனன் நடத்துகையில் வசுதேவனுடைய நாலு மனைவிகளும் உடன்கட்டை ஏறிச் செத்தார்கள். கிருஷ்ணனுடைய மனைவிகளில் ருக்குமணியும் மற்றுஞ் சிலரும் அப்படியே உடன்கட்டை ஏறினார்கள். அவர்களில் சத்தியபாமையும் மற்றச் சிலரும் இமயகிரிக் காட்டில் தவம் பண்ணப் புறப்பட்டுப் போனார்கள். மீதியான ஸ்திரீகளையும் கிருஷ்ணனுடைய பேரன் மகனாகிய வச்சிரனையும் துவாரகா புரியிலுள்ள பல குலத்தாராகிய மற்றும் சில குடிகளையும் அர்ஜுனன் கூட்டிவரச் செய்து அவர்களை அவ்விடத்தைவிட்டுக் கூட்டிக்கொண்டு போனான். அவர்கள் பிரயாணமாய்ப் போகும் போது, கடற்கரைக்குச் சமீபமாய் வாசம் பண்ணினவர்களும் பேர்போன கள்ளருமாயிருந்த அபீரர் என்று சொல்லிய ஒரு சாதி இடையர் இவர்கள் இறங்கின இடத்தில் பாய்ந்து அவர்களைக் கொள்ளையடித்து ஸ்திரீகளில் சிலரை எடுத்துக்கொண்டு போனார்கள். அர்ஜுனன் வயசுள்ளவனாய்ப் போனபடியினாலே தன் ஆயுதங்களை முன்போல பிரயோகிக்கக் கூடாமலிருந்தது.

அபீரருக்குத் தப்பினவர்களை அவன் சேர்த்துப் புறப்பட்டு குருக்ஷேத்திரத்தில் சேர்ந்து அங்கங்கே அவர்களைக் குடியேற்றினான். அவன் துவாரகாபுரியை விட்டுப் போனவுடனே அந்தப் பட்டணம் ஒருவருக்குந் தெரியாதபடி சமுத்திரம் அதை மூடினதாகவும், அதில் காத்திருந்த சில்லறைச் சனங்கள் மலைகளுக்கும் காடுகளுக்கும் குடிபோனதாகவும் சொல்லியிருக்கிறது. (அப்படிச் சொல்லி யிருந்தும் துவாரகாபுரி இந்நாள் வரைக்கும் நிலைத்திருக்கிறதே அல்லாமல் சமுத்திரம் அதை மூடியிருக்கவில்லை. அதில் கட்டியிருக்கிற கிருஷ்ணன் கோயிலைப் பார்க்கும்படி கிருஷ்ண பத்திக்காரர் அநேகர் வருஷந்தோறும் தீர்த்தயாத்திரையாய்ப் போகிறார்கள். மேலும் நெடுநாளாய் அவ்விடத்தில் கூட்டங்கூடின. கடற்கள்ளருக்கும் இங்கிலீஷ் பட்டாளத்துக்கும் சில வருஷத்துக்கு முன்னே சண்டை நடந்தது.)

கிருஷ்ணனுடைய பேரன் மகனைக் குறித்துக் கேள்வியான வுடனே பஞ்சபாண்டவருக்கடுத்த காரியங்களும் பாரத கதையும் ஏறக்குறைய முடிந்திருக்குமென்று நிதானிக்கலாம். யாதவர் மடிந்து போன விவரங்களை அர்ஜுனன் சொல்லப் பாண்டவர் கேட்டவுடனே தங்கள் இராஜாங்கத்தை மற்றவர்களிடத்தில் ஒப்புவித்து உலகத்தை விட்டுவிட வேணுமென்று தீர்மானித்தார்கள். அந்தப்படி அர்ஜுனன் பேரனாகிய பரிக்ஷித் என்பவனை அஸ்தினாபுரத்து இராஜாவாகவும், யாதவரில் ஒரே ஒருவனாய் மீந்தவனாகிய கிருஷ்ணனுடைய பேரன் மகனான வஜ்ஜிரனை இந்திரபிரஸ்தத்து இராஜாவாகவும் நியமித்து, திரிதராஷ்டிரனுடைய மகனான யுதசு என்பவனை இரு சமஸ்தானத்துக்கடுத்த துரைத்தன விஷயங்களை அவர்கள் பேரால் நடத்தும்படியாய் ஒழுங்கு பண்ணினார்கள். அப்படி ஒழுங்கு பண்ணினதின் பின்பு தங்கள் ஆடையாபரணங்களைக் கழற்றி தவவேஷங்கொண்டு செய்யவேண்டிய யாகமுதலிய கர்மங்களை அனுஷ்டித்து முடித்து யாக அக்கினியை ஆற்றில் அவித்து நகரத்தை விட்டுவிட்டு பட்டினியாய்ப் புறப்பட்டுப்போனார்கள். அவர்கள் பிரயாணம் பண்ணிப் போகையில் முந்திப்போனவன் யுதிஷ்டிரன். அவன் பின்னே போனவன் பீமன், அவன் பின்னே அர்ஜுனன், அவனுக்குப் பின்னே மாத்ரியின் இரு மக்களாகிய நகுலனும், சகாதேவனும், ஆறாவது துரோபதை, ஏழாவது அவர்களைப் பின்தொடர்ந்த ஒரு நாய். நகரத்தார் கொஞ்சந்தூரம் அவர்களோடே

கூடப்போய் அவர்களை அனுப்புவித்துக்கொண்டு திரும்பி வந்தார்கள். பாண்டவர் பூமியைச் சுற்றி யாத்திரை செய்ய வேண்டுமென்று தீர்மானித்து முதலாவது கீழ்த்திசைக்குச் சென்று, பின்பு தக்ஷணத்துக்குச் சாய்ந்து பின்பு மேலக்கடல் வழியாய்ப் போய், கடைசியாக வடக்கே திரும்பி இமயமலையைக் கடந்து, சாகுமட்டும் வடதிசையை நோக்கிப் போகவேண்டுமென்று மகா மேருமலைக்கு நேரே கடந்து போனார்கள். இந்துக்கள் ஆதியில் இமயமலைக்கு வடக்கிலுள்ள தேசங்களிலிருந்து வந்தவர்களானதால் அந்த வடதேசங்களைத் தேவலோகத்துக் கடுத்தவைகளாக எண்ணினார்கள். இமயகிரி சிகரங்களுக்கப்புறம் மானசக்கடலும் அதற்கப்புறம் கைலாசகிரியும் உண்டென்று அவர்களுக்குத் தெரியும். அதுக்கு வடக்கே மகா மேருமலையையும் காணலாமென்று நினைத்தார்கள்.

பாண்டவர் பல தேசங்களில் சுற்றி நடந்து வட இராச்சியத்தில் சேர்ந்தார்கள். பின்பு இமய பர்வதத்துக்குப் போய் அதின் சிகரங்களைக் கடந்து, அப்புறஞ்சென்று மணற்கடலையும் கடந்து மலைகளுக்கரசாகிய மேரு மலையைத் தூரத்திலிருந்து தரிசித்து நடந்துபோனார்கள். போகையில், துரோபதை தைரியமற்றுத் தரையில் விழுந்து இறந்தாள். ஒரு தீங்கும் செய்யாத அவள் அப்படி விழுந்ததென்னவென்று பீமன் யுதிஷ்டிரனிடத்தில் கேட்க, அர்ஜுனனிடத்தில் அதிக இஷ்டமாயிருந்தாளென்று யுதிஷ்டிரன் சொல்லி, பின்பு ஒரு வார்த்தையும் பேசாமல் தன் துக்கத்தை அடக்கிக்கொண்டு மன ஊக்கமாய் நடந்துபோனான். பின்பு சகாதேவன் விழுந்தான். துரோபதையும் தன் தம்பி சகாதேவனும் விழுவதை நகுலன் பார்த்து அவனும் துக்கமிகுந்து விழுந்தான். அப்படியிருந்தும் மன உறுதியுள்ள தருமராசன் திரும்பிப் பாராமல் நடந்துகொண்டே போனான். அத்தனைபேர் விழுந்ததை அர்ஜுனன் பார்த்தபோது அநேகரை செயங்கொண்ட வேந்தனாயிருந்தும் அவனும் துக்கம் அதிகரித்து விழுந்தான். கடைசியில் பீமனும் விழுந்தான். அப்படியிருந்தும் யுதிஷ்டிரன் திரும்பிப் பாராமல் நாய் தொடருகிறது தவிர ஒருவரும் பின்வருகிறதில்லையென்று அறிந்தும் மன உறுதியாய் நடந்து போனான்.

அக்ஷணமே இந்திரன் தோன்றி யுதிஷ்டிரனைப் பார்த்து என் இரதத்தில் ஏறி தேவலோகத்துக்கு வாவென்றழைத்தான். விழுந்து

போனவர்களைப் பார்க்கும்படி யுதிஷ்டிரன் அப்போதுதான் நின்று என் சகோதரரும் என்னோடேகூட வரவேண்டும். அவர்களும் துரோபதையும் இல்லாமல் நான் சொர்க்கலோகத்தில் பிரவேசிக்க மாட்டேன் என்றான். அதற்கு இந்திரன், உன் சகோதரரும் துரோபதையும் சரீரத்தை விட்டுத் தேவலோகத்தில் வந்திருக்கிறார்கள். நீ வரும்போது அவர்களைக் காணலாம். சரீரத்தோடே தேவலோகத்தில் பிரவேசிக்க உனக்கு மாத்திரம் வரங்கிடைத்ததென்றான். பின்பு யுதிஷ்டிரன்; நாயும்கூட வரவேண்டுமென்று கேட்டான். இந்திரன் அது கூடாது, நாயை விட்டுவிடு, நீயே தேவலோகத்துக்கு வரவேண்டுமென்று சொல்லியும், யுதிஷ்டிரன் நாய் என்னிடத்தில் நம்பிக்கையாய் வந்திருப்பதினாலே அதை விட்டுவிட எனக்கு மனமில்லையென்றான். இந்திரன்: என்னுடைய லோகத்தில் நாய்களுக்கு இடமில்லை, பூமியில் எங்களுக்குப் படைக்கப்பட்ட நைவேத்தியங்களை அவைகள் திருடித்தின்கிறதே என்று தீர்க்கமாய் சொன்னபோதைக்கும் யுதிஷ்டிரனுடைய தீர்மானம் மாறவில்லை. பயமும் வருத்தமு முண்டான காலத்தில் அந்த நாய் என்னை நம்பிவந்தபடியினாலே ஒருபோதும் நான் அதை விட்டுவிடப் போகிறதில்லை என்றான். உன் சகோதரர்களை விட்டுவிட்டாயே, நாயை விட்டுவிடுகிறதற்கென்ன என்று இந்திரன் சொல்ல, யுதிஷ்டிரன்: அவர்களை உயிர்ப்பித்து எழுப்ப என்னாலே கூடாது, உயிரோடிருக்கும்போது நான் ஒருக்காலும் அவர்களைக் கைவிட்டதில்லை. என்னை நம்பினதைக் கைவிடுகிறது பஞ்சபாதகங்களில் ஒன்றாக எண்ணுகிறேன் என்றான். இதெல்லாம் யுதிஷ்டிரனுடைய நீதியையும் மன உறுதியையும் சோதிக்கும்படி நடந்த மாயமே அல்லாமல் வேறல்ல; அந்த நாய் யமதேவனே. யுதிஷ்டிரனுடைய உறுதியை யமன் கண்டு சந்தோஷப்பட்டு நாய் ரூபத்தை மாற்றி சுயரூபமாகத் தோன்றினான்.

இந்திரன் இன்னொரு மாயத்தினாலும் அவனுடைய உறுதியைச் சோதித்தான். அதெப்படியென்றால் யுதிஷ்டிரன் தேவலோகத்தில் பிரவேசித்தவுடனே தன் சகோதரரைக் காணவேண்டுமென்று சுற்றிப் பார்க்கும்போது கௌரவரைக் கண்டானேயல்லாமல் தன் சகோதரரைக் காணவில்லை. என் சகோதரரில்லாமல் தேவலோகத்தில் இருக்க மாட்டேனென்று அவன் சொன்னதினாலே யமதூதன் ஒருவன் அவனை நரகலோகத்துக்குக் கொண்டுபோனான்.

அவ்விடத்தில் தன் சகோதரரைப் பார்த்தவுடனே உங்களைக் காணாமல் சுவர்க்கலோகத்தில் செல்வமாய் வாழுகிறதைப் பார்க்கிலும் உங்களோடே நரகத்தில் நிர்ப்பாக்கியமடைவது நல்லதென்று சொல்லி, நரகலோகத்தில் இருக்கும்படி தீர்மானித்தான். இதுவும் அவனுடைய மனஉறுதியைச் சோதிக்கும்படி நடந்த மாயம். அந்த நரகலோகம் உடனே சுவர்க்கலோகமாய் மாறிப் போக, அவனும் அவனுடைய சகோதரரும் சுவர்க்கலோக வாசிகளாகி தேவர்களோடும் வீரர்களோடும் அனந்த சுகங்களை அனுபவித்தார்கள்.

பாண்டவரைப்பற்றிய கதை இதோடே முடிந்தது. அப்படி யிருந்தும் பிற்காலத்தில் சங்கதிகளில் சிலவற்றைப் பாரதத்தின் கடைசியில் சொல்லியிருக்கிறது. அதில் சொல்லியபடி அர்ஜுனனுடைய பேரனாகிய பரீக்ஷித் என்பவன் அறுபது வருஷ காலமாய் இராச்சிய பரிபாலனம் பண்ணி பின்பு தக்ஷகன் என்ற பேருடைய நாக அரசன் கடிக்க விஷமேறி இறந்து போனான். அவன் இறந்தபோது குழந்தையாயிருந்த அவனுடைய மகனான ஜனமேஜயன் புருஷனாகி அந்தத் தக்ஷகனை ஜெயித்து அவனுடைய இராச்சியத்தில் நாக யாகத்தை நடப்பித்தான். அந்த நாக யாகம் ஆசரிக்கப்படும் நாள்களில் மா பாரதமாகிய பெருங்காப்பியம் முதல்முதல் அரங்கேற்றப்பட்டது. வியாசனிடத்தல் அதைக் கேட்டுப் படித்துக் கொண்டபடிக்கு வைசம்பாயனன் என்கிறவன் யாகத்துக்கு வந்தவர்கள் சபையில் அதைப் பாடினான். கௌரவரையும், பாண்டவரையும் பற்றிய சரித்திரங்களை எல்லாம் வைசம்பாயனன் பாட, ஜனமேஜர இராஜா கேட்டபோது மிகவும் ஆச்சரியப் பட்டான். பின்பு பிராமணருக்குத் தானங்கள் கொடுத்துத் தன் நகரத்துக்குத் திரும்பிப்போனான். சிலகாலமான பின்பு லோமகர்ஷ்ணனாகிய சூதன் பாரதத்தைப் படித்து உக்கிரசிரவன் என்று பேருடைய தன் மகனுக்கு அதைச் சொல்லிக் கொடுக்க, அந்த உக்கிரசிரவன் அதைக் கற்றுக்கொண்ட சௌனகன் என்கிற பிராமணன் நடத்தின யாகத்திலே அதைப் பாடினான் என்றும், இப்படி மா பாரத காப்பியம் இரண்டாந்தரம் அரங்கேற்றப்பட்ட போது முதலாந்தரம் அரங்கேற்றப்பட்டதைப் பார்க்கிலும் அது விஸ்தாரமாயிருந்தது என்றும் பாரதமே சொல்லுகிறது.

மா பாரதத்தைக் குறித்துக்
கவனிக்க வேண்டிய விசேஷங்கள்

1. பாரதத்தைப் பார்க்கிலும் இராமாயணம் செய்யுள் அலங்காரமும் சிறப்புமுள்ளதாயிருந்தும், இத்தேசத்திலுள்ள பூர்வீக இராஜாக்களையும் அவர்கள் இராச்சியங்களையும் குறித்துப் பல விசேஷங்களை அறிவதற்கு இராமாயணத்தைப் பார்க்கிலும் பாரதமே அதிக உபயோகமுள்ளதாயிருக்கிறது. அதில் அடங்கிய சரித்திரங்களை முற்றிலும் உண்மையுள்ளவைகளென்று சொல்லக் கூடாது. அப்படியிருந்தும் அவைகள் முற்றிலும் கட்டுக்கதை களல்ல; இராமாயணத்திலுள்ள கதைகளில் அநேகம் கதைகளை நம்புகிறதிற்கு ஏதுவில்லை. பாரத கதைகளில் சில கதைகள் சற்றே நம்பப்படத்தக்கவைகள். நடந்த சங்கதிகளே பாரதத்துக்கு அஸ்திவாரமென்றும் பூர்வீக கவிராயர்களுடைய வர்ணிப்பே அந்த அஸ்திவாரத்தின் மேல் கட்டின மாளிகையென்றும் சொல்லலாம். அந்தக் கவிராயர்கள் கட்டின பாட்டுக்கு ஆதாரமாயிருந்த சரித்திரம் உண்மையான சரித்திரமாயிருந்தபோதைக்கும் அதைக்குறித்து அவர்கள் யதார்த்தமாய் பாட்டுக்கட்டாமல் செவிக்கு இன்ப முண்டாகும்படி அநேகம் பொய்களைக் கலந்து பாடுகிறது அவர்கள் வழக்கமாயிருந்தது. கிரேக்குத்தேசத்துக் கவிராயர்களில் முந்தினவனான ஓமேர் என்னப்பட்டவன் கட்டின காவியத்தைக் கிரேக்கர் பாரதமென்று சொல்லத்தகும். ஆனாலும் இந்துதேசத்துப் பாரதத்தில் கண்டிருக்கும் ஏராளமான கட்டுக்கதைகளும் பொய்களும் அந்த கிரேக்குப் பாரதத்தில் இல்லை. மெய்யை அரிசி என்றும் வருணிப்பை உப்பு என்றும் சொன்னால், ஓமேரென்பவன் ஒரு கைப்பிடி அரிசியில் இரண்டு உப்புப் போட்டான் என்றும், பாரதக் கவிராயர்கள் இரண்டு அரிசியோடே ஒரு கைப்பிடி உப்புப் போட்டார்களென்றும் சொல்லலாம்.

2. பாரதக் கதைகளெல்லாம் ஒரே பெருங்காப்பியமாகச் சேர்க்கப்பட்ட காலம் எதுவென்று கேட்டால் அதை நிதானிக்கிறதற்கு சில ஏதுக்களுண்டு. (1) வேதவியாசன் என்னப்பட்டவனைக் குறித்துப் பாரதத்தில் அடிக்கடி சொல்லியிருக்கிறதுமன்றி அவனே அதைக் கட்டினவனென்றும் அதில் சொல்லியிருக்கிறது. வேதவியாசன்

என்கிற பேருக்கு வேதங்களைத் திரட்டினவன் என்று அர்த்தம். கிறிஸ்து பிறக்கிறதற்கு ஏறக்குறைய 500 வருஷத்துக்கு முன்னே வேதங்களைத் திரட்டியிருக்குமென்று சாஸ்திரிகள் நிதானித்திருக் கிறார்கள். ஆகையால் பாரதம் கட்டப்பட்டது அந்தக் காலத்துக்குப் பின்பு இருக்குமேயல்லாமல் அதற்கு முன்னிராது. (2) புத்தமதம் தோன்றினதுமன்றி வரவர அது பிரபலமாயிற்றென்றும் அநேக இராஜாக்களும் ஜனங்களும் அதை ஏற்றுக்கொண்டிருந்தார் களென்றும் பாரதத்திலுள்ள சில பாட்டுக்களில் கண்டிருக்கிறது. கிறிஸ்து பிறக்கிறதற்கு ஏறக்குறைய 300 வருஷத்துக்கு முன்னே புத்தமதம் அப்படிப் பலப்பட்டு விருத்தியடைந்தது. ஆகையால் பாரதம் அந்தக் காலத்திற்குப் பின்பு கட்டப்பட்டிருக்க வேண்டும். (3) யவனர் இத்தேசத்தில் வந்து இத்தேசத்து இராஜாக்களில் சிலரோடே யுத்தஞ்செய்து சிலரோடே உறவு பண்ணிக் கொண்டதாக பாரதத்தில் கண்டிருக்கிறது. ''யவனர் சர்வஞ்ஞரும் விசேஷித்த வீரியமுடையவர்களுமாயிருக்கிறார்கள்'' என்று ஒரு பாட்டில் சொல்லியுமிருக்கிறது: அந்த யவனர் கிரேக்கரே. கீர்த்தி பெற்ற கிரேக்க அரசனான மகா அலேக்ஜாந்தர் கிறிஸ்து பிறக்குமுன் 327 வருஷத்தில் இத்தேசத்தில் படையெடுத்து வந்தான். அவன் வந்ததின் பின்பு அல்லது அவனுடைய பட்டத்துக்கு வந்தவர்களும் பல்க் (பலீக) தேசத்தில் அரசாண்ட பக்திரியரான கிரேக்கரும் இத்தேசத்து இராசாக்களோடே யுத்தஞ்செய்து சம்பந்தம் கலந்ததின்பின்பு யவனரைக் குறித்து அப்படிச் சொல்லியிருக்குமே அல்லாமல் அதற்கு முன்னே அப்படிச் சொல்ல ஏதுவில்லை.

இந்த முகாந்தரங்களைப் பார்க்கும்போது கிறிஸ்து பிறக்கிறதற்கு 300 அல்லது 250 வருஷத்துக்குமுன் பூர்வீகமான பாரதக் கதைகளை ஒரு வித்துவான் திரட்டி பெருங்காப்பியமாகச் சேர்த்திருப்பானென்று தோன்றுகிறது. அவைகளைத் திரட்டின காலம் சிலவேளை கிறிஸ்து பிறக்கிறதற்கு முன் 200 வருஷ மாத்திரமென்று சொல்லலாம். கட்டின காலம் வேறே; திரட்டின காலம் வேறே. அந்தக் கதைகளைச் சேர்த்து மகாபாரதமென்று திரட்டினதின் பின்பும், காலத்துக்குக் காலம் வேறு கதைகளும் அதோடே சேர்க்கப்பட்டது நிச்சயம்.

பாரதத்திரட்டில் இக்காலத்தில் கண்டிருக்கிற அந்தந்தப் பாட்டுக்கள் எப்போது கட்டப்பட்டிருக்குமென்று கேட்டால் கிறிஸ்து பிறக்கிறதற்கு 400 அல்லது 500 வருஷத்துக்கு முன்னே

சில பாட்டுக்கள் கட்டப்பட்டிருக்கலாம். மற்றும் சில பாட்டுகள் கிறிஸ்து பிறந்து 400 அல்லது 500 வருஷத்துக்குப் பின்பு கட்டப் பட்டிருக்கலாம். பகவத்கீதையானது கடைசியாக எழுதப்பட்ட பங்கு என்று தோன்றுகிறது.

கல்கத்தா நகரத்தில் இங்கிலீஷ் துரைமாருடைய உதவியினாலே மா பாரதம் அச்சடித்து பிரசித்தம் பண்ணப்பட்டிருக்கிறது. அதைப் பிரசித்தம் பண்ணின சுதேச வித்துவான்கள் பல பாட்டுக்களை நூதனமானவைகளென்று தீர்த்துத் தள்ளிப் போட்டார்கள். ஆகிலும் நூதனமான பாட்டுகளெல்லாவற்றையும், விசேஷமாய் கிருஷ்ணனை மெச்சும்படியாக நூதனமாய்ச் சேர்க்கப்பட்ட பாட்டுக்கள் யாவையும், தள்ளிப் போட்டால் எவ்வளவோ தள்ளப்பட வேண்டிதாயிருக்கும்.

3. பாரதத்தில் கண்டிருக்கிறபடி இத்தேசத்தில் உண்டாயிருந்த பூர்வீக இராச்சியங்கள் எப்படிப்பட்டவைகளென்றால், அவைகள் இக்காலத்திலுள்ளவைகளுக்கு மிகவும் சொற்பமானவைகளே. பாரதகாலத்தில் அநேகம் குறுநில மன்னர் ஓயாமல் ஒருவரோ டொருவர் யுத்தஞ்செய்துகொண்டு பரதகண்டத்தைச் சின்னா பின்னமாகப் பங்கிட்டுக் கொண்டிருந்தார்கள். குடிகளைக் காப்பாற்ற அந்த இராஜாக்களில் அநேகரால் கூடாதிருந்தது. கைத்தொழில்களும் வர்த்தகமும் விருத்தியடைந்து குடிச்செல்வம் பெருகுகிறதற்கு அக்காலத்தில் ஏதுவில்லை. கப்பல்மார்க்கமாய் பங்காளத் துறைமுகங்களில் வந்த சரக்குகள் அயோத்தியாபுரி, அஸ்தினாபுரம் முதலான வடமேற்றிசை நகரங்களில் சேருவதற்கு முன்னும், சிந்துநதித் துறைமுகங்களில் வந்த சரக்குகள் காசியிலும் மகததேசத்து இராஜதானியான பாடலிபுரத்தில் சேருதற்கு முன்னும், அந்தச் சரக்குகள் ஒருவரோடொருவர் பகைவராயிருந்த நூறு சிற்றரசரின் இராச்சியங்களின் ஊடே வந்து ஆயிரம் மோசங்களுக்கு தப்ப வேண்டியதாயிருந்தது. நல்ல பாதைகளும் நல்ல பாவங்களும் அக்காலத்தில் இல்லை, தபாலுமில்லை.

இக்காலத்திலுள்ள இந்துக்கள் சூரிய சந்திர வம்சத்து இராஜாக் களுடைய பேர்களையும் புரூரவன், பரதன், ஜராசந்தன், யுதிஷ்டிரன் என்கிற சக்கரவர்த்திகளின் பேர்களையும் கேள்விப்படும் போது அவர்களை மிகுந்த சக்தியும் மகத்துவமுமுள்ள இராஜாக்களென்று

எண்ணுகிறது இயல்பே. ஆனாலும் காரியங்களைத் திட்டமாய்ச் சோதித்துப் பார்த்தால் அந்த இராஜாக்கள் ஆண்டுவந்த இராச்சியங்கள் சொற்பந்தானென்று விளங்கும். இக்காலத்திலுள்ள ஒரு ஜில்லா அக்காலத்திலுள்ள ஒரு இராச்சியத்துக்குச் சரியாயிருக்கும். ஒரு பட்டணமும் நாலைந்து கிராமங்களும் கொண்ட பூமி அக்காலத்தில் ஒரு இராச்சியமென்று சொல்லப்பட்டதுண்டு. மேலும் அக்காலத்திலுள்ள இராஜா ஒருவன் சகல இராஜாக்களையும் சகல இராச்சியங்களையும் ஆண்டு வருகிற இராஜாவென்று அர்த்தங்கொள்ளும் சக்கரவர்த்தி யென்றும் சம்ராசு என்றும் மகத்துவமான பேர்களையுடையவனா யிருந்தாலும், அவன் முழு இந்தியாவில் ஆளுகை செய்யாமல் தோவாபில் ஆண்ட யுதிஷ்டிரனைப் போலவும், பீகாரில் ஆண்ட ஜராசந்தனைப் போலவும் ஒரு மாகாணத்தில் மாத்திரம் இராச்சிய பரிபாலனம் பண்ணுகிறவனாயிருந்தான். அவனுக்குக் கீழ்ப்பட்ட இராஜாக்கள் தங்கள் இராச்சியங்களையும் தங்கள் இராஜ அதிகாரத்தையும் இழந்து போனவர்களுமல்ல. சக்கரவர்த்தியான இராஜாவுக்குக் கீழ்ப்பட்ட இராஜாக்கள் அவனுக்கு வெகுமதிகளைக் கொடுத்தனுப்பி யுத்தங்களில் அவனுக்கு உதவி செய்வதினாலே அவனை மேலான இராஜாவென்று ஒப்புக்கொண்ட போதைக்கும் மற்ற விஷயங்களில் அவர்கள் முன்போல சுயாதீன இராஜாக்களாக அரசாண்டு வந்தார்கள். அந்தச் சக்கரவர்த்திகளின் ஆளுகையைப் பார்க்கிலும், பிற்காலத்தில் எழும்பின மகத இராஜாக்களின் ஆளுகையே விஸ்தாரம். மகத இராஜாக்களின் ஆளுகையிலும் டில்லியில் அரசாண்ட மகமது மார்க்கத்தாருடைய ஆளுகை விஸ்தாரம். இப்போதிருக்கிற இங்கிலீஷ் துரைத்தனத்தாருடைய இராஜாங்கம் முற்காலத்திலிருந்த இராஜாங்கங்களெல்லாவற்றிலும் அதிக விஸ்தாரமும் சக்தியுமுள்ளதாயிருக்கிறது. கல்கத்தாவில் வாசமாயிருக்கிற கவர்னர் ஜெனரல் துரையவர்களுடைய ஆளுகை பெருங்காப்பியங்களில் சொல்லியிருக்கிற சக்கரவர்த்திகளுடைய ஆளுகையைப் பார்க்கிலும் நூறு மடங்கான விஸ்தாரமும் ஆயிரமடங்கான சக்தியுமுள்ளதாயிருக்கிறது. அப்படியிருந்தும் அந்தக் கவர்னர் ஜெனரல் துரையவர்கள் சுயாதீன இராஜாவுமல்ல, மேலான இராஜாவுக்குக் கப்பங்கட்டுகிற சின்ன இராஜாவுமல்ல. அவர் அர்த்தகோள தூரத்திலிருக்கிற ஒரு தீவுக்கு இராக்கினியா யிருக்கிறவர்களுக்கு ஊழியக்காரர்தான். இதைப் பார்க்கும்போது

பூர்வகாலத்தில் நடந்த சங்கதிகள் சிறியவைகளாயிருந்தும் அவைகள் பழமையினாலும் செய்யுள் சிறப்பினாலுமே பெரியவைகளாயின வென்று சொல்லத் தகும்.

4. பாரதங் கட்டினவர்கள் இந்தியாவையும் அதைச் சூழ்ந்த தேசங்களையும் குறித்து அறிந்தது எவ்வளவென்று கேட்டால், பூமி சாஸ்திர அறிவு அவர்களுக்குக் குறைவாயிருந்தும் அவர்கள் அறிவு இராமாயணக் கவிராயர்களுடைய அறிவிலும் மனுநீதி சாஸ்திரஞ் செய்தவர்களுடைய அறிவிலும் அதிகமாயிருந்தது. பாரதம் கட்டப்படுங்காலத்தில் பாரதக் கவிராயர்களே இந்தியாவிலுள்ள விசேஷித்த வித்துவான்கள் என்பதற்கு சந்தேகமில்லை. இமயகிரிக்கும் விந்தியமலைக்கும் இடையிலுள்ள மத்திய தேசத்தைக் குறித்து அவர்கள் அறிந்தது அதிகம். வீரரும் வர்த்தகரும் போய்ப் பார்த்த திராவிடக் கடற்கரை நாடுகள் கேரளக் கடற்கரை நாடுகள், இலங்கைத் தீவு முதலிய தென்மாகாணங்களைக் குறித்து அவர்கள் அறிந்தது கொஞ்சம். விந்தியமலைக்குத் தெற்கும் கிருஷ்ணாநதிக்கு வடக்கும் பூர்வத்தில் தக்ஷணாபதமென்றும் பிற்காலத்தில் தக்கணம் என்றும் சொல்லிய தேசங்களைக் குறித்து இராமாயணத்தாருக்கு ஒன்றும் தெரியாதது போல பாரதத்தாருக்கும் ஒன்றும் தெரிய வில்லை. தென்தேசத்திலுள்ள சோழரையும், பாண்டியரையும், கேரளரையும், இலங்கைத் தீவிலுள்ள சிங்களரையும் குறித்து அவர்கள் கேள்விப்பட்டதுமன்றி அந்தந்த தென் சீமைகளில் அகப்படுகிற முக்கியமான சரக்குகளைக் குறித்தும் கேள்விப் பட்டிருந்தார்கள். திருஷ்டாந்தமாக, யுதிஷ்டிரன் இராஜசூய யாகஞ் செய்யப்போனபோது இலங்கையிலுள்ள இராஜா அவனுக்கு வெகுமானமாக முத்துக்களைக் கொடுத்தனுப்பினதாகவும் பாண்டி இராஜா சந்தனத்தயிலங் கொடுத்தனுப்பினதாகவும் சொல்லி யிருக்கிறது.

இந்தியாவுக்கு மேற்கிலும் வடக்கிலுமுள்ள தேசங்களைக் குறித்தும் பாரதக் கவிராயர்கள் கொஞ்சங்கொஞ்சம் கேள்விப் பட்டிருந்தார்கள். யவனர் என்னப்பட்ட கிரேக்கரையும் பாரசீகர் என்னப்பட்ட பெர்சியரையும் பலீகர் என்னப்பட்ட பக்திரியரையும் சகர் என்னப்பட்ட தத்தாரிகளையும் அறிந்தார்கள். கிராதர், சீனர், மிலேச்சர் ஆகிய இவர்களுடைய பேரும் பாரதத்தாருக்குத் தெரியவந்தது. ஆகிலும் சில பாட்டுகளில் அவர்களைக்

கீழ்த்திசையிலிருக்கிறவர்களாகவும், சில பாட்டுகளில் அவர்களை மேற்றிசையிலிருக்கிறவர்களாகவும் காட்டியிருப்பதினாலே அந்த ஜனங்களுடைய பேர் அவர்களுக்குத் தெரிந்ததே அல்லாமல் அவர்களைப் பற்றி வேறொன்றும் தெரியவில்லை என்று விளங்குகிறது.

தீர்த்தயாத்திரைப் பர்வத்தில் கண்டிருக்கிற பூமிசாஸ்திரக் குறிப்புகளில் கவனிக்கத்தக்கவைகளுண்டு. திருஷ்டாந்தரமாக, பாண்டவர் இமயகிரிக்குப் போனதைக் குறித்துச் சொல்லியதில் இமயகிரி சிகரத்தைக் கடந்த பதினேழாம் நாளில் அவர்கள் கைலாசகிரியில் வந்ததாகவும், அதற்குச் சமீபமாய் அவர்கள் மானசக் கடலைக் கண்டதாகவும் சொல்லியிருக்கிறது. கைலாசம் இமயகிரிக்கு வடக்கிலுள்ள ஒரு மலையல்லாமல் வேறல்லவென்று பிற்காலத்து இந்துக்கள் அறியாமல் அதை சிவன் வாசமாயிருக்கிற லோகம் என்று எண்ணினார்கள்.

மேற்சொல்லிய தீர்த்த யாத்திரைப் பர்வத்தில் தென் இந்தியாவைக் குறித்துச் சொல்லியவைகளில் (திருநெல்வேலிச் சீமையிலிருக்கிற) தாமிரபரணி ஆற்றையும் கன்னியாகுமரி தீர்த்தத்தையும் காட்டி தாமிரபரணி ஆற்றில் தேவர்கள் தவம் பண்ணியிருந்தார்களென்றும் கன்னியா தீர்த்தத்தில் குளிக்கிறவன் எந்த பாவமுடையவனாயிருந்தாலும் பாவவிமோசனம் அடைவா னென்றும் சொல்லியிருக்கிறது. அதற்கு முன்னுள்ள சுலோகங்களில் காவேரி ஆற்றையும் பின்னுள்ள சுலோகங்களில் மலையாள நாட்டிலுள்ள கோகர்ணத்தையும் காட்டியிருக்கிறது. நாரீ தீர்த்தங்கள் என்கிற ஐந்து தீர்த்தங்களையும் குறித்துச் சொல்லிய பாட்டுகளில் அந்தத் தீர்த்தங்களில் ஒன்று அகஸ்தியனுடைய தீர்த்தமென்றும் வேறொன்று கன்னியாகுமரி தீர்த்தமென்றும் தெரியவருகிறது. ஆரியர் தெற்கே போகப்போக அகஸ்தியனுடைய தீர்த்தமும் அவனுடைய ஆச்சிரமமும் தெற்கே நகர்ந்துகொண்டு போயிற்று. எப்படியெனில் இராமாயணத்தில் அகஸ்தியனுடைய ஆசிரமம் கோதாவரி உபநதிகள் உற்பத்தியாகிற காட்டில் இருக்கிறதாகவும், பாரதத்திலுள்ள பூர்வீகப் பங்கில் அந்த ஆச்சிரமம் கோதாவரி ஆறு கடலோடே சங்கமமாகிற இடத்துக்குச் சமீபமாயிருக்கிறதாகவும், பாரதத்திலுள்ள பிற்காலப் பங்குகளில் ஒன்றாகிய தீர்த்தயாத்திரைப் பர்வத்திலே அந்த ஆசிரமம் இந்து தேசத்தின் தென்முனையாகிய

கன்னியாகுமரிக்குச் சமீபமாயிருக்கிறதாகவும் காட்டியிருக்கிறது. கன்னியாகுமரி என்கிற பேர் கன்னிமாரில் ஒருத்தியுடைய பேரால் உண்டாயிற்றென்று தோன்றுகிறது. அந்தக் கன்னிமார் அரம்பை களென்று சொல்லிய தேவலோகப் பெண்களாம். அவர்களைக் கன்னிகளென்றும் குமரிகளென்றும் சொல்வதுமன்றி அப்சரைகள் என்ற பேரும் அவர்களுக்கிருந்தது. அப்சரைகள் என்றால் ஜல சஞ்சாரிகள் என்றர்த்தம். அவர்கள் ஜலதேவதைகளானதால் அவர்களில் ஒவ்வொருத்திக்கும் ஒவ்வொரு தீர்த்தமிருந்தது. அந்தத் தீர்த்தங்களில் கன்னியாகுமரி தீர்த்தம் ஒன்று.

பாரதக்கவிராயர்கள் தென் இந்தியாவிலுள்ள ஜனங்களைக் குறித்துக் கேள்விப்பட்டிருந்தார்களேயன்றி அவர்களைப் பார்த்தறிந்த வர்களல்ல. ஆதலால் பாண்டவர் பல ஜனங்களை ஜெயங் கொண்டதைக் குறித்து திக்குவிஜயத்தில் சொன்னதில் பாண்டியர், கேரளர், கலிங்கர், உத்கலர் முதலான ஜனங்களைப் பாண்டவன் தானேபோய் ஜெயங்கொண்டதாகக் காட்டாமல் தானாபதி அனுப்பி அவர்களை ஜெயங்கொண்டதாகக் காட்டியிருக்கிறது. பாரதத்தில் அடங்கியிருக்கிற பூர்வீகப் பாட்டுக்களைப் பார்த்தால் அந்தப் பாட்டுகளைக் கட்டினவர்களுக்குத் தென் தேசங்களைக் குறித்துக் கொஞ்சமும் தெரியாது என்று நிச்சயிக்கலாம். திருஷ்டாந்தரமாக, பங்காளத்துக்கடுத்த தேசமாகிய உத்கல தேசத்தைத் தென் இந்தியாவைச் சேர்ந்த தேசமாக அவர்கள் காட்டியிருக்கிறதுமன்றி, தென் தேசங்களெல்லாம் யமதேவனுடைய இராச்சியமாகவும் மரித்தவர்கள் போயிருக்கிற லோகமேயன்றி குடியிருக்கத்தக்க தேசங்களாகவும் சொல்லியிருக்கிறார்கள்.

பாண்டிதேசத்து இராஜா ஒருவன் அர்ஜுனனுக்குப் பெண் கொடுத்ததாகவும் அவன் பாரத யுத்தத்துக்கு வந்ததாகவும் பாரதத்தில் சொல்லியிருக்கிறது. இதைப் பார்த்தால் பாண்டவருக்கும் தென் மதுரை தேசத்துப் பாண்டியருக்கும் ஏதோ ஒரு சம்பந்தம் உண்டா யிருக்கவேண்டுமென்று நினைக்கலாம். அந்தப் பாண்டிய ராஜாவுக்கு மலயதுவஜன் என்று பேர். பாண்டி இராஜவம்சத்து அட்டவணையில் அந்த மலயதுவஜனை இரண்டாம் பாண்டியனாகக் காட்டியிருக்கிறது. அவன் பேருக்கு மலையைச் சித்திரித்தகொடி என்றர்த்தம். மலயம் என்றால் மேலக்கணவாய் மலைகளுக்கும் தெற்குக்கணவாய் மலைகளுக்கும் சம்ஸ்கிருதத்தில் வழங்குகிற

பேர். அந்த மலயதுவஜ இராஜாவும் அவன் சேவகரும் யுத்தத்திற்கு வந்தார்களென்று சொல்லியிருக்கிறதேயன்றி அவர்கள் யுத்தஞ் செய்ததாக, அல்லது யாதொரு கிரியை அவர்களால் நடந்ததாக சொல்லியிருக்கவில்லை. ஆதலால் அவனும் அவனுடைய சேனையும் பாட்டை வருணிக்கும் சொற்களாக இருந்தார்களே அல்லாமல் அவர்கள் மெய்யாய் வந்தவர்களல்ல என்று தோன்றுகிறது.

பூர்வகாலமுதல் பாண்டவருடைய கீர்த்தி அதிகமாய்ப் பரவினபடியினாலே பூர்வீக ஜனங்களால் கட்டப்பட்ட யாதொரு கட்டடம் எங்கேயாகிலும் தென்படும்போது அது பாண்டவராலே கட்டப்பட்டிருக்குமென்று இக்காலத்திலிருக்கிறவர்கள் நினைத்து அதைப் பாண்டவ கிருத்தியமென்று சொல்லுவார்கள். எவர்களோ ஒரு பூர்வீக ஜாதியான ஜனங்களுக்கு மயானமாயிருந்த ஒரு வகையான கல்லறைகள் இத்தேசத்தில் அங்கங்கே காணப்படுகிறதுண்டு. அவைகளையும் பாண்டுக்குழிகள் என்று தெற்கத்தியாரில் சிலர் சொல்லுவார்கள்.

5. மகாபாரதத்தில் கண்டிருக்கிற மதக் கொள்கையைப் பார்த்தால் அதற்கும் வேதங்களில் கண்டிருக்கும் மதக்கொள்கைக்கும் அதிக வித்தியாசம் தோன்றும். பாரதகாலத்தில் வேத தேவர்கள் சிறுத்து வீரரோ பலத்துப் போனார்கள். வீரருடைய ஆணவமே அக்காலத்து விசேஷம். அந்த ஆணவம் மேலும் பலங்கொண்டதினாலே தேவர்கள் பூமிக்கு இறங்கி வீரர் சுவர்க்கலோகத்துக் கேறினதாகவும், சில சமயங்களில் தேவர்கள் மனிதரையும், சில சமயங்களில் மனிதர்கள் தேவரையும் மேற்கொண்டதாகவும், தேவர்கள் மானிடப் பெண்களைக் கேட்டதாகவும், கேட்டும் சில சமயங்களில் அந்த மானிடப் பெண்கள் தேவர்களை ஏற்றுக் கொள்ளாமல் வீரரை ஏற்றுக்கொண்டதாகவும், மானிடப் பெண்களிடத்தில் தேவர்களுக்குப் பிள்ளைகள் பிறந்ததாகவும் அவ்வகையாய்ப் பிறந்தவர்களாகிய நரதேவதைகள் மற்ற வீரரோடே கலந்து சண்டை செய்ததாகவும் பல கதைகளைச் சொல்லியிருக்கிறது. இந்திரனுடைய அரண்மனையும் அவனுடைய இராஜ சபையும் பாரதகாலத்தில் வேற்றுமைப்பட்டு பிறகாலத்து இராஜாக்களுடைய அரண்மனைகளுக்கும் இராஜ சபைகளுக்கும் ஒப்பாயிற்று. முற்காலத்தில் மருத்துக்களும், உருத்திரரும், வசுக்களும் இந்திரனுக்கு ஊழியக்காரர். அந்த ஊழியக்காரருக்குப்

பதிலாக பாரத காலத்தில் அவனுக்கு ஊழியஞ் செய்தவர்கள் கந்தருவரும் அரம்பைகளுமே.

பிரமா, விஷ்ணு, சிவன் என்கிற தேவர்களை இராமாயண காலத்திலுள்ளவர்கள் வணங்கினதுபோல பாரதகாலத்திலுள்ள வர்களும் அவர்களை வணங்கினார்கள். இராமாயண காலத்தில் சிலர் உபநிஷதங்களையும் ஆரணியங்களையும் படித்து பரமாத்து மாவைக் குறித்து தியானம் பண்ணி வனத்தில் சஞ்சரித்தது போலப் பாரதகாலத்திலும் அப்படிச் செய்கிறவர்களிருந்தார்கள். ஆகிலும் அதிலேயும் ஒரு வித்தியாசமுண்டு. இராமாயணத்துக் காலத்து ரிஷிகள் நெருங்கிய காட்டில் போய்த் தவஞ்செய்வார்கள். இராஜாக்களும் வீரரும் இராட்சதரை சங்காரஞ்செய்து ரிஷிகளைக் காப்பாற்றும்படி போனார்களே அல்லாமல் அவர்கள் தவம் பண்ணின ஸ்தலங்களைப் பார்க்கிறதினாலே புண்ணியம் பலிக்குமென்று போகவில்லை. பாரதகாலத்திலோவென்றால் ரிஷிகள் தவம் பண்ணின இடத்தையும் தேவர்கள் யாதொரு கிருத்தியஞ்செய்த இடத்தையும் பார்க்கும்படி போகிறதே முக்கியமான புண்ணியக்கிரியையென்று ஜனங்கள் எண்ணினார்கள். ரிஷிகள் தவம் பண்ணின ஆசிரமங்கள் ஆற்றைக் கடந்துபோகிற துறை களுக்குச் சமீபமானதினாலே அவைகள் ஸ்நானம் பண்ணுகிறதற்கு வசதியான இடங்களாயிருந்தன. பிரயாகையில் தவம் பண்ணின பரத்வாஜ ரிஷியின் ஆசிரமம் இதற்குத் திருஷ்டாந்தரம். ஆற்றைக் கடந்துபோகிற துறைக்கு சம்ஸ்கிருதத்தில் தீர்த்தம் என்று பேர். ஜனங்கள் அப்படிப்பட்ட துறையில் வந்து இளைப்பாறி வரும் போது ஸ்நானம் பண்ணுவது இயல்பு. ஆதலால் ஸ்நானம் பண்ணத்தக்க துறைக்குத் தீர்த்தமென்றும், அந்த இடத்தைப் பார்க்கும்படி போகிறதற்கு தீர்த்தயாத்திரையென்றும் பேர்கள் வழங்கின. ஜனங்கள் அப்படி தீர்த்தயாத்திரையாய்ப் போய் ஸ்நானம் பண்ணின இடங்கள் புண்ணிய ஸ்தலங்களென்கிற எண்ணம் வழங்கினபடியினாலே வரவர அந்த இடங்களில் அவர்கள் கோவில்களைக் கட்டி பின்பு அந்தக் கோவில்களின் சிறப்பையும் அவைகளில் வணங்கப்பட்ட தேவதைகளின் பெருமையையும் மெச்சும்படி புராணங்களை எழுதினார்கள்.

அடக்கமாய்ச் சொன்னால் வேதகாலத்துக்குரிய ஆசாரம் யாகமே. இராமாயண காலத்துக்குரிய ஆசாரம் தவமே. பாரத

காலத்துக்குரிய ஆசாரம் தீர்த்த யாத்திரையே. புராண காலத்துக்குரிய ஆசாரம் கோயில் பூஜையே.

6. கிருஷ்ணனுடைய சரித்திரத்தைப் பாரதத்தில் சொல்லி யிருக்கிறதேயல்லாமல், பாரதகாலத்திற்கு முன்னுள்ள பிரபந்தங்களில் அந்தச் சரித்திரம் காணோம். இருக்குவேதத்தில் கிருஷ்ணனைக் குறித்து ஒரு வார்த்தையும் சொல்லியிருக்கவில்லை. அதில் சொல்லிய கிருஷ்ணனென்கிறவன் ஒரு அசுரனேயன்றி வீரனுமல்ல, தேவனுமல்ல. வேதங்களின் கடைசியில் சேர்த்திருக்கிற சந்தோகிய உபநிஷதத்தில் கிருஷ்ணனென்றொருவனுடைய பேரைக் காட்டி அவன் கோரமுனிக்கு சிஷ்யனாயிருந்தானென்று சொல்லியிருக்கிறது. அந்தக் கிருஷ்ணன் பாரதத்தில் சொல்லியிருக்கிற கிருஷ்ணனாயிருந் திருக்கலாம். பிற்காலத்திலுள்ள இந்துக்கள் கிருஷ்ணனைத் தேவனென்று வணங்குகிறதற்கு பாரதமே பூர்வீக ஆதாரம். பாரதத்திலுள்ள ஆதரவு தவிர கிருஷ்ணனை வணங்கும் வணக்கத்துக்குப் பூர்வீகமுள்ள ஆதரவு இல்லை. பாரதத்தில் கிருஷ்ணனைக் குறித்து அநேக விசேஷங்களைச் சொல்லியிருப்பதால் அதற்கு கிருஷ்ண வேதம் என்கிற பேருண்டு. அப்படியிருந்தும் அதில் சொல்லி யிருக்கிற வீரர்களில் பஞ்சபாண்டவர் விசேஷித்த வீரர்களேயன்றி கிருஷ்ணன் விசேஷித்தவனல்ல. பாரதம் கட்டப்பட்ட நோக்கத்தையும், அதில் அடங்கிய பாட்டுகளில் அதிக பூர்வீகமுள்ள பாட்டுக்களையும் திட்டமாய் சோதித்துப் பார்த்தால், ஆரம்பத்தில் கிருஷ்ணனைக் குறித்துக் கதை கட்டினவர்கள் அவனை யாதவரிலுள்ள பேர்பெற்ற வீரனாகக் காட்டினார்களே தவிர, அவனைத் தேவனாகவும், விஷ்ணுவின் அவதாரமாகவும் காட்டவில்லை என்று விளங்கும். அவனைக் குறித்துச் சொல்லியிருக்கும் பூர்வீகப் பாட்டுக்களில் அவனை மற்ற வீரருக்கும் மற்றச் சிற்றரசருக்கும் ஒப்பானவனாக மாத்திரம் காட்டியிருக்கிறது. அவன் மற்ற வீரர்களுக்கேற்ற யோசனைகளும், வேண்டுதல் வேண்டாமையும், நடக்கையும் உள்ளவனே அல்லாமல் மனிதருக்கு மேற்பட்டவனாகத் தோன்ற வில்லை. தன்னைக் காப்பாற்றவும், தன் சிநேகிதருக்கு உதவி செய்து அவர்களுடைய சத்துருக்களையும், தன் சத்துருக்களையும் மேற்கொள்ளவும், மனிதருடைய சக்திக்கு மிஞ்சின சக்தியை அவன் காட்டவில்லை. அவன் தேவன் என்கிற எண்ணம் பிற்காலத்தில் கவிராயர்களால் உண்டானதே அல்லாமல்

ஆரம்பத்தில் கதை கட்டினவர்களுக்கு அப்படிப்பட்ட எண்ணம் இருந்ததில்லையென்பது நிச்சயம்.

ஒவ்வொரு சங்கதியைக் குறித்தும் வெவ்வேறான இரண்டு கதைகள் பாரதத்தில் உண்டு. அவைகளில் ஒரு கதைச் சுருக்கம், மற்ற கதை விஸ்தாரம். சுருக்கமான கதை, பூர்வீகமுள்ளதாகத் தோன்றுகிறது. விஸ்தாரமான கதை செய்யுள் சிறப்புள்ளதாகவும் பிற்காலத்து மதாசாரங்களுக்கு இசைந்ததாயும் இருப்பதினாலே அது பிற்காலத்தில் கட்டப்பட்டதாக இருக்கவேண்டும். ஒரு திருஷ்டாந்தஞ் சொல்லுகிறோம். பாண்டவருக்குத் தகப்பனாகி யிருந்த பாண்டு என்கிறவன் அஸ்தினாபுரத்தை விட்டு இமயகிரி வனத்துக்குப் போனதாக பாண்டவர் கதை அடக்கத்தில் சொல்லி யிருக்கிறதே. அவன் அப்படிப் போனதைக் குறித்துச் சொல்லிய சரித்திரம் இரண்டு விதமாய் பாரதத்தில் சொல்லப்பட்டிருக்கிறது. முதலாங் கதைப்படி இமயகிரியின் தென்பாகத்துக்கு மாத்திரம் போனான். இரண்டாங் கதைப்படி அவன் இமயகிரியைக் கடந்து தேவலோகத்துக்கும் போனான். முதலாம் கதைப்படி அவன் வேட்டையில் பிரியப்பட்டதினாலேயே வனத்துக்குப் போனான். இரண்டாம் கதைப்படி ஒரு பிராமணனைக் கொலை செய்த தோஷத்தை கடுந்தவத்தினாலே விமோசனம் பண்ணும்படி போனான். முதலாங் கதைப்படி ஒரு மானைக் கொன்றதினிமித்தம் அவனுக்கு மரணம் நேரிட்டது. இரண்டாங் கதையில் அது மானுருவமெடுத்த ரிஷியேயல்லாமல் மானல்லவென்று காட்டி யிருக்கிறது. முதலாங் கதைப்படி பாண்டு மரித்துப்போன பின்பு அவனுடைய மக்கள் தங்கள் சுயயோசனையாய்த் தங்கள் பெரிய ஐயா திரிதராஷ்டிரனிடத்தில் வந்தார்கள். இரண்டாங் கதைப்படி ஒரு ரிஷி அவர்களைக் கூட்டிக்கொண்டு வந்தான்.

கிருஷ்ணனைத் தெய்வமாகவும் விஷ்ணு எடுத்த அவதார மாகவும் காட்டிய பாட்டுக்கள் அவ்விரண்டு வகைப் பாட்டுகளில் விஸ்தாரமும் செய்யுளலங்காரமும் பிற்காலத்து வருணிப்புமுள்ள இரண்டாம்வகைப் பாட்டில் மாத்திரம் கண்டிருக்கிறது. அந்தப் பாட்டுகள் கட்டப்படுங்காலத்தில் புத்தமதம் பெருகி வந்ததாகவும் கிரேக்கர் இத்தேசத்தில் வந்திருந்ததாகவும் காட்டியிருக்கிற படியினாலே அவைகள் மற்ற பாட்டுகளைப் பார்க்கிலும் நூதனமானவைகள் என்பதற்குச் சந்தேகமில்லை.

பிற்காலத்தில் பாரதத்தோடே சேர்க்கப்பட்ட கட்டுக்கதைகளைத் தள்ளிவிட்டுப் பூர்வீகப் பாட்டுகளில் கிருஷ்ணனைப் பற்றிச் சொல்லியவைகளை மாத்திரம் பார்க்கும்போது அவனுடைய பூர்வோத்தரத்தைக் குறித்து விளங்கியிருக்கிற விசேஷங்களாவன:

கிருஷ்ணன் யாரென்றால் யாதவரைச் சேர்ந்த இடையருக் குள்ளே தோன்றின வீரன். அவனுடைய பாட்டனுக்குச் சூரனென்று பேர். சூரனென்றால் வீரனென்றர்த்தம். அவனுடைய தகப்பனென்று எண்ணப்பட்டவனுடைய பேர் வசுதேவன். இதனால் கிருஷ்ணன் வாசுதேவன் என்ற பேருடையவன். இந்திரன் வசுக்களுக்குத் தேவனானதினாலும், இதினிமித்தம் அவனுக்கு வாசவன் என்ற பேர் உண்டானதினாலும், வசுதேவன் என்கிற பேர் இந்திரனைக் குறித்திருக்க வேண்டும். கிருஷ்ணனுடைய கீர்த்தி பரவினதின் பின்பு அவன் பாட்டன் பேரும் அவன் தகப்பன் பேருமாகிய இந்த இரண்டு பேர்களும் உண்டானதாக விளங்குகிறது. இந்தப் பேர்களை ஏற்படுத்தினவர்கள் முதலாய் கிருஷ்ணனை விஷ்ணுவாகக் காட்ட வேண்டுமென்று விரும்பாமல் வீரருக்கும் இந்திரனுடைய குமாரர்களுக்கும் அவனைச் சரியாக்குகிறது போதுமென்று எண்ணினார்கள். தேவகியைக் கிருஷ்ணனுடைய தாயாகக் காட்டியிருக்கிறதும் பிற்காலத்து யோசனையாகத் தோன்றுகிறது. பூர்வீகமுள்ள பாட்டுப்படி கிருஷ்ணன் இடையனான நந்தனுடைய மனைவியாகிய யசோதையினிடத்தில் பிறந்தவன். பிற்காலத்திலுள்ள வர்கள் இதை மாற்றி கிருஷ்ணன் நந்தனுக்கும் யசோதைக்கும் பிறவாமல் வசுதேவனுக்கும் தேவகிக்கும் பிறந்தது போலவும், முந்தின ஆறு மக்களைக் கொலை செய்த கஞ்சனுக்கு அந்த வசுதேவன் பயந்து கிருஷ்ணன் பிறந்தவுடனே, அவனை நந்தனிடத்தில் கொண்டுபோய்விட்டு, அந்தச் சமயத்தில் நந்தனுக்குப் பிறந்த மகனைத் தன் பிள்ளையாக எடுத்தது போலவும் காட்டி யிருக்கிறார்கள். அப்படியே வசுதேவனுக்கு ஏழாம் மகனும் கிருஷ்ணனுக்குத் தமையனுமான பலராமனுக்கு இரண்டு தாயிருந்தது போலக் காட்டியிருக்கிறது. அவன் பிறக்கிறதுக்கு முன்னே அவனுடைய தாயாகிய தேவகியின் வயிற்றிலிருந்து அவனை எடுத்துக் கொண்டுபோய் உரோகிணியின் வயிற்றில் பிறக்கும்படி செய்திருந்ததாம். இந்தக் கதைகள் பிற்காலத்து வருணிப்பு என்பதற்குச் சந்தேகமில்லை. கிருஷ்ணனும் அவனுடைய

சகோதரனும் இன்னாரென்றும் இன்னாருடைய மக்களென்றும் ஜனங்களுக்குத் தெரியாதபடி கவிராயர்கள் அவர்களுடைய ஜென்ம சரித்திரத்தைப் புரட்டிப் பழைய கதையை மாற்றினார்கள். பலத்தினாலும் யுத்தியினாலும் கிருஷ்ணன் இடையருக்கு வீரனானான். அவன் வேந்தனும் துவாரகாபுரி அரசனுமாய்த் தோன்றின காலத்திலும் அவனுடைய சேனைகள் இடையரே அல்லாமல் வேறல்ல. இந்த முகாந்தரத்தினிமித்தம் அவனுடைய சேனையினாலே உபயோகமில்லையென்று அர்ஜுனன் அறிந்து அந்தச் சேனையின் உதவியை விரும்பாமல் கிருஷ்ணனே தனக்கு சாரதியாக வரவேண்டும் என்று கேட்டுக்கொண்டான். கிருஷ்ணனுடைய தங்கை சுபத்திரையும் இடைப்பெண் என்பது நிச்சயம். அவள் இடைப் பெண்ணானதினாலே அவளை எடுத்துக் கொண்டு போகும்படி அர்ஜுனன் கருதி வேஷமாறினபோது இடையன் வேஷம் பூண்டான்.

கிருஷ்ணன் என்கிற பேருக்குக் கருப்பன் என்றர்த்தம். கோவிந்தனென்பது அவன் நந்தனுடைய மகனாக எடுத்த பேர். கோவிந்தன் என்றால் பசுக்களைச் சம்பாதிக்கிறவன் என்றர்த்தம். ஊராருடைய மாடுகளைக் காப்பாற்றும்படி ஒரு அசுரனை வதைத்தது அவன் செய்த முதலாம் வீரக்கிரியையாகப் பாரதத்தில் காட்டியிருக்கிறது.

கிருஷ்ணன் மதுராபுரியில் பிறந்தவன். அவன் மதுராபுரியை விட்டுத் துவாரகாபுரிக்குப் போயிருக்குங்காலத்தில் யாதவருக்குள் விசேஷித்த வீரனாகத் தோன்றினான். பாண்டவரை நட்புச் செய்யும்படி வரும்போது துவாரகாபுரியிலிருந்தே வந்தான்.

கிருஷ்ணன் இடையருக்குள் வீரனாயிருந்ததுபோலப் பலராமன் பயிரிடுங்குடிகளுக்கு வீரனாயிருந்தான். அவன் கலப்பையை ஆயுதமாக வைத்தவன்; அவன் உழுது பயிரிட்டு வருவான். இதனாலே அவனுக்கு அலாயுதன் என்று பேருமுண்டு. பனையின் பிரயோசனத்தை அவனே முதன்முதல் கண்டவன். அவன் பனையேறி பனங்காய் தின்று கள்குடித்து வெறித்ததாக பாரதத்தில் சொல்லியிருக்கிறது. அவன் வழக்கமாய்க் குடித்து வெறித்தவனாம்.

பாரதத்திலுள்ள பிற்காலப் பாட்டுக்களில் கிருஷ்ணனுக்குப் புகழ்ச்சியாக அநேக கதைகளைச் சொல்லியிருந்தும், அவன்

இடையராகிய கோபாலருக்குள்ளே வளர்ந்து குழந்தை வயசிலும் வாலிப வயசிலும் செய்துவந்த உல்லாசங்களைக் குறித்தும், அவன் இடைப் பெண்களாகிய கோபிகைகளைப்பற்றி மயங்கினதைக் குறித்தும் ஒரு வார்த்தையிலும் பாரதத்தில் சொல்லியிருக்கவில்லை. அவனுடைய வாலிப விலாசங்களைக் குறித்துச் சொல்லிய கதைகளே கிருஷ்ண பத்திக்காரருக்குப் பிரியம். அவைகளைக் குறித்துச் சொல்லுகிறதும் சொல்லக் கேட்கிறதுமே சகல புண்ணியங்களிலும் முக்கியமான புண்ணியமென்று இக்காலத்திலுள்ள வைஷ்ணவர்கள் எண்ணுகிறார்கள். பாகவத புராணத்தில் அந்த விலாசங்களைக் குறித்து முக்கியமாய்ச் சொல்லியிருப்பதினாலே அந்தப் புராணத்தை வாசிக்கிறது வைஷ்ணவர்களுக்கு மிகுந்த விருப்பம். அப்படியிருந்தும் கிருஷ்ணனைக் குறித்துச் சொல்லியிருக்கிற சரித்திரங்கள் எல்லாவற்றிற்கும் ஆதாரமாயிருக்கிற பாரதத்தில் அந்த விலாசங்களைக் குறித்து ஒரு வார்த்தையும் சொல்லியிருக்கக் காணோம். இராதாவென்ற கோபிகையின் பேர் முதலாய்ப் பாரதத்தில் இல்லை.

மேலும் முதல்முதல் பாரதங்கட்டின கவிராயர்கள் கிருஷ்ணனை விஷ்ணுவின் அவதாரமாக எண்ணினார்களேயானால் அவன் மரித்தபோது விஷ்ணு லோகமாகிய வைகுண்டத்துக்காவது கிருஷ்ண லோகமாகிய கோலோகத்துக்காவது அவன் போனதாகக் காட்டியிருப்பார்களே. ஆனாலும் பாரதத்தில் சொல்லியபடி கிருஷ்ணன் மரித்தபோது, வீரரும் தேவர்களும் வாசமாயிருக்கிற சுவர்க்கலோகத்துக்குப் போனானே அல்லாமல் வைகுண்டத்துக்குப் போகவில்லை, கோலோகத்துக்கும் போகவில்லை. இப்படியிருக்க, இக்காலத்தில் வழங்கிவருகிற கிருஷ்ண பத்திக்குப் பாரத அத்தாட்சியேயில்லை. கிருஷ்ணனுடைய பாலிய விலாசங்களைத் திவ்விய புண்ணியமுள்ள கிரியைகள் என்று வைஷ்ணவர்கள் கொண்டிருக்கிற எண்ணத்திற்குப் பிற்காலத்துப் புலவர்களுடைய மோக மயக்கமே ஆதாரம்.

பாரதத்தில் கண்டிருக்கிறபடி, வீரியமே கிருஷ்ணனுடைய விசேஷித்த குணம். அந்த வீரியத்தினாலே பல இராஜாக்களையும் பல ஜனங்களையும் ஜெயங்கொண்டு கீர்த்தியுள்ளவனாகி சுராஷ்டிர தேசத்திலுள்ள துவாரகாபுரியைக் கட்டிக்கொண்டு, அதிலே ஆளுகை செய்த சிற்றரசரில் ஒருவனான, அவனுடைய சரித்திரம்

எல்லாருக்கும் மறதியாய்ப் போனதின்பின்பு புலவர்கள் அவனைப் புகழ்ந்து மெச்சி வீரனாயிருந்த அவனை வரவர தெய்வமாகக் காட்டினார்கள். ஒருவன் எப்படிப்பட்ட ஜெயவேந்தனாயிருந்தாலும் அவன் தேவனுடைய நடக்கைக்கு ஒப்பாக நடவாமல், மனிதனாகவே நடக்கிறதை அவன் உயிரோடிருக்கும் காலத்திலிருந்த ஜனங்கள் எல்லாருமறிந்திருப்பார்களாகையால் அவனைத் தேவனாக எண்ணி வணங்கியிருக்கவே மாட்டார்கள். அவன் மரித்துப் போனதின் பின்புதான் புலவர்கள் அவனைக்குறித்துக் கட்டுக்கதைகளை உண்டாக்குகிறதற்கு ஏதுவுண்டு. எந்த தேசத்து ஜனங்களும் பூர்வீகமுள்ளவைகளை முக்கியப்படுத்தி பூர்வகாலத்திலுள்ள வீரர்களையும் ஞானிகளையும் கனமாய் எண்ணுகிறார்களே, பூர்வீக வீரராயிருந்த இராமனையும் கிருஷ்ணனையும் ஜனங்கள் இவ்வாறே மேன்மேலும் கனப்படுத்தி, ஆதியில் அவர்களை வேந்தர்களாகவும், பின்பு தேவர்களாகவும், அதற்குப் பின்பு விஷ்ணு எடுத்த அவதாரங்களாகவும், கடைசியில் அனாதி கடவுளாகவும் புகழ்ந்து படிப்படியாய் அவர்களை உயர்த்தினார்கள்.

பாரதத்தில் சொல்லிய மற்ற வீரரையும் சில புலவர்கள் அப்படியே தேவர்களாகப் பாராட்டியிருக்கிறார்கள். எப்படியென்றால் அம்சாவதரணம் என்கிற பிரிவு பாரதத்திலுண்டு. அந்தப் பேருக்கு தேவ அவயவங்கள் எடுத்த அவதாரங்கள் என்றர்த்தம். பாரத யுத்தத்திற்கு வந்தவர்களில் பாண்டவருக்கு சிநேகமாயிருந்தவர்களைத் தேவர்களெடுத்த அவதாரங்களாகவும், பாண்டவருக்குச் சத்துருக்களா யிருந்தவர்களை அசுரரெடுத்த அவதாரங்களாகவும் அந்த அம்சாவதரணத்தில் காட்டியிருக்கிறது. அந்தப் பிரிவில் அப்படிக் காட்டியிருக்கிறதேயன்றி அதற்கு முன்பின் உள்ள பிரிவுகளில் அந்த வீரரைத் தேவர்களாகக் காட்டியிருக்கவில்லை. பாரத கதைகளைப் பாடின கவிராயர்களில் யாரோ ஒருவன் அந்த வகையாகப் பழைய கதையை வருணித்துப் பாடியிருப்பான். அவன் அப்படிப் பாடினது பாரதங்கட்டின மற்றக் கவிராயர்களுக்குத் தெரியாமல் போயிற்று.

இக்காலத்திலுள்ள இந்துக்களும் மரித்துப் போன மனிதர்களைத் தேவர்களாகவும், தேவர்களின் அவதாரங்களாகவும் பாராட்டு கிறதுண்டு. சில இடங்களிலிருக்கிற பேதைமையுள்ள ஜனங்கள் இறந்துபோனவர்களை பசாசுக்களாகவும் வணங்குகிறார்கள்.

7. பாண்டவருடைய சரித்திரத்தைச் சொல்லியிருக்கிற பாட்டுக்களை அல்லாமல் வேறு பொருளுள்ள அநேக பாட்டுக்களும் பாரதத்தில் அடங்கியிருக்கிறது. பாண்டவரைப் பற்றிய பாட்டு பெருங்காப்பியமென்றால் மேற்சொல்லிய பாட்டுகளை உபகாவியங்கள் என்று சொல்லலாம். அந்த உபகாவியங்களில் நளன் கதையும் பகவத்கீதையுமாகிய இரண்டும் பாரதத்திலுள்ள மற்றெல்லாப் பாட்டுக்களையும் பார்க்கிலும் சிறந்த செய்யுளுள்ளவைகள். நளன் கதையென்னவென்றால், யுதிஷ்டிரன் சூதாடித் தோற்று தன் இராச்சியத்தை இழந்துவிட்டு வனத்தில் போய் சஞ்சரித்து துக்கப்பட்டிருக்குங்காலத்தில், அவனை ஆறுதல்படுத்தும்படிக்கு அவனுக்கொப்பாய்ச் சூதாடிக் கெட்டு, பின்பு க்ஷேமம் அடைந்த நள இராஜாவைக் குறித்து அவனிடத்தில் சொல்லிய கதையாம். நளன் கதை ஒரு உபாக்கியானமென்றும் சொல்லப்படுகிறதுண்டு.

மற்றப் பிரபந்தத்துக்கு பகவத்கீதையென்று பேர். பாகவதம் வேறே, பகவத்கீதை வேறே. பாகவதம் பதினெண் புராணங்களில் ஒன்று. பகவத்கீதை பாரதத்தில் அடங்கிய ஒரு பங்கு. பகவத் கீதையென்றால் பகவானுடைய கீதை. இதில் பகவானென்பது கிருஷ்ணனைக் குறிக்கிறது. பாரதத்திலுள்ள பாட்டுக்களெல்லா வற்றிலும் பகவத்கீதையே மிகுந்த ஞானமுள்ளது. பூர்வகாலத்தில் அந்தப் பாட்டு பாரதத்தில் இல்லையென்றும், கிறிஸ்து பிறந்து சில நூற்றாண்டு சென்றதின் பின்பு அதை எழுதிப் பாரதத்தோடே சேர்க்கப்பட்டிருக்க வேண்டும் என்றும் சாஸ்திரிகள் நினைக் கிறார்கள். பகவத்கீதையின் அடக்கமென்னவென்றால், பாண்டவர் சேனைக்கும் கௌரவர் சேனைக்கும் யுத்தம் ஆரம்பிக்கும்போது வீரர் சங்கு ஊத, குதிரைகள் கனைக்க, யானை நடமாட்டத்தினாலே பூமியதிர, அர்ஜுனன் தனக்கெதிர்ப்பட்ட கௌரவர் சேனையைப் பார்த்து இனத்தாரோடே யுத்தஞ்செய்யப் போகிறதைக் குறித்து பரிதபித்து, அவர்களுக்குள்ளே என் சிற்றப்பன் பெரியப்பன்மாரும் என் அண்ணன்தம்பிமாரும் என்னைப் படிப்பித்த குருக்களும் இருக்கிறார்களே என்றும், இவர்களோடே ஏன் யுத்தஞ்செய்யப் போகிறேன்? என்னுடைய இனஜனங்களைக் கொலை செய்கிறதை விட நானே இறந்துபோனால் நல்லது என்றும் சொல்லி, துக்கப் பட்டுக் கொண்டிருந்தான். இனத்தாரைக் கொலை செய்ய அர்ஜுனனுக்கு மனமில்லாதிருந்ததைப் பார்த்தால் அவன்

பராக்கிரமமுள்ள வீரனாயிருந்தும் அவனை இரக்கமுள்ளவனென்று சொல்ல வேண்டியது. அவனிடத்தில் காணப்பட்ட இரக்கம் அவனுடைய இரதத்தை நடத்தும் சாரதியாகிய கிருஷ்ணனுக்கு பிரியமல்ல. பகவத்கீதையில் கண்டிருக்கிறபடி, இனஜனங்களாவது எவனாவது மடிந்து போகிறதைக் குறித்து கிருஷ்ணனுக்குக் கவலையில்லை. அர்ஜுனனை உறுதிப்படுத்தும்படி அவன் சொன்ன நியாயங்களைப் பார்த்தால், அவன் போதித்த ஞானம் சிறந்த செய்யுளில் அடங்கியிருந்தாலும் அது நெஞ்சைக் கல்நெஞ்சாய்க் கடினப்படுத்தத்தக்க அஞ்ஞானமென்று சொல்லவேண்டியது. அவன் போதித்தவைகளின் அடக்கமென்னவென்றால், உன் இனத்தாரைக் கொலைசெய்கிறதைக் குறித்து நீ இப்படிப் பரிதாபப்படவேண்டியதில்லை. அவர்கள் மடிந்து போகிறது கூடாதகாரியம். ஆத்துமாவுக்கு நோயும் இறப்புமில்லை. அது வதைக்கப்படவும் வதைக்கவுமாட்டாது; அதற்கு மாறுதலில்லை. அதனால் என்ன நடந்தாலும் ஞானமுள்ளவர்கள் கவலைப்படாமல் உயிரோடிருக்கிறவைகளைக் குறித்தாவது இறந்துபோனவர்களைக் குறித்தாவது துக்கிக்கமாட்டார்களென்றான். கிருஷ்ணன் இப்படிச் சொல்லிப் பின்பு ஆத்துமாவின் தன்மையைக் குறித்தும், பரமாத்துமாவைக்குறித்தும், தானே அந்தப் பரமாத்மா என்கிறதைக் குறித்தும், சருவலோகமும் தன்னில் அடக்கமாயிருக்கிறதைக் குறித்தும், விஸ்தாரமாய்ப் பாடி, அர்ஜுனனுடைய துக்கத்தை ஆற்றி அவனுடைய இரக்கத்தை நீக்கினான்.

பகவத்கீதையிலுள்ள பாட்டு மிகுந்த அலங்காரமுள்ளது தான். ஆனாலும் அதில் போதித்திருக்கிற உபதேசம் இருதயத்தைக் கடினப் படுத்தி, இரக்கத்தையும் அன்பையும் மற்றெந்த நற்குணங்களையும் கெடுக்கத்தக்கதேயல்லாமல் வேறல்ல. அது நஞ்சைத் தேனில் கலந்து கொடுக்கிறதுபோலிருக்கிறது. ஆத்துமா கொல்லப்படாத தினாலே இனத்தாரைக் கொல்லுகிறதை ஒரு பொருட்டாய் எண்ணக்கூடாதென்று கிருஷ்ணன் போதித்த உபதேசம் மெய்யென்று உலகத்தார் ஒப்புக்கொள்வார்களேயானால் என்ன அநியாயஞ் செய்யாமலிருப்பார்கள்? பொய், களவு, விபசாரம், கொலை இவைகளெல்லாம் சரீரத்துக்குரிய விகாரங்களே அல்லாமல் இவைகளைக்குறித்து ஆத்துமா கலங்கவே வேண்டியதில்லை யென்று சொன்னால் ஜனங்கள் எந்தப் பாதகத்தையும் செய்ய

அஞ்சமாட்டார்களே, துஷ்டர்கள் அச்சம் அற்றுப்போவார்கள், இவ்வுலகம் நரகலோகமாகமாய் மாறும், ஆதலால் கிருஷ்ணன் போதித்த கொடுமையான ஞானத்தைப் பார்க்கிலும், அர்ஜுனனிடத்தில் காணப்பட்ட மனுஷீக இரக்கம் நல்லது.

பகவத்கீதையில் போதித்திருக்கிற ஞானம் ஆறு சாஸ்திரங்களில் எந்தச் சாஸ்திரத்தைச் சேர்ந்ததென்று கேட்டால், அதைப் பல சாஸ்திர சங்கிரகமென்று சொல்லத்தகுமேயன்றி அது ஒரேயொரு சாஸ்திரத்தைச் சேர்ந்ததல்ல. நிரேசுவர சாங்கியர் போதித்த தத்துவ சாஸ்திரத்தையும், சேசுவர சாங்கியர் போதித்த யோகத்தையும், சகலமும் ஒரு வஸ்து என்று வேதாந்திகள் போதித்த அத்துவைதத்தையும் அதில் காணலாம்.

நான்காம் பாகம்

புராணங்களைப் பற்றியது

இந்துமதம் காலத்துக்குக்காலம் பலவித மாறுதல் அடைந்து வந்திருக்கிறதென்று முன் காட்டியிருந்ததே. முதல்முதல் அது எப்படி மாறுதல் அடைந்ததென்றால், இந்திரன், அக்கினி முதலிய பஞ்ச பூதங்களைத் தெய்வங்களாக வணங்கின வணக்கம் வரவர ஒழிந்துபோக அவைகளுக்குப் பதிலாய் இராமன், கிருஷ்ணன் முதலான வீரர்களையும், பிரமா, விஷ்ணு, சிவன் முதலிய நூதன தேவர்களையும் வணங்கும் வணக்கமும், வேதமந்திர உச்சாரணமும், யாகமும் ஒழிந்துபோக அவைகளுக்குப் பதிலாய் தவமும் தீர்த்த யாத்திரையும் தலைப்பட்டுப் பிரபலமாகிவந்தன.

பின்வருங்காலத்தில் இந்துமதம் எப்படி மாறுதல் அடைந்த தென்றால், முன்பு ஜனங்கள் யாவரும் சமஸ்த தேவர்களையும் பொதுவாக வணங்கிவந்திருக்கப், பின்பு அவ்வழக்கத்தை மாற்றிச் சிலர் சிவனையே தங்கள் தெய்வமென்றும், வேறு சிலர் விஷ்ணுவையே தங்கள் தெய்வமென்றும் தெரிந்துகொண்டு, விஷ்ணு சமயத்தாராகவும் சிவ சமயத்தாராகவும் பிரிந்துபோய்த், தங்கள், இஷ்ட தேவதைகளுக்கு ஆலயங்களைக் கட்டுவித்ததுந்தவிர யாகங்களுக்கும் தவங்களுக்கும் பதிலாய் விக்கிரகங்களுக்குப் பூஜை செய்யும் வழக்கத்தை ஏற்படுத்திக் கொண்டார்கள். இவ்விதமாய் ஏற்படுத்தப்பட்ட மதாசாரமே இந்தியாவில் நாளதுவரையில் நிலைத்திருக்கிற மதாசாரம். அதைத் தற்கால இந்து மதம் என்று சொல்லலாம். இப்பொழுது அனுசரிக்கப்பட்டு வருகிற இந்துமதத்திற்கு வேதங்களும் பெருங்காப்பியங்களும் ஆதாரமல்ல; புராணங்கள் அதற்கு ஆதாரமாவென்று கேட்டால் அப்படியும் சொல்லக்கூடாது.

நூதனமாய் ஏற்படுத்தப்பட்ட மதாசாரங்களை உறுதிப்படுத்தவும் திருஷ்டாந்தப்படுத்தவும் பிரபலியப்படுத்தவும் அந்தப் புராணங்கள் எழுதப்பட்டன. புராணங்களிலிருந்து அந்த மதம் உற்பத்தியாயிற்று என்று சொல்லுகிறதற்கு ஏதுமில்லை. புராணங்களுக்குத் தற்கால இந்து மதம் ஆதாரமேயல்லாமல் தற்கால இந்து மதத்திற்குப் புராணங்கள் ஆதாரமல்ல.

புராணங்களென்ற பேருடைய பிரபந்தங்கள் பதினெட்டு. அவைகளையல்லாமல் உபபுராணங்கள் என்னப்பட்ட பதினெட்டு சிறு புராணங்களும் உண்டென்று சொல்லுவார்கள். அந்த உப புராணங்களில் அநேகம் இப்பொழுது இல்லை. அநேக ஸ்தல புராணங்களும், மான்மியங்களும் அங்கங்கேயுண்டு. அவைகள் எப்படிப்பட்டவைகளென்றால், சில ஸ்தலங்களை முக்கியப் படுத்தி அந்த ஸ்தலங்களில் விசேஷமாய் வணங்கப்பட்டு வருகிற தேவர்களைப் புகழும்படி எழுதப்பட்ட கதைகளேயாம். பதினெண் புராணங்களில் ஏதோவொன்றிலிருந்து ஸ்தல புராணங்கள் எடுத்து எழுதப்பட்டது போல இவைகள் ஒவ்வொன்றிலும் சொல்லியிருக்கிறது. இப்படிச் சொல்லியிருப்பது பெரும்பாலும் அபத்தமாயிருக்கிறது. ஸ்தல புராணங்களில் அனேகம் அந்தந்தத் தேசங்களில் வழங்கிய பாஷைகளில் எழுதப்பட்டிருக்கிறதேயல்லாமல் கிரந்த பாஷையில் அவைகளுக்கு மூலமில்லை. அவைகளில் சிலவற்றைப் புராணம் என்று சொல்வது எள்ளளவேனுஞ் சரியல்ல. திருஷ்டாந்திரமாகப் பெரிய புராணமென்கிற பிரபந்தம் தமிழ்நாட்டில் பிரஸ்தாபமாயிருக்கிறது. அதற்குப் புராணமென்கிற பேரிருந்தும் புராணத்திலிருக்கவேண்டிய விஷயங்கள் யாதொன்றும் அதிலே இல்லை. அது தென் இந்தியாவில் பேர்போன சிவபத்தரைக் குறித்துச்சொல்லிய கதைத்திரட்டேயல்லாமல் வேறல்ல. அப்படிப்போல சைனர் தாங்கள் அநுசரித்துவருகிற தீர்த்தங்கரராகிய குருக்களைப் பற்றிய கதைகளைப் புராணங்களென்பார்கள். படிப்பில்லாத ஜனங்கள் மதாசாரத்துக்குரிய பாட்டுகள் யாவையும் புராணங்களென்று சொல்லுகிறதுண்டு.

பதினெண் புராணங்களும் கிரந்த பாஷையில் எழுதப்பட்டன. அவைகளில் இரண்டொன்று மாத்திரம் சுதேச பாஷைகளில் திருத்தப்பட்டிருக்கின்றன. கிறிஸ்துவானவர் பிறந்த காலத்திலே அமரசிங்கன் என்னும் வித்துவான் எழுதின அமரம் ஆகிய கிரந்த

நிகண்டில் புராணமென்பதற்கு பஞ்சலட்சணமுடைய நூல் என்று அர்த்தம் கண்டிருக்கிறது. பூர்வீக உரைப்படி அந்தப் பஞ்சலட்சணங்களெவையென்றால், சர்க்க, பிரதிசர்க்க, வங்கிச, மன்வந்தர, வங்கிசாநுசரிதம் ஆகிய இவ்வைந்தே. (1) சர்க்கம் என்றால் பிராகிருத சிருஷ்டியாம். பிராகிருத சிருஷ்டி என்பது ஆத்மாவும் பிரகிருதியுமாகிய இரண்டும் சேர உலகம் தோன்றியது என்றர்த்தம். இது முதலாம் சிருஷ்டிப்பு என்று வழங்குகிறது. (2) பிரதிசர்க்கம் என்றால் வைகிருத சிருஷ்டியாம். வைகிருத சிருஷ்டி என்பது தேவர்களுடைய சக்தியினால் உலகத்திலுண்டான விகாரங்கள் என்றர்த்தம். இது இரண்டாம் சிருஷ்டிப்பென்று வழங்குகிறது. இதைச் சீர்த்தமென்று சொல்லத்தகும். (3) வங்கிசம் என்றால் தேவர்களும் பிரஜாபதிகளாகிய ரிஷிகளும் ஆகிய இவர்களுடைய வம்ச வரலாறாகும். (4) மன்வந்தரங்கள் என்றால் அந்தந்த மனு இராஜாதிகாரஞ்செய்த காலமாம். மனு என்பது அந்தந்த யுகத்திலுள்ள மனிதர்களுக்கு பிதாக்களாய் எண்ணப் பட்டவர்களுக்குப் பொதுப்பேர். பதினாலு மனுவந்தரங்கள் உண்டென்றும், நாளது மனுவந்தரம் ஏழாவது மனுவந்தரம் என்றுஞ் சொல்லுவார்கள். (5) வங்கிசாநுசரிதம் என்றால் சூரிய சந்திரகுல அரசர்களுடைய வம்ச அட்டவணைகளாம்.

அமரத்தில் கண்டிருக்கிற விதிப்படி ஒவ்வொரு புராணத் திற்கும் மேற்காட்டிய பஞ்ச இலட்சணங்களுமிருக்க வேண்டும். என்றாலும் இப்பொழுதிருக்கிற புராணங்களைப் பரிசோதிக்கு மளவில் அந்தப் பஞ்ச லட்சணங்களுமுள்ளதாய்க் காணப்படுகிற ஒரு புராணமாவது கிடையாது. பஞ்ச இலட்சணங்களில் ஒன்றை யாவது சில புராணங்களில் காண்பதரிது. மத விஷயங்களைப் பற்றிப் போதித்தலே புராணங்கள் யாவும் எழுதப்பட்ட பிரதான நோக்கம். அவைகளில் சில இந்த ஒரே நோக்கத்தினாலே மாத்திரம் எழுதப்பட்டதாகக் காணப்படுகிறது. பல விஷயங்களைப் பற்றி அவைகளில் சொல்லியிருந்தாலும் புராணங்களை எழுதினவர்கள் எந்தச் சமயத்தாராயிருந்தார்களோ அந்தச் சமயத்தை உறுதிப் படுத்தும்படிக்கு அதற்குரிய தேவர்களைப் புகழ்வதும் அதற்குரிய உபதேசங்களைக் காட்டுவதுமே புராணங்களிலுள்ள முக்கிய பொருள். அந்த உபதேசங்களை மெய்ப்பிக்கும் நோக்கமாயும், சில ஆலயங்களையும் தீர்த்தங்களையும் பர்வதங்களையும் புண்ணிய

ஸ்தலங்களென்று திருஷ்டாந்தப்படுத்தும் நோக்கமாகவும் எழுதப்பட்ட ஏராளமான கதைகளையே அந்தந்தப் புராணங்களில் காணலாம். இவைகளுமன்றி நீதி சாஸ்திரத்துக்கடுத்த பல விதிகளும், சாதி வேற்றுமையைப்பற்றிய பல சட்டங்களும், சோதிட நூலுக்கும் வைத்திய நூலுக்கும் வியாகரணமாகிய கிரந்த இலக்கண நூலுக்கும் அடுத்த பல குறிப்புகளும் அவைகளிலுண்டு; வில் வித்தை விதிகளையும் அவைகளில் காணலாம். முன்பின்னுள்ள சம்பந்தத்தைப் பார்க்கும்பொழுது, இந்தப் பங்குகள் புராணங்களை எழுதினவர்களாலே எழுதப்பட்டவைகளல்லவென்றும், பிற நூல்களிலிருந்து மற்றவர்களால் எடுத்துச் சேர்க்கப்பட்டவைகளென்றும் விளங்கும்.

புராணங்களுக்கிருக்க வேண்டிய இலக்ஷணங்களின்னவையென்று பூர்வீகத்தில் சொல்லப்பட்ட விதிக்கும் தற்காலத்தில் புராணங்களுக்கிருக்கிற தன்மைக்கும் உண்டாயிருக்கிற வித்தியாசத்தைக் கவனிப்பதினால் அமரம் எழுதப்பட்ட காலத்திலுள்ள பூர்வீக புராணங்கள் வேறே, இக்காலத்தில் வழங்குகிற புராணங்கள் வேறே என்று நிதானிக்கலாம். இவைகள் அந்தப் புராணங்களேயானால், பிற்காலத்தார் அதிகமாய் மாற்றியும், கூட்டியும், குறைத்துமிருக்கிறார்களென்று சொல்ல வேண்டும்.

புராணம் என்பதற்கு பூர்வீகம் என்றர்த்தம். ஆதலால் புராணங்களை எழுதினவர்கள் பூர்வீக சரித்திரங்களைத் தேடித் திரட்டிவைக்க வேண்டும் என்கிற நோக்கத்தோடே அவைகளை எழுதியிருக்க வேண்டும். ஆனாலும் பூர்வீகமான சரித்திரங்களும் கதைகளும் அவைகளில் காணப்படுவதரிது. பூர்வகாலத்தில் பேர் போன சில அரசர்களுடைய பேர்களையும் அவர்கள் அரசாண்டு வந்த தேசங்களின் பேர்களையும் அவைகளில் காணலாமேயன்றி அக்காலத்தில் நடந்த விருத்தாந்தங்களை அவைகளில் காணக் கூடாது. தற்கால இந்துமதத்திற்குரிய கோட்பாடுகளை நிலை நிறுத்தும் பொருட்டுப் புராணங்கள் எழுதப்பட்டதாய்க் காணப்படுவதால் அந்தக் கோட்பாடுகள் உண்டான காலத்தைப் பார்க்கிலும் அவைகள் பூர்வீகமுள்ளவைகளாயிருக்கமாட்டாது. இப்பொழுது வழங்கிவருகிற சிவ சமயத்தாருடைய கொள்கை சங்கர ஆசாரியனாலுண்டாயிற்று. அவன் கிறிஸ்து பிறந்த 700 அல்லது 800 வருஷங்களுக்குப் பிறகு இருந்தவன். இப்பொழுது

வழங்கி வருகிற விஷ்ணு சமயத்தாருடைய கொள்கைகளை கிறிஸ்து பிறந்த 1100 வருஷங்களுக்குப் பிறகு இராமாநுஜ ஆசாரியனும் 1200 வருஷங்களுக்குப் பிறகு மதுவாசாரியனும் ஏற்படுத்தினார்கள். ஆகையால் அவர்கள் போதித்த கொள்கைகளைப் பிரபலியப்படுத்தும்படி எழுதப்பட்ட புராணங்கள் அந்தக் கொள்கைகளை ஏற்படுத்தினவர்கள் இருந்த காலத்திற்கு முன்னதாக எழுதப்பட்டிருக்கமாட்டாதே. புராணங்கள் எழுதப்பட்ட விதமாகவே நாளது வரையும் யாதொரு மாறுதலில்லாமல் காக்கப்பட்டு வந்திருக்குமானால் அவைகளில் அதிக பூர்வீக முள்ளதாய்த் தோன்றுகிற புராணங்கள் கிறிஸ்து பிறந்த 700 வருஷங்களுக்குப் பின்பு எழுதப்பட்டிருக்குமே அல்லாமல் அதற்கு முன்பு எழுதப்பட்டதென்று சொல்லுவதற்கிடமில்லை. அவைகளில் சில கிறிஸ்து பிறந்த 1500 வருஷங்களுக்குப் பின்பு எழுதப்பட்டன வென்பது நிச்சயம். நாரதபுராணம், வாமனபுராணம், பிரமவை வர்த்த புராணம் ஆகிய இம்மூன்றும் கடைசியாய் எழுதப் பட்டவைகளாகக் காணப்படுகிறது.

ஒவ்வொரு புராணத்திலும் பதினெண் புராணங்களுடைய பேர்களையும் காட்டியிருக்கிறது. புராணங்கள் கட்டுச்சாக்ஷியுள்ளவை களென்பதற்கு இதுவே போந்த அத்தாட்சி. பாகவத புராணத்தைப் பற்றிச் சமுசயப்படுவதற்கு விசேஷித்த முகாந்தரமுண்டு. மா பாரதமாகிய பெருங்காப்பியத்தையும், பதினெண் புராணங்களையும் வேதவியாசன் ஐந்தாம் வேதமாக எழுதி, அவைகளை ரோம ஹர்ஷணன் ஆகிய சூதனிடத்தில் ஒப்புவித்ததாக மற்றப் புராணங்கள் ஒவ்வொன்றிலும் சொல்லியிருக்கிறதுபோலவே பாகவத புராணத்திலும் சொல்லியிருக்கிறது. அப்படிச் சொல்லியிருந்தும் வேதவியாசன் தான் எழுதின இதிகாசங்கள், புராணங்கள் முதலிய நூல்களைப் பற்றி வெறுப்படைந்ததாகவும் வாசுதேவனாகிய கிருஷ்ணனையே துதிக்கும்படி ஒரு நூலை எழுதினால் மனரம்மிய முண்டாகுமென்று நாரத ரிஷி சொல்ல, அவன் அப்படியே சம்மதித்து பாகவத புராணத்தை எழுதி, தன் மகனாகிய சுகனென்கிறவனிடத்தில் ஒப்புவித்ததாகவும் பாகவதமே சொல்லுகிறது. இப்படிச் சொல்லியிருக்கிறதைக் கவனிக்கும் பொழுது புராணங்கள் எழுதி முடிந்ததின்பின்பு அந்தப் புராணங் களிலே ஒன்றாகிய பாகவத புராணம் எழுதப்பட்டதாகவும்,

பதினெண் புராணங்களும் ரோம ஹர்ஷணனிடத்தில் ஒப்புவிக்கப் பட்டிருக்கப் பாகவத புராணம் வேறொரு சூதனிடத்தில் ஒப்பு விக்கப்பட்டதாகவும் கண்டிருக்கிறது. பாகவதத்தில் இப்படிக் கண்டிருந்தும் பதினெண் புராணங்களில் பாகவதம் ஒன்றென்று மற்றப் புராணங்கள் ஒவ்வொன்றிலும் சொல்லியிருக்கிறது.

முன்னோர்கள் காலமுதல் வழங்கிவருகிற வேதங்களும் புராணங்களும் திவ்விய அதிகாரமுள்ளவைகளோ அல்லவோ வென்று பரிசோதித்து யோசிக்கிற வழக்கம் இந்துக்களுக்கில்லா திருந்தும் அவர்களில் சில வித்துவான்கள் மேற்காட்டிய விகற்பங்களைக் கவனித்து பாகவத புராணத்தை ஆட்சேபித்து அந்தப் பாகவதம் வேதவியாசனால் எழுதப்பட்டதல்லவென்றும், அது பதினெண்புராணங்களில் ஒன்றாக அங்கீகரிக்கப்படத் தக்கதல்லவென்றும், கிறிஸ்து பிறந்த 1200 வருஷங்களுக்குப் பிறகு தேவகிரியில் வாசமாயிருந்த வியாகரணநூல் ஆசிரியனாகிய வோபதேவனால் எழுதப்பட்டதென்றும், இந்தப் பாகவத புராணத்திற்குப் பதிலாகத் தேவி பாகவதம் என்னப்பட்ட புராணத்தையே பதினெண்புராணங்களில் ஒன்றாக அங்கீகரிக்க வேண்டியதென்றும் சொல்லுகிறார்கள். அந்தத் தேவி பாகவதம் உபபுராணங்களென்று பேருடைய புராணங்களில் ஒன்று. ஆகிலும் அந்த உபபுராணத்தைப் பரிசோதிக்குமளவில் அது கிருஷ்ணனுக்குத் துதியாக எழுதப்படாமல் தேவியாகிற பார்வதிக்குத் துதியாகவும் அந்தத் தேவிக்குச் செய்யப்படும் ஆராதனையை முக்கியப்படுத்தும் படியாகவும் எழுதப்பட்டிருப்பதினாலும், உள்ளபடி, பாகவதம் என்பது அதற்குரிய பேராயிராமல், பிருகு ரிஷியாலுண்டான புராணமென்கிற அர்த்தமுள்ள பார்கவ புராணம் என்பதே அதற்குரிய பெயராயிருப்பதினாலும், பதினெண் புராணங்கள் ஒவ்வொன்றிலும் பாகவதம் என்னும் பெயரால் குறித்திருக்கிற புராணம் இந்தப் புராணமல்லவென்பது பிரத்தியக்ஷமாயிருக்கிறது. காரியம் இப்படியிருக்கப் புராணங்கள் யாவற்றிலும் பாகவதமே அதிகச் சிறப்பும் அலங்காரமுமுள்ளதாயிருந்தபோதிலும் மேலே சொல்லப்பட்ட முகாந்தரங்களையிட்டு அது பதினெண் புராணங்களில் ஒன்றோ என்பதைப்பற்றியும் அது அதிகாரமுள்ளதோ என்பதைப் பற்றியும் இந்துக்களிலுள்ள வித்துவான்கள் முதலாய்ச் சந்தேக முள்ளவர்களாயிருக்கிறார்கள்.

பாரதமும் பதினெண்புராணங்களும் வேதவியாசனால் எழுதப் பட்டனவென்று அவைகளில் சொல்லியிருக்கிறது. அப்படியிருந்தும் அவைகளை வாசித்து ஒன்றொடோன்று ஒத்துப் பார்க்குமளவில் செய்யுள்சிறப்பிலும், வாசகநடையிலும், கருத்திலும் அவைகள் ஒன்றுக்கொன்று ஒவ்வாதவைகளேயன்றி ஒரே இயல்புள்ளவை களல்லவென்று இந்துதேசத்து வித்துவான்களில் சிலர் கண்டு, ஒருவனே அவைகளெல்லாவற்றையும் எழுதினதாக ஒப்புக்கொள்ளக் கூடாதென்று அபிப்பிராயம் பண்ணியிருக்கிறார்கள். வேதங்களை ஒருவனே திரட்டி ஒழுங்காக்கினதுபோல புராணங்களையும் ஒருவனே திரட்டி ஒழுங்காக்கியிருப்பானென்று சொல்வது இயல்புக்கேற்றதாயிருக்கலாம். ஆனாலும் அவைகளெல்லா வற்றையும் ஒருவனே எழுதினானென்று சொல்வது தப்பென்பதற்குச் சந்தேகமில்லை. புராணங்களில் கண்டிருக்கும் விசேஷங்களை ஒரு ரிஷி வியாசனிடத்தில் சொல்வதுபோலவும், அவைகளை வியாசன் தன் சீஷனாகிய ரோமஹர்ஷணனுக்குச் சொல்லிக்கொடுப்பது போலவும், அவைகளை ரோமஹர்ஷணன் மற்றவர்களுக்குத் தெரிவிப்பதுபோலவும் ஒவ்வொரு புராணத்திலும் சொல்லி யிருக்கிறது. வியாசனிடத்தில் அந்த விசேஷங்களைச் சொல்லிய ரிஷியும் அவைகளைத் தானாய்ச்சொல்வதுபோல் சொல்லாமல், தான் ஒரு சமயத்தில் கேட்ட சம்பாஷணையிலுள்ள விசேஷங்களைச் சொல்வதுபோலச் சொல்லுகிறான். இப்படிச் சொல்லுகையில் முந்தியகாலங்களில் நடந்த வேறே சம்பாஷணைகளையும் அந்தச் சம்பாஷணையோடே கலந்துவைப்பது வழக்கம்.

பதினெண் புராணங்களில் பேர்களடங்கிய அட்டவணைகளில் சில விகற்பங்களுண்டு. ஒரு அட்டவணையில் ஒரு புராணத்தின் பேரிருக்கும். இன்னொரு அட்டவணையில் அந்தப் புராணத்தின் பேருக்குப் பதிலாக வேறொரு புராணத்தின் பேரிருக்கும். சில அட்டவணைகளில் வாயுபுராணம் என்று சொல்லிய புராணத்தை மற்றுஞ் சில அட்டவணைகளில் சிவபுராணம் என்று சொல்வதுண்டு. இதனடியில் கண்டிருக்கிற அட்டவணை தென்இந்தியாவில் வழங்குகிறது. அதிலுள்ளவைகளெவையெனில், 1. மச்சிய புராணம்; 2. கூர்மபுராணம்; 3. வராகபுராணம்; 4. வாமன புராணம்; 5. பிரமபுராணம்; 6. விஷ்ணுபுராணம்; 7. பாகவத புராணம்; 8. சிவபுராணம்; 9. இலிங்கபுராணம்; 10. பவிஷிய

புராணம்(பௌடியம்); 11. நாரதபுராணம்; 12. கருடபுராணம்; 13. பிரமவைவர்த்தபுராணம்; 14. ஸ்கந்தபுராணம்; 15. மார்க்கண்ட புராணம்; 16. அக்கினிபுராணம்; 17. பிரமாண்டபுராணம்; 18. பதும புராணம் இவைகளே.

புராணங்களை வெவ்வேறான வகுப்புகளாக வகுக்கிறதுண்டு. சிலர் அவைகளை முக்குணங்களுக்கும் ஏற்ற வகுப்பாக வகுத்து ஆறு புராணங்களைச் சாத்விக புராணங்களென்றும், ஆறு புராணங்களை இராசத புராணங்களென்றும், ஆறு புராணங்களைத் தாமச புராணங்களென்றும் சொல்லுவார்கள். புராணங்களை இப்படி வகுக்கிறது அவைகளின் இயல்புக்கேற்றதல்ல. தென் இந்தியாவில் அவைகளை வழக்கமாய் வகுக்கிறதெப்படியென்றால், சிவ, ஸ்கந்த, இலிங்க, கூர்ம, வாமன, வராக, பவிஷிய, மச்சிய, மார்க்கண்ட, பிரமாண்ட புராணங்களாகிய இப்பத்தைச் சைவ புராணங்களாகவும், நாரத, பாகவத, கருட, விஷ்ணு புராணங் களாகிய இந்நான்கை வைஷ்ணவ புராணங்களாகவும், பிரம, பதும புராணங்களாகிய இவ்விரண்டைப் பிரம புராணங்களாகவும், பிரமவைவர்த்த புராணத்தைச் சூரியபுராணமாகவும், அக்கினி புராணத்தை ஆக்கிநேய புராணமாகவும் வகுக்கிறது வழக்கம். அந்தப் புராணங்களில் புகழப்பட்டிருக்கும் தேவதைகளுக்கும் அவைகளில் போதிக்கப்பட்டிருக்கும் உபதேசங்களுக்கும் தக்கதாக அவைகளை வகுக்க வேண்டுமென்கிற நோக்கத்தினாலே இப்படி வகுத்திருக்கும். ஆனாலும் புராணங்களைச் சோதித்துப் பார்க்கும் போது இந்த வகுப்பில் சில தப்பிதங்கள் காணப்படும். எப்படி யென்றால் வராகபுராணம் வைஷ்ணவ புராணமே அல்லாமல் சைவ புராணமல்ல, பிரம பதும புராணங்களும் வைஷ்ணவ புராணங்களே அன்றி பிரமாவை முக்கியப்படுத்துகிறவைகளல்ல. பிரம வைவர்த்த புராணம் பாலகிருஷ்ணனாகிய கோபாலனையும் அவனுடைய கள்ளநாயகியாகிய இராதாவையும் புகழும் புராணமே அல்லாமல் சூரிய புராணமல்ல. அது வைஷ்ணவ புராணங்களில் ஒன்றே. அப்படியே அக்கினி புராணம் சைவ புராணங்களில் ஒன்று. அக்கினிதேவன் அதைச் சொல்லிக் கொடுத்ததினாலேயே அதற்கு அக்கினி புராணமென்று பேருண்டாயிற்று. ஆதலால் திட்டமாய்ச் சொல்லவேண்டுமாகில் பதினெண் புராணங்களில் சைவ புராணங்கள் பத்து என்றும்,

வைஷ்ணவ புராணங்கள் எட்டு என்றும் சொல்ல வேண்டியது. சைவ புராணங்கள் பெரும்பாலும் சிவனைத் தேவனென்று காட்டி அவனையே புகழும். அப்படியே வைஷ்ணவ புராணங்கள் விஷ்ணுவை தேவனென்று காட்டி அவனையே புகழும். ஆகிலும் வைஷ்ணவ புராணங்களான சில புராணங்களில் சிவனுக்குத் துதியாக எழுதப்பட்ட பங்குகளும், அப்படியே சைவ புராணங் களான சில புராணங்களில் விஷ்ணுவுக்குத் துதியாக எழுதப்பட்ட பங்குகளுமுண்டு.

ஒவ்வொரு புராணத்தையுங்குறித்துச் சில விசேஷங்களை இப்போது சொல்லுவோம்.

1. மச்சியபுராணம் : இந்தப் புராணத்திலுள்ளவைகளை விஷ்ணு மச்சரூபங் கொண்டிருக்கும்போது மனுவுக்குச் சொல்லிக் கொடுத்தான். யுகாந்த பிரளயங்களில் ஒரு பிரளயம் உண்டாகி வெள்ளம் உலகத்தை மூடியிருக்கும்போது விஷ்ணு மச்ச அவதார மெடுத்து மனிதரெல்லாருக்கும் பிதாவாகிய மனுவையும் சகல உயிர்களின் வித்தையும் ஒரு கப்பலிலடைத்துக் காப்பாற்றினான். அந்தக் கப்பல் மச்சத்தின் கொம்பிலே கட்டப்பட்டு வெள்ளத்தில் மிதந்துகொண்டிருக்கையில் மனுவானவன் மச்சத்தைப் பார்த்துக் கேட்ட கேள்விகளுக்கு அந்த மச்சம் அவனுக்குச் சொன்ன உத்தரவுகள் இந்தப் புராணத்திலடங்கிய மொத்தப் பொருள். ஜலப்பிரளயத்தைப்பற்றிய இந்தக் கதை பாரதத்திலுமுண்டு. பாரதத்தில் கண்டிருக்கிற கதைக்கு அதிக வர்ணிப்பில்லை. மச்சிய புராணத்தில் கண்டிருக்கும் கதைக்கு அதிக வர்ணிப்புண்டு; ஆதலால் இவ்விரண்டில் பாரதகதையே பூர்வீகமுள்ளதென்று சொல்லலாம். ஒரு திருஷ்டாந்தரத்தினாலே இது விளங்கும். எப்படியென்றால் ஒரு கயிற்றினால் கப்பல் மச்சத்தின் கொம்பிலே கட்டப்பட்டதென்று பாரதத்தில் சொல்லியிருக்க, ஒரு பாம்பினால் மச்சத்தின் கொம்பிலே கட்டப்பட்டதென்று இந்தப் புராணத்தில் சொல்லியிருக்கிறது. இது பிற்கால வர்ணிப்பென்பது பிரத்தியக்ஷம்.

பூர்வகாலத்தில் ஒரு ஜலப்பிரளயம் வந்ததாகவும் மனுவானவன் ஒரு கப்பலிலேறிக் காப்பாற்றப்பட்டதாகவும் பாரதத்திலும் மச்சிய புராணத்திலும் சொல்லியிருக்கிற கதையைப் பார்க்குமளவில் பைபிலென்னும் வேதாகமத்தில் சொல்லியிருக்கிற ஜலப்பிரளயமே

அந்தக் கதைக்குக் காரணமென்று விளங்கும். அந்த ஜலப் பிரளயத்தைக் குறித்து ஜனங்கள் பாரம்பரியமாய்ச் சொல்லச் சொல்ல அது பலவகையாய் மாற்றப்பட்டுப் போயிற்று. இத்தேசத்து பூர்வீக புலவர்களே அந்தச் சரித்திரத்தை அதிகமாய் மாற்றினார்கள். மேலும் மனிதருடைய பாவத்தினிமித்தம் அவர்களைத் தண்டிக்கும் படி அந்த ஜலப்பிரளயம் வந்ததென்று வேதாகமத்தில் சொல்லி யிருக்கிறதே. ஜலப்பிரளயத்தைக் குறித்து பாரம்பரியமாய்ச் சொல்லி யிருக்கிற கதைகளில் அந்த முகாந்தரம் விளங்கவில்லை. இந்து தேசத்துப் புலவர்களுக்கு அது முற்றிலும் தெரியாமற் போயிற்று. ஜலப்பிரளயம் அனுப்பப்பட்ட காரணமும் அது வந்த வகையும் வேதாகமத்தில் மாத்திரம் திட்டமாய் விளங்கும்.

2. கூர்மபுராணம் : இந்தப் புராணத்தில் அடங்கியிருக்கிற சில பங்குகளைச் சமுத்திரம் கடையப்படுஞ் சமயத்தில் விஷ்ணு கூர்மரூபங் கொண்டிருக்கும்போது இந்திரயும்நன் என்கிறவனுக்குச் சொல்லிக்கொடுத்தார். இது பூர்வீகமுள்ள புராணமல்ல. கிறிஸ்து வானவர் பிறந்த சில நூறு வருஷங்களுக்குப் பின்பு தோன்றின ஜைன சமயத்தைக் குறித்தும், பிற்காலத்தில் சில சமயத்தாருக் குள்ளேயுண்டான உட்சமயங்களாகிய வைரவ சமயத்தையும், வாமாசார சமயமான இடங்கை சத்தி பூஜை கொள்கையையும் அதில் காட்டியிருக்கிறது. ஆகையால் இது பூர்வகாலத்தில் எழுதப்பட்டிருக்கமாட்டாது.

3. வராகபுராணம் : விஷ்ணு வராக அவதாரம் எடுத்திருக்கும் போது இந்தப் புராணத்திலுள்ளவைகளைப் பூமிதேவிக்குச் சொல்லிக் கொடுத்தான். விஷ்ணுவைப் பார்த்துச் சொல்லத்தக்க ஜெபமந்திரங்களும், விஷ்ணுபத்திக்குரிய பூஜை முறைகளைச் செய்யத்தக்க சட்டங்களும், வடமதுரை முதலான வைஷ்ணவ ஸ்தலங்களின் சிறப்பைக் காட்டும்படி எழுதப்பட்ட கதைகளும் இந்தப் புராணத்தில் அதிகமாயிருக்கிறது. இது வைஷ்ணவ புராணமாயிருந்தபோதிலும் சிவனைக் குறித்தும், துர்க்கையைக் குறித்தும் சொல்லிய கதைகள் இதிலுண்டு. இது கிறிஸ்துநாதர் பிறந்து 1100 வருஷங்களான பிறகு இராமானுஜ ஆசாரியனுடைய காலத்தில் எழுதப்பட்டதாகக் காணப்படுகிறது.

4. வாமனபுராணம் : விஷ்ணு எடுத்த வாமனாவதாரத்தைக் குறித்து இதில் சொல்லியிருக்கிறது. சிவலிங்கம் ஸ்தாபிக்கப்பட்ட

சில ஸ்தானங்களையும் விசேஷித்த சைவ ஸ்தலங்களையும் முக்கியப்படுத்தும்படிக்கு எழுதப்பட்ட மான்மிய கதைகளே இந்தப் புராணத்தில் அடங்கிய பிரதான பொருள். ஆனதால் இது சைவ புராணமென்று தென் இந்தியாவில் வழங்குகிறது. இதில் விஷ்ணுவையும் புகழ்ந்திருப்பதினாலே வடராஜ்யத்தார் இதை வைஷ்ணவ புராணமென்று நினைக்கிறதாகக் காணப்படுகிறது. வாமனம் என்ற பேருடைய வேறொரு புராணம் பூர்வகாலத்தில் வழங்கியிருக்கலாம். இக்காலத்தில் வழங்கி வருகிற வாமன புராணம் 300 அல்லது 400 வருஷங்களுக்கு முன்னே எழுதப் பட்டிருக்கமாட்டாது.

5. பிரமபுராணம் : வட இந்தியாவில் வழங்குகிற புராண அட்டவணைகளில் இது முதலாம் புராணம். ஆகையால் இதற்கு ஆதிபுராணமென்றும் பேருண்டு. தக்ஷணத்தில் வழங்கும் அட்டவணைகளில் இது ஐந்தாம் புராணம். இதிலுள்ள சில பாட்டுகளில் சூரியனை வணங்கும் வணக்கத்தைப் போதித்திருப் பதினாலே இதை சௌர புராணமென்று சிலர் சொல்வதுண்டு. ஆகிலும் கிருஷ்ணனை உலகத்தை ஆளும் பாலகன் என்றர்த்தங் கொள்ளும் ஜகநாதனாகக் காட்டிப் புகழ்வதே இந்தப் புராணத்திலுள்ள முக்கிய பொருள். இதில் மூன்றிலொரு பங்கு புருஷோத்தம க்ஷேத்திரத்தின் சிறப்பையே விவரித்துக் காட்டுகிறது. அந்த புருஷோத்தம க்ஷேத்திரம் உத்கல தேசத்தில் உள்ள ஒரு நாடு. ஜகநாதனுக்கென்று கட்டப்பட்ட கோவில்களில் விசேஷித்த கோயில் அந்த நாட்டிலிருக்கிறது. அதற்கு ஜகநாதம் என்கிற பேர் வழங்குகிறது. இந்தப் புராணத்தில் கிருஷ்ணனைப்பற்றிச் சொல்லிய சரித்திரம் விஷ்ணு புராணத்தில் அவனைப் பற்றிய சரித்திரத்துக்கு ஒரு வார்த்தையிலாகிலும் வித்தியாசமில்லாமல் ஒத்துவருகிறது. ஆகையால் அந்தப் புராணத்திலிருந்து எடுத்து இதிலே சேர்த்திருக்க வேண்டும். மேற்சொல்லிய ஜகநாத கோயில் கிறிஸ்து பிறந்த 1198-ஆம் வருஷத்தில் கட்டப்பட்டதென்று கல்லில் பதிந்த பூர்வீக எழுத்துக்களினாலே நிச்சயமாய்த் தெரிந்திருப்பதால் அந்தக் கோயிலை முக்கியப்படுத்தும்படி எழுதப்பட்ட கதைகள் அடங்கிய பிரம புராணமானது கிறிஸ்து பிறந்த 1200 வருஷங்களுக்கு முன்னே எழுதப்பட்டிருக்கமாட்டாது. சில பங்குகள் மாத்திரம் முன்னுள்ள காலத்தில் எழுதப்பட்டிருக்கலாம்.

6. விஷ்ணு புராணம் : புராணத்துக் கிருக்கவேண்டிய பஞ்ச லட்சணங்கள் யாவும் ஒரு புராணத்துக்காவது இல்லை என்பது முன் சொல்லியிருந்ததே; அப்படியே விஷ்ணு புராணத்திலும் அந்தப் பஞ்ச லட்சணங்கள் அரைகுறையாய்க் காணப்படுகிறதே அன்றி முழுமையாகவும் இருக்கவில்லை. ஆகிலும் இக்காலத்தில் வழங்குகிற புராணங்களில் விஷ்ணு புராணத்துக்கே பஞ்சலட்சண புராணமென்கிற பேர் ஏறக்குறையத் தகும். இந்த முகாந்தரத்தினி மித்தம் பிரபொசர் வில்சன் என்னும் சாஸ்திரியார் புராணங்கள் இத்தன்மையுள்ளவைகளென்பதை யூரோப் கண்டத்தாருக்குக் காட்ட வேண்டுமென்று கருதி விஷ்ணு புராணத்தைத் தேர்ந்தெடுத்து அதை இங்கிலீஷ் பாஷையில் திருப்பியிருக்கிறார். அவர் இந்தப் புராணத்தைத் திருப்பியிருக்கிறதுமன்றி ஒவ்வொரு புராணத்தையும் ஒத்துப்பார்த்து பொதுப்பாயிரஞ் செய்து விவேகமுள்ள குறிப்பு களையும் அபிப்ராயங்களையும் எழுதிப் புராண இயல்பை விளக்கிக் காட்டியிருக்கிறார். புராணங்களைக் குறித்து இதில் கண்டிருக்கிற விவரங்களில் மிகுதியான பங்கை அவர் எழுதின பிரபந்தத்தில் தெரிந்தெடுத்திருக்கிறது. விஷ்ணு புராணமும் பாகவத புராணமுமாகிய இவ்விரண்டுமே யூரோப் கண்டத்துப் பாஷைகளில் முழுதும் திருப்பப்பட்டிருக்கிறது. மற்றப் புராணங்களில் சில பங்குகள் மாத்திரம் திருப்பப்பட்டதுண்டு. பெருங்காப்பியங்களில் இராமாயண முழுவதும் திருப்பப்பட்டிருக்கிறது.

இக்காலத்தில் வழங்குகிற புராணங்களில் விஷ்ணுபுராணம் பூர்வீகமுள்ள புராணங்களில் ஒன்றென்று காணப்படுகிறது. அப்படி யிருந்தும் கிறிஸ்து பிறந்த காலத்துக்கு அநேக வருஷமானபின்பு இது எழுதப்பட்டதேயன்றி அதற்கு முன்னே எழுதப்படவில்லை யென்பது நிச்சயம். கிறிஸ்து பிறந்த நான்காம் நூற்றாண்டு அல்லது ஐந்தாம் நூற்றாண்டுமுதல் ஏழாம் அல்லது எட்டாம் நூற்றாண்டு வரைக்கும் மகத தேசத்தில் அரசாட்சி செய்த குப்தகுல அரசர்களைக் குறித்து இந்தப் புராணத்தில் சொல்லியிருக்கிறது. எட்டாம் அல்லது ஒன்பதாம் நூற்றாண்டில் எழும்பின ஜைன சமயத்தையும் இதில் காட்டியிருக்கிறது. சில இராஜாக்கள் புத்திர பாரம்பரியமாய் இராஜாதிகாரஞ்செய்த காலத்தைக்குறித்து இந்த புராணத்தில் அடங்கிய ஒரு காலக்கணக்கை பரிசோதிப்பதினாலே இது கிறிஸ்து பிறந்த 1045ஆம் வருஷத்தில் எழுதப்பட்டிருக்கவேண்டுமென்று நிதானிக்கலாம்.

7. பாகவதபுராணம். இது மிகுந்த செய்யுள் சிறப்புள்ள புராணமானதினாலே எல்லாப் புராணங்களிலும் இதுவே பேர் பெற்றது. இது விஷ்ணுவைப் பகவத்தாகக் காட்டிப் புகழ்வதினாலே இதற்குப் பாகவதம் என்கிற பேருண்டாயிற்று. சைவ சமயத்தார் ஸ்காந்தத்தை முக்கியமான புராணமாக எண்ணுவது போல வைஷ்ணவ சமயத்தார் பாகவதத்தை முக்கியமான புராணமாக எண்ணுகிறார்கள். வைஷ்ணவ சமயத்தைப் போதிக்கும் நூல்களில் இதுவே பிரதானம். பாகவத புராணத்தில் பன்னிரண்டு ஸ்கந்தங்களுண்டு. அவற்றில் பத்தாம் ஸ்கந்தம் கிருஷ்ணனுடைய சரித்திரத்தை விவரித்துக் காட்டுகிறது. அந்தப் பத்தாம் ஸ்கந்தத்தை வைஷ்ணவர்கள் அதிகப் பிரியமாய் வாசிப்பார்கள். மற்ற ஸ்கந்தங்களைப் பார்த்தறியாதவர்களுக்கும் அந்தஸ்கந்தம் தெரியும். முன்னே சொல்லியபடி கிறிஸ்து பிறந்த பதின்மூன்றாம் நூற்றாண்டில், இக்காலத்தில் டௌலத்தபாத் என்றும், பூர்வகாலத்தில் தேவகிரி யென்றும் பேர்களுடைய நகரத்தில் அரசாட்சி செய்த இராமசந்திர இராஜாவினிடத்தில் வாசமாயிருந்த வியாகரண நூலாசிரியனான வோபதேவன் இந்தப் புராணத்தையெழுதினானென்று இந்து தேசத்து வித்துவான்களில் சிலர் நினைக்கிறார்கள். இந்தப் புராணத்தை பிரபசர் புர்னுப் என்னுஞ் சாஸ்திரியார் பிரான்சுதேசத்தில் அச்சடித்து பிரான்சுபாஷையில் திருப்பி அதை விளக்கிக் காட்டி யிருக்கிறார்.

8. சிவபுராணம், அல்லது வாயுபுராணம். சிவபுராணத்தின் பேர் சில அட்டவணைகளில் இல்லை. அந்த அட்டவணைகளில் சிவ புராணத்துக்குப் பதிலாக வாயு புராணத்தின் பேர் காணப்படும். சிவ புராணத்தின் பேர் காணப்படும் அட்டவணைகளில் வாயு புராணத்தின் பேரில்லை. ஆனபடியால் சிவ புராணமும் வாயு புராணமும் ஒன்றே அல்லாமல் இரண்டல்லவென்று நிதானிக்கலாம். இக்காலத்தில் வழங்குகிற புராணங்களில் வாயு புராணம் பூர்வீகமுள்ளதென்றும், மற்றப் புராணங்களைப்போல அதிகமாய் மாற்றியும் கூட்டியுமிருக்கவில்லையென்றும் காணப்படுகிறது. இது சிவனுக்குத் துதியாக எழுதப்பட்ட புராணம். ஆனாலும் மற்றுள்ள சைவ புராணங்களில் இது பூர்வீகமுள்ளதாயிருப்பதினாலே அவைகளில் வர்ணிப்பும் புத்திமயக்கமும் அதிகமாயிருப்பதுபோல இந்தப் புராணத்தில் அதிகமாயிருக்கவில்லை.

9. இலிங்கபுராணம். சிவன் இலிங்கரூபங்கொண்டு விளங்கினதாக இந்தப் புராணத்தில் சொல்லியிருக்கிறது. எப்படியென்றால், ஒரு சமயத்தில் எவன் பெரியவனென்று பிரமாவுக்கும் விஷ்ணுவுக்கும் விவாதமுண்டாகி அவர்கள் இருவரும் தர்க்கித்துச் சண்டை செய்ததாகவும், அவர்கள் சண்டை செய்யும்போது அக்கினிஜூவாலையாய் எரிகிற பெரிய இலிங்கம் அவர்கள் நடுவில் தோன்றினதினாலே அவர்கள் பயந்து பிரிந்து போனதாகவும், இந்த இலிங்கத்தின் கடைமுனையைக் காணப்பவனெவனோ அவனே பெரியவனென்று அவர்கள் இருவரும் ஒப்பந்தம் பண்ணினதாகவும், பிரமா அன்ன ரூபங்கொண்டு உயரப் பறந்துபோய் உச்சியைத் தேடினதாகவும், விஷ்ணு வராக ரூபங்கொண்டு பூமியைத் தோண்டிப்போய் அடியைத் தேடினதாகவும், அவர்கள் 1000 வருஷமாய்ப் போய்த் தேடியும் உச்சியையும் அடியையுங் காணாமல் வந்துவிட்ட இடத்தில் திரும்பச் சேர்ந்ததாகவும், பிரமா நான் உச்சியைக் கண்டேனென்னு விஷ்ணுவினிடத்தில் பொய் சொன்னதாகவும், அக்கணமே சிவன் தான் அந்த இலிங்கத்திலிருக்கிறவனாக அவர் களுக்குத் தோன்றினதாகவும், அப்போது சிவனே பெரியவனென்னு அவர்களிருவரும் ஒத்துக்கொண்டு புகழ்ந்ததாகவும், பிரமா பொய் சொன்னதினாலே ஆக்கினை அடைந்ததாகவும் சொல்லியிருக்கிறது.

இந்தக் கதை இந்துதேசமெங்கும் பிரபலியமாயிருக்கிறது. ஜனங்கள் அதைப் பலவிதமாய் வர்ணித்துமிருக்கிறார்கள். ஒவ்வொரு நாட்டாரும் தங்கள் தங்கள் நாட்டிலுள்ள ஏதோ ஒரு ஸ்தலத்தைக் காட்டி, இதுவே அந்த அக்கினி இலிங்கம் தோன்றின இடமென்று சொல்லிக்கொள்ளுவார்கள். தமிழ் நாட்டார் தென் ஆர்க்காட்டு ஜில்லாவில் இருக்கிற திருண்ணாமலையை அந்த இலிங்கந் தோன்றின ஸ்தலமென்று சொல்லி அந்த மலையின் உச்சியில் ஒரு நெருப்பை வளர்த்து அதை அந்த அக்கினி லிங்கமாகப் பாராட்டுவார்கள். அந்த மலைக்கு அருணாஜலமென்றும் சோணா ஜலமென்றும் பேர்களுண்டு.

இலிங்க புராணம் அதிக பூர்வீகமுள்ளதாயிருக்க மாட்டாது. பாகவத புராணத்தை எழுதினதின்பின்பு இது எழுதப்பட்டதாகக் காணப்படுகிறது. என்னத்தினாலென்றால் விஷ்ணு பத்து அவதார மெடுத்ததாக முன்னுள்ள புராணங்களில் சொல்லியிருக்க, அந்தப்

பத்து அவதாரங்களும் போதாதென்று பாகவதம் எழுதினவர்கள் கருதி அவன் இருபத்துநாலு அவதாரமெடுத்ததாக எழுதியிருக்கிறதை இலிங்க புராணம் எழுதினவர்கள் பார்த்து, வைஷ்ணவ புராணத்தில் சொல்லியிருக்கிறதைப் பார்க்கிலும் அதிகமாய்ச் சொல்லவேண்டு மென்று கருவங்கொண்டு சிவன் இருபத்தெட்டு அவதாரமெடுத்ததாகச் சொல்லியிருக்கிறார்கள்.

10. பவிஷிய புராணம்: பவிஷியம் என்பதற்கு நடக்கப் போகிறதென்று அர்த்தம். நடக்கப் போகிற சங்கதிகளை முன்னே அறிவிக்கிறது போலப் பவிஷிய புராணத்தில் காட்டியிருக்கிறது. ஆகிலும் இந்தப் புராணத்தைச் சோதித்துப் பார்க்குமளவில் நடக்கப்போகிற சங்கதிகளில் யாதொன்றையும் இதிலே சொல்லி யிருக்கக் காணோம். மதாசாரங்களையும் பூஜை முறைமைகளையும் காட்டுவதே இதிலுள்ள முக்கியபொருள். சூரியனைத் தொழுது கொள்ளும் பிராமணராகிய மகரை இதில் காட்டியிருக்கிறது. அந்த மகப்பிராமணர் பூர்வகாலத்து கிரேக்கரால் ஸ்கீத்தியாதேசமென்றும் இக்காலத்தில் தத்தாரி தேசமென்றும் சொல்லப்படுகிற சாக தீவிலிருந்து இந்துதேசத்துக்கு வந்தவர்கள். அவர்கள் சூரியனைத் தொழுது கொள்ளும்படி இத்தேசத்தாருக்குப் போதித்தவர்கள். பாரசீக தேசத்தாரான பூர்வீக பர்சியருக்கு அப்படிப்பட்ட மகரே குருக்கள். கிறிஸ்துநாதர் பிறந்த செய்தியை விசாரிக்கும்படி கிழக்கிலிருந்து வந்த சாஸ்திரிகளுக்கு மூலபாஷையில் மகர் என்று பேர்.

11. நாரதபுராணம். நாரத புராணமென்று இக்காலத்தில் வழங்குகிற நூலில் புராணத்துக்கிருக்கவேண்டிய பஞ்ச லட்சணங்கள் யாதொன்றுமில்லை. விஷ்ணுவையே தெய்வமாக அறிந்து அவனிடத்திலே ஏகாந்த விசுவாசமாயிருக்கிறதே பத்தி என்று இதில் போதித்திருக்கிறதே அன்றி வேறே பொருளில்லை. இதில் போதித்திருக்கிற பத்தி மெய்ப்பத்தியோ அல்லவோவென்று கேட்டால், ஒரு திருஷ்டாந்தத்தினாலே அறியலாம். ஒரு இராஜாவுக்கு மோகினி என்று பேருடைய ஒரு மகளிருந்ததாகவும், அவளுடைய வஞ்சனையில் அவன் அகப்பட்டு நீ கேட்கிறதெதுவோ அதைத் தருவேனென்று அவளுக்கு அவன் வாக்குக் கொடுத்ததாகவும், விஷ்ணுவுக்கென்று விரதஞ்செய்கிற பதினோராம் திதியாகிய ஏகாதசி நோன்பைத் தவிர்த்து நீர் விரதஞ்செய்யாமல் புசிக்க

வேண்டும்; அல்லது உம்முடைய குமரனைக் கொலை செய்ய வேண்டும். இவ்விரண்டில் ஒன்று செய்து உம்முடைய வாக்கை நிறைவேற்றுவீராக என்று அவன் சொன்னதாகவும், அந்த இராஜா ஏகாதசி நோன்பைத் தவிர்த்துப் பொசிக்கிற தோஷத்தைப் பார்க்கிலும் குமாரனைக் கொல்லுகிறது தோஷமல்ல என்று சொல்லி, தன் குமாரனைக் கொலை செய்ததாகவும் இந்தப் புராணத்தில் அடங்கிய கதைகளில் ஒன்றில் சொல்லியிருக்கிறது. பாகவத புராணம் எழுதப்பட்டதின் பின்பும் மகம்மது மார்க்கத்தார் இந்து தேசத்தில் வந்ததன் பின்பும் இந்தப் புராணம் எழுதப் பட்டிருக்க வேண்டும். இது 200 அல்லது 300 வருஷத்துக்கு முன்னே செய்த திரட்டுப் போலக் காண்கிறது.

12. கருடபுராணம் : நாரத புராணத்தைக் குறித்துச் சொல்லியதெல்லாம் கருட புராணத்தையுங் குறித்துச் சொல்லத்தகும். சடங்காசாரங்களைச் செய்யத்தக்க சட்டங்களே இதிலுள்ள முக்கிய பொருள். வைத்திய சாஸ்திரத்தையும் சோதிஷ சாஸ்திரத்தையுங் குறித்து இதில் சொல்லியிருக்கிறதுமல்லாமல் இரத்தினக் கற்களைக் குறித்தும் சொல்லியிருக்கிறது.

13. பிரமவைவர்த்த புராணம் : இந்தப் புராணத்திலே பாலகிருஷ்ணனையும் கிருஷ்ணனுடைய கள்ளநாயகியாகிய ராதாவையும் புகழ்ந்து அவர்களை வணங்கும்படி போதித்திருக்கிறது. இது நூதனமாய் ஏற்படுத்தப்பட்ட வணக்கம். இந்தப் புராணமும் நூதனமாய் எழுதப்பட்ட நூல் என்பதற்குச் சந்தேகமில்லை.

14. ஸ்கந்தபுராணம் : சைவ புராணங்களில் இது விசேஷித்தது. இந்தப் புராணம் சிவனைப் பரமேசுரனாகக் காட்டியபோதிலும் ஸ்கந்தன், சுப்பிரமணியன், கார்த்திகேயன், முருகன், குமாரன் என்னும் பேர்களையுடையவனாகிய சிவனுடைய இளையகுமாரனை முக்கியமாகப் புகழுகிறது. சைவ சமயத்தார் போதிக்கிற உபதேசங்களையும், அவர்கள் அநுசரிக்கிற மதாசாரங்களையும், அவர்களுக்குள் வழங்கிவருகிற கதைகளெல்லாவற்றையும் இந்தப் புராணத்தில் காணலாம். இதிலே 80,000 பாட்டுண்டென்று சொல்லுவார்கள். ஆனாலும் இதைச் சேர்ந்த காண்டங்கள் எல்லாம் இதுவரையில் ஒன்றாகத் திரட்டப்பட்டிருப்பதில்லையென்றும், ஸ்கந்த புராண முழுவதையும் ஒருவனும் கண்டிருப்பதில்லையென்றும்

வித்துவான்கள் ஒத்துக் கொள்ளுகிறார்கள். ஸ்கந்தபுராணத்தில் அடங்கிய காண்டங்களாகவும் அதிலிருந்தெடுத்த மான்மியங் களாகவும் பல நூல்கள் வழங்குகின்றன. அவைகளில் நாலைந்து காண்டங்களை மாத்திரம் ஒன்றாகச் சேர்த்து அவைகளை ஸ்கந்த புராணமென்று சொல்வது வழக்கம். ஸ்கந்தபுராணத்திலுள்ளவை என்று வழங்குவதெல்லாவற்றையும் திரட்டினால் ஐந்து லட்சம் பாட்டுகளுக்கு அதிகமாயிருக்கும். காசிகாண்டமே ஒரு புராணத்துக்குச் சரியான விஸ்தாரமுள்ளது. மேற்சொல்லிய காண்டங்களிலும் மான்மியங்களிலும் அநேகம் ஸ்கந்தபுராணத்திலுள்ளவைகளென்று வழங்கியிருந்தும், அவைகள் அந்தப் புராணத்தைச் சேர்ந்தவை களல்ல. சிவனைப் பற்றியாவது சிவகுமாரர்களைப் பற்றியாவது சொல்லிய கதைகளில் ஒரு கதையை வர்ணிக்கும்படியும் ஒரு சிவன்கோயிலின் சிறப்பையும், சைவ சமயத்தார் தீர்த்த யாத்திரையாய்ப் போகிற நதிகள், மலைகள், வனங்கள் இவைகளில் ஒன்றின் சிறப்பையும் வர்ணிக்கும்படிக்கும் ஒரு கவிராயன் நூதனமான பாட்டை எழுதும்போது, தான் எழுதுகிற பாட்டை ஸ்கந்த புராணத்திலுள்ள காண்டமென்றாவது அதிலுள்ள மான்மிய மென்றாவது சொல்லுவான். இப்படிச் சொல்வதினாலே தான் எழுதுகிற பாட்டு பிரபலியமாகிறதுமன்றி அது திவ்விய அதிகார முள்ளதாக அங்கீகரிக்கப்படுவதில்லையென்றும் எண்ணுவான்.

வைஷ்ணவ புராணங்கள் விஷ்ணுவைப் பரமன் என்றும் சிவனைக் கீழ்த்தரமான தேவனென்றும் பாராட்டுவதுபோல, சைவ புராணங்கள் விஷ்ணுவைக் கீழ்த்தரமான தேவனென்றும் சிவனைப் பரமனென்றும் பாராட்டும். அப்படியிருந்தும் கிருஷ்ணனுக்கு மானக்குறைச்சலாய்ச் சொல்லிய சங்கதிகள் வைஷ்ணவ புராணங்களில் அதிகமாய்க் கண்டிருக்கிறதே அல்லாமல் சைவ புராணங்களில் அதிகமாய்க் கண்டிருக்கிறதில்லை. அப்படிப்போலவே சிவனுக்கு மானக்குறைச்சலாய்ச் சொல்லிய சங்கதிகள் சைவ புராணங்களில் அதிகமாய்க் கண்டிருக்கிறதே அல்லாமல் வைஷ்ணவ புராணங்களில் அதிகமாய்க் கண்டிருக்கிறதில்லை. என்னத்தினாலென்றால் புராணங்களில் காட்டியிருக்கிற தேவர்கள் மனுஷீக சுபாவ முள்ளவர்களும் சற்குணமில்லாதவர்களுமானதால் புராணம் எழுதினவர்கள் எந்தத் தேவனுடைய செய்கைகளைக் குறித்து அதிகமாய் எழுத வேண்டுமென்று கருதினார்களோ அந்தத் தேவன்

மற்றெந்த தேவர்களிலும் குணக்கேடும் தகாத நடத்தையுமுள்ள வனாகக் காண்பிக்கும்படி நேரிட்டது.

ஸ்கந்த புராணத்தில் கண்டிருக்கிற அநேகம் கதைகள் சிவனுக்கும் சிவகுமாரர்களுக்கும் அதிக வெட்கம். அவர்கள் ஒருபோதுமில்லாதவர்களானபடியால் உள்ளபடி சொல்ல வேண்டுமாகில், அந்தக் கதைகள் சிவபுராணம் எழுதினவர்களுக்கே வெட்கம்.

ஒரு திருஷ்டாந்தரஞ் சொல்லுகிறோம். ஸ்கந்த புராணத்திலுள்ள தக்ஷ காண்டத்தில் கண்டிருக்கிறபடி சிவனிடத்தில் அதிக பக்தி யுள்ளவனாயிருந்த ததீசி ரிஷியைத் தக்ஷன் பார்த்து சிவன் மரியாதையில்லாமல் ஏன் கோலாகோலமாய் உடுத்திக் கொண்டு திரிகிறான் என்று கேட்டதற்கு அந்தக் கோலாகோலங்கள் ஒவ்வொன்றும் முன்னடந்த சங்கதிகளுக்கு ஞாபகக் குறிப்பு களென்றும் அவைகளைச் சிவன் கனத்துக்காகத் தரித்துக் கொண்டு திரிகிறாரென்றும் ததீசி சொன்னான். சிவன் பிச்சையாண்டி போல ஏன் திரிகிறானென்று தக்ஷன் கேட்க, ததீசி சொன்னது: ஒரு சமயத்தில் தாருகாவனத்தில் தவஞ்செய்து கொண்டிருந்த நாற்பத் தெண்ணாயிரம் ரிஷிகள் சிவனை வணங்காமல் யாகமும் தவமுமே மோட்சமடைகிறதற்குப் போதுமென்று கர்வங்கொண்டிருந்தார்கள். தம்மை வணங்காததைக் குறித்து சிவன் சினங்கொண்டு அவர் களுடைய புண்ணியத்தை அழிக்கவேண்டுமென்று தீர்மானித்தார். அந்தப்படி விஷ்ணு சிவனுடைய உத்தரவுப்படி மோகினி வடிவு கொண்டு ரிஷிகள் ஆசிரமங்களுக்குப் போய் அவர்கள் மனதில் மோகத்தை எழுப்பி அவர்களுடைய புண்ணியத்தை அழிக்க, சிவன் தாமே சௌந்தரியமுள்ள பிச்சையாண்டிபோல் ரூபங்கொண்டு ரிஷிப்பத்தினிகள் வாசமாயிருந்த பர்ணசாலைகளுக்குப் போய் அவர்களை மயக்கப்படுத்தி அவர்கள் கற்பைக் கெடுத்து அவர் களுக்கும் அவர்கள் புருஷன்களாகிய அந்த ரிஷிகளுக்கும் அவ கீர்த்தியுண்டாக்கினார். அந்தக் கிருத்தியத்தை நினைக்கத்தக்க குறிப்பாக அவர் அதுமுதல் எப்போதும் பிச்சையாண்டிக் கோலமாகக் காணப்படுகிறாரென்றான்.

வைஷ்ணவ புராணங்களில் கிருஷ்ணனைக் குறித்துச் சொல்லி யிருக்கிற கதைகள் அவனுக்கு மானக்குறைவாயிருக்கிறதென்று

சொன்னால், சைவ புராணத்திலே சிவனுக்குத் துதியாகச் சொல்லி யிருக்கிற இந்தக் கதை இவனுக்கு எவ்வளவோ மானக்குறைவு. வைஷ்ணவ புராணங்களில் சொல்லியபடி கிருஷ்ணன் பதினாயிரம் கோபிகைகளோடே காமலீலைகள் நடப்பிக்கிறதுக்கு அவனுடைய உல்லாசகுணமே காரணம். அந்தக் குணமும் அந்த நடக்கையும் தேவன் எடுத்த அவதாரத்துக்குத் தகாதவைகளேயானாலும் சிவன் நாற்பத்தெண்ணாயிரம் ரிஷிப்பத்தினிகளைக் கெடுத்த வகையைப் பார்க்கும்போது அது அதிக பாவதோஷமுள்ளதல்லவா? எப்படி யென்றால் சிவன் காமவிகாரத்தினாலே அப்படிச் செய்யாமல் புறச்சமயத்தை அகற்றித் தன் சமயத்தை ஸ்தாபிக்க விரும்பி பத்திக்கேற்ற நோக்கங்கொண்டல்லவா அப்படிச் செய்தான். அந்த ரிஷிகள் நூதனமான தேவர்களை வணங்காமல் வேத தேவர்களை மாத்திரம் வணங்கி, வேத விதிப்படி யாகஞ்செய்து உபநிஷதங்களில் காட்டியபடி தவம் பண்ணினதே அவர்களுடைய குற்றம். அவர்கள் வேறொரு குற்றஞ் செய்ததாக இந்தப் புராணத்திலுஞ் சொல்லி யிருக்கவில்லையே. அவர்கள் வேதாசாரங்களைப் பழையபடி அநுசரித்து வருகிறதைச் சிவன் பொறுக்கமாட்டாமல், யாகங் களாலும் தவங்களாலும் பிரயோசனமில்லையென்று அவர்களுக்கு உணர்த்தி, தன்னையே கடவுளாக வணங்கும்படி அவர்களை ஏவி அவர்களை முற்றிலும் தன்னுடைய மார்க்கத்துக்குட்படுத்தும் படிக்கு வகை பார்த்தான். இந்த நோக்கம் நிறைவேறும்படி அவன் செய்ததென்ன? குணப்படுத்துகிறேன் என்று சொல்லிக் கெடுத்தான். மெய்யான பத்தியைக் கற்றுக் கொடுக்கிறேன் என்று சொல்லிப் பாவத்துக்குட்படுத்தினான். ஒரு மார்க்கத்தை விட்டுவிடும்படி செய்து வேறொரு மார்க்கத்துக்குட்படுத்தும்படி செய்கிற பிரயத்தனங்களில் இதுவே அதிக கேடுள்ள பிரயத்தனம். இக்காலத்திலிருக்கிற சைவ சமயத்தாரும் பிறரைத் தங்கள் மார்க்கத்துக்குட்படுத்தும்படியாக சிவன் காண்பித்த மாதிரிப்படி செய்யமாட்டார்களே. சத்திபூஜை செய்கிற வாமாசார சமயத்தார் முதலாய் அப்படிச் செய்யமாட்டார்கள்.

மேற்சொல்லிய கதையையும் அதைப் போலொத்த அநேகம் கதைகளையும் அல்லாமல் ஸ்கந்த புராணத்திலுள்ளவைகளில் மிகுதியான பங்கு சிற்றின்பமும் துன்மார்க்கமுமுண்டாக்குகிறதற்கு ஏதுவாயிருக்கிறது. இந்த முகாந்தரத்தினிமித்தம் சுதேச வைத்தியர்

களிலொருவன் எழுதிய வைத்தியநூலில் வாலிபரைக் கெடுக்கத்தக்க சிற்றின்ப புஸ்தகங்களில் ஸ்கந்தபுராணம் ஒன்றென்று சொல்லி யிருக்கிறான்.

15. மார்க்கண்ட புராணம் : பஞ்ச லட்சணங்களில் சில இலட்சணங்கள் இந்த புராணத்துக்குண்டு. இது பல புராணங்களைப் பார்க்கிலும் பூர்வீகமுள்ளதாகவும் காணப்படுகிறது. சற்றுப் பூர்வீகமுள்ளதாகக் காணப்பட்டாலும் பாரதத்துக்குப் பின்பு எழுதப்பட்டதென்பது நிச்சயம். கிருஷ்ணனைப் பற்றிய சில கதைகள் இதில் அடங்கியிருக்கிறதினாலே இது வைஷ்ணவ புராணமென்று எண்ணுகிறதற்கு இடமிருக்கும். ஆனாலும் இதிலுள்ள மிகுதியான பங்கு சைவசமய சம்பந்தமுள்ளதாயிருக்கிற படியினாலே இது சைவ புராணமென்று பொதுவாய் வழங்கப்படுகிறது. பங்காளத்தில் அதிகப் பிரபலியமாயிருக்கிற துர்க்கை மான்மிய மானது இந்தப் புராணத்திலுள்ள ஒரு பங்கு. துர்க்கை பல அசுரரை ஜெயித்ததாகச் சொல்லிய கதைகள் அந்த மான்மியத்திலுண்டு. ஆகையால் பங்காளத்தில் நடக்கும் திருவிழாக்களில் முக்கியமான தாகிய துர்க்கைபூசைத் திருவிழா நடக்கும்போது அந்தக் கதைகள் வாசிக்கப்படும்.

16. அக்கினிபுராணம். இந்தப் புராணத்திலுள்ளவைகளை அக்கினி பகவான் வசிஷ்ட ரிஷிக்குச் சொல்லிக் கொடுத்ததினாலே இதற்கு அக்கினி புராணம் என்று பேருண்டாயிற்று. இதில் வைஷ்ணவ கதைகள் அடங்கியிருக்கிறதுண்டு. ஆனாலும் மொத்தமாய் இது சைவ புராணமென்று சொல்லவேண்டியது. மேலும் இது சைவ சமயத்து உள்சமயங்களில் ஒன்றாகிய தாந்திரக சமயத்தைச் சார்ந்த சத்தி பூஜை செய்யும்படி யேவுகிறது. இந்தப் புராணத்தில் பல கதைகளும் மதாசார சட்டங்களும் அடங்கியிருக்கிறது மல்லாமல் தனுசாஸ்திரத்தையும், யுத்த சாஸ்திரத்தையும், இராஜ ஒழுக்கத்தையும், வைத்தியம், தர்ம சாஸ்திரம், வியாகரணம் முதலியவைகளைக் குறித்தும் இந்து தேசத்தாருக்குள் வழங்குகிற ஒவ்வொரு கலைக்கியானத்தைக் குறித்தும் இதில் சொல்லி யிருக்கிறது. இதில் சொல்லியிருக்கிறவைகளெல்லாம் மற்ற நூல்களிலிருந்து தெரிந்தெடுக்கப்பட்டவைகள். ஆகையால் இது பூர்வீகமுள்ளதாயிருக்கமாட்டாது.

17. பிரமாண்டபுராணம் : வெவ்வேறான பற்பல நூல்கள் பிரமாண்ட புராணத்திலுள்ள காண்டங்களாகவும் மான்மியங் களாகவும் வழங்குகிறதேயன்றி அவைகளெல்லாம் ஒன்றாகத் திரட்டப்பட்டிருக்கவில்லை. இந்தப் புராணத்திலுள்ள காண்டங்களில் ஒன்று சத்தி பூஜைக்காரருடைய கொள்கையைச் சார்ந்திருக்கிறது. இதிலே சொல்லியபடி அகஸ்தியன் காஞ்சிபுரத்துக்குப் போகும் ஒரு சமயத்தில் விஷ்ணு அயக்கிரீவன் ரூபங்கொண்டு மோக்ஷமடை வதற்குக் காரணமாக பராசக்தியைப் பூஜிக்கும் முறைமையை அவனுக்குப் போதித்தான்.

18.பதுமபுராணம் : இந்தப் புராணத்தில் ஐந்து காண்டங்களுண்டு. அந்தக் காண்டங்கள் அதிக விஸ்தாரமானதால் ஒவ்வொரு காண்டமும் ஒரு புராணத்துக்குச் சரி. பூமிகாண்டம், சுவர்க்க காண்டம், பாதாளகாண்டமாகிய இம்மூன்று காண்டங்களில் பூமியையும், வானத்தையும் கீழ்லோகங்களையும் விளக்கிக் காட்டுகிறதாகச் சொல்லியிருக்கிறது. ஆனாலும் அவைகளைக் குறித்துக் கதைகளைச் சொல்லுகிறதேயன்றி அவைகளைப் பற்றி ஒன்றையும் விளக்கிக் காட்டவில்லை. இது வைஷ்ணவ புராண மானதால் மேலுலகங்களைக் குறித்துச் சொல்லிவருகையில் விஷ்ணு லோகமாகிய வைகுண்டலோகத்தை மற்ற உலகங்கள் யாவுக்கும் மேலான உலகமாகக் காட்டுகிறது. இந்தப் புராணம் பூர்வத்தில் எழுதப்பட்டதல்ல என்பதற்கு இப்படிச் சொல்லியது ஒரு அத்தாட்சி. ஏனென்றால் பூர்வகாலத்தில் எழுதப்பட்ட நூல்களில் மேலுலகங்கள் ஏழு என்று சொல்லிய பாட்டுகளைப் பார்த்தால் விஷ்ணு உலகமாகிய வைகுண்டமாவது சிவலோகமாகிய கைலாசமாவது உண்டென்று அந்தப் பாட்டுகளில் சொல்லி யிருப்பதில்லை. பிற்காலத்துப் புலவர்களே அவ்விரண்டு லோகங்களையும் ஏற்படுத்தினார்கள். அவைகளை ஏற்படுத்தினதின் பின்பும் கிருஷ்ணலோகமாகிய கோலோகத்தைக் கடைசியாக ஏற்படுத்தினார்கள். இருக்குவேதத்திலே பூர், புவர், சுவர் ஆகிய மூன்று லோகங்களை மாத்திரம் காட்டியிருக்கிறது. பூர் என்றால் பூமி, புவர் என்றால் வானம், சுவர் என்றால் பரமண்டலம்.

ஜைன சமயத்தாரையும் அவர்களுக்குள் வழங்குகிற மதாசாரங் களையும் இந்தப் புராணத்தில் காட்டியிருக்கிறது. மிலேச்சரை இந்து

தேசத்தில் வாசமாயிருக்கிறவர்களாகச் சொல்லியிருக்கிறது. இந்தப் பேரால் மகமது மார்க்கத்தாரைக் குறித்திருக்க வேண்டும். ஸ்ரீரங்கக் கோயிலையும் வெங்கடாசலக் கோவிலையும் குறித்தும் இதில் சொல்லியிருக்கிறது. இதுவுமல்லாமல் பாகவத புராணத்திலிருந்து எடுக்கப்பட்ட அநேகம் பாட்டுகளை இதிலே காணலாம். இந்த முகாந்தரங்களை யோசிப்பதினாலே இந்தப் புராணத்திலுள்ள சில பங்குகள் கிறிஸ்து பிறந்த 15-ஆம் அல்லது 16-ஆம் நூற்றாண்டில் மாத்திரம் எழுதப்பட்டிருக்குமென்றும் இதிலுள்ள பூர்வீகமான பங்குகளும் கிறிஸ்து பிறந்த 12ஆம் நூற்றாண்டுக்கு முன்னே எழுதப்பட்டிருக்கமாட்டாதென்றும் விளங்கும்.

பதினெண் புராணங்களையுங்குறித்து இத்தோடே சொல்லியாயிற்று. உபபுராணங்களும் பதினெட்டு உண்டென்றும் சொல்லுவார்கள். ஆனாலும் மத்திய புராணத்தில் நாலு உப புராணங்களை மாத்திரம் காட்டியிருக்கிறது. மேலும் மற்ற அட்டவணைகளில் கண்டிருக்கிற பதினெண் உபபுராணங்களில் அநேகத்தைக் காணோம். முன்னே சொல்லியபடி தேவிபாகவதம் என்று சில அட்டவணைகளில் கண்டிருக்கிற புராணத்தைச் சோதித்துப் பார்க்கும்போது அது பார்க்கவ புராணமேயன்றி பாகவத புராணமல்லவென்று விளங்கும். இக்காலத்திலுண்டாயிருக்கிற உபபுராணங்களில் சிவ புராணமும், காளி புராணமும் முக்கியமானவைகள்.

1. சிவ உபபுராணம் : இந்தப் புராணம் பதினெண் பெரிய புராணங்களிலும் ஒன்றென்று சிலர் எண்ணுகிறதுண்டு. அப்படி எண்ணுகிறவர்களுக்குள் வழங்கும் அட்டவணைகளில் வாயு புராணமிராது. இந்த உப புராணத்தில் சில சைவசமயக் கதைகள் அடங்கியிருக்கிறதேயன்றி வேறே பொருளில்லை. ஆதலால் இதைப் பஞ்சலட்சண புராணமென்று சொல்லுகிறதற்கு ஏதுவில்லை.

2. காளி உபபுராணம் : காளி, துர்க்கை, பத்திரகாளி முதலான பேர்களையுடைய பார்வதியை இந்தப் புராணம் முக்கியப்படுத்தி அவளையே வணங்கும்படி போதிக்கிறது. இரத்தப் பலிகளைக் கொடுக்கும்போது செய்யவேண்டிய முறைமைகளை இதிலே காட்டியிருக்கிறது. இதில் சொல்லியிருக்கிற இரத்தப் பலிகளில் நரபலிகளுமுண்டு. தக்ஷன் செய்த யாகத்துக்குப் போயிருந்து

கோபத்தினாலே தன் ஜீவனை விட்டுவிட்ட பார்வதியினுடைய தேகத்தை சிவன் துண்டுதுண்டாக வெட்டி லோகமெங்குங் கொண்டுபோய் பீடஸ்தானங்களென்று சொல்லிய ஸ்தலங்களில் ஒவ்வொரு துண்டை வைத்துப் போனதாக சிலர் சொல்லிக் கொள்ளுகிற கதைக்கு இந்த உப புராணமே ஆதாரம். வைரவனுடைய பிறப்பைக் குறித்தும் இந்தப் புராணத்தில் சொல்லியிருக்கிறது.

அந்தந்தப் புராணங்களைக் குறித்து மேற்கண்ட விசேஷங்களைக் கவனித்துப் பார்க்கும்பொழுது இக்காலத்தில் புராணங்களென்று வழங்கிய அநேக நூல்களைப் புராணங்களல்லவென்று தீர்க்கலாம். அட்டவணைகளில் கண்டிருக்கிற அநேக புராணங்கள் ஒரு காலத்திலு மிருக்கவில்லையென்று நினைக்கிறதற்கு இடமுண்டு. ஒரு காலத்திலிருந்தவைகளேயானாலும் பிற்காலத்தில் அவைகள் இல்லாமற்போனதாகவும் அவைகளுக்குப் பதிலாக சில நூல்கள் நூதனமாய் எழுதப்பட்டதாகவும், புதிய நூல்களுக்குப் பழைய நூல்களின் பெயர்கள் கொடுக்கப்பட்டதாகவும், காணப்படுகிறது. இக்காலத்திலிருக்கிற இந்துக்கள் புராணங்களை மெச்சிக்கொண்டு அவைகளைத் திவ்விய அதிகாரமுள்ளவைகளென்று பாராட்டு வார்கள். ஆனாலும் அவைகளின் இயல்பையும் அவைகளில் அடங்கியிருக்கிற பொருள்களையும் ஆராய்ந்து பார்ப்பதினாலே அவைகளுக்கு அதிகாரமேயில்லையென்று விளங்கும்.

புராணங்களில் கண்டிருக்கிற மத உபதேசங்களைக் குறித்து கவனிக்கவேண்டிய விசேஷங்கள் சில உண்டு. உள் விவரங்களைப் பார்த்தால் புராணங்கள் ஒன்றுக்கொன்று ஒவ்வாதவைகள். அப்படி யிருந்தும் சில பிரதான விஷயங்களைப்பற்றி அவைகளெல்லாம் ஒரேவகையான உபதேசத்தைப் போதிக்கின்றன. இவைகளில் கண்டிருக்கிற கொள்கை வேதங்களில் கண்டிருக்குங் கொள்கைக்கும் ஆறு சாஸ்திரங்களில் கண்டிருக்குங் கொள்கைக்கும் மிகுந்த வித்தியாசமுள்ளது. அதைப் புராண உபதேசமென்று சொல்லலாம். இந்தப் புராண உபதேசத்தைக் குறித்துச் சில குறிப்புகளை இப்பொழுது காட்டுவோம்.

1. ஒவ்வொரு புராணமும் ஏதோ ஒரு தேவதையை மேலான கடவுளென்று போதிக்கும். எப்படியென்றால் விஷ்ணு மேலான கடவுளென்று வைஷ்ணவ புராணங்கள் பொதுப்படப் போதிக்கும்.

அவைகளில் சில புராணங்கள் கிருஷ்ணனையே மேலான கடவுளாகப் போதித்திருக்கிறது. பிரமவைவர்த்த புராணத்தில் கிருஷ்ணனுடைய சோரநாயகியாகிய ராதாவை மேலான கடவுளாகப் போதித்திருக்கிறது. அப்படிப்போல சைவ புராணங்கள் சிவனை முக்கியப்படுத்தி அவனை ஏக கடவுளாகப் போதிக்கும். காளி புராணத்தில் சிவனுக்குப் பதிலாக சிவனுடைய மனைவி காளியை ஏக கடவுளாகப் போதித்திருக்கிறது. புராணம் எழுதினவர்களில் சிலர் ஒரு தேவனையும் சிலர் வேறொரு தேவனையும் ஏக கடவுளாகக் காட்டியிருக்கிறார்கள். வைஷ்ணவர் சிவனைப் புறக்கணித்து விஷ்ணுவைப் புகழுகிறார்கள். சைவர் விஷ்ணுவைப் புறக்கணித்துச் சிவனைப் புகழுகிறார்கள். இந்த விஷயத்தில் புராண உபதேசம் ஒவ்வாவையுள்ளதென்றாலும் ஒரு காரியத்தைப் பற்றி அதிலே ஒற்றுமையுண்டு; என்னவென்றால், புராணம் எழுதினவர்கள் விஷ்ணுவானாலுஞ் சரி, சிவனானாலுஞ்சரி, கிருஷ்ணனானாலுஞ் சரி, ராதாவானாலுஞ் சரி, காளியானாலுஞ் சரி எது எது தங்கள் இஷ்டதேவதையோ அந்தந்தத் தேவதையை மற்றத் தேவதைக்கு ஒப்பான ஒரு தேவதையாகக் காட்டாமல் எல்லாத் தேவதைகளுக்கு மேலான ஏகக்கடவுளாகக் காட்டியிருக்கிறார்கள். என்னத்தினாலெனில் தங்கள் தங்கள் புராணங்களில் சிலாக்கியப் படுத்தியிருக்கிற இஷ்டதேவதையை சகலஜனங்களும் ஒப்புக் கொண்டு விசேஷமாய் ஆராதிக்கவேண்டும், வணங்கவேண்டும் என்ற எண்ணந்தான். மற்றப்படி கடவுளுக்கு இது பிரியமாயிருக்கு மென்றாவது சிருஷ்டிஸ்திதி சம்ஹாரம் என்ற முத்தொழில் களிலொன்றிலொன்று விசேஷமென்றாவது, விசேஷமான தொழிலைத் தங்கள் இஷ்டதேவதைக்குக் கற்பிக்க வேண்டு மென்றாவது கருத்துக் கொண்டதாயில்லை. எப்படியும் அவர்கள் கருத்துப் புத்திக்குறைவுள்ளது. அதெப்படியென்றால், அவர்கள் குறித்திருக்கிற தேவன் எவனோ அந்தத் தேவனைப்பற்றிப் புலவர்கள் சொல்லிவந்த கதைகளையும், அக்கதைகளில் சொல்லியிருக்கிறபடி அவனிடத்தில் கண்டிருந்த குணாகுணங்களையும், அவனுடைய விருப்பு வெறுப்புகளையும், அவன் செய்த விவாகங்கள் விபசாரங் களையும், அவனுடைய பெண்சாதி பிள்ளைகளின் பேர்களையும், மறையாமல் முன்னிலும் விஸ்தாரமாக விவரித்துக்காட்டியும், அவனையே ஏக கடவுளாகப் பாராட்டி எல்லாரும் அவனிடத்தில் மாத்திரம் பத்திவிசுவாசமுள்ளவர்களாயிருக்கவேண்டுமென்று போதித்திருக்கிறார்கள். ஜனங்களுக்குள்ளே வழங்கிவந்த பழைய

வழக்கத்தின்படியே அந்தத் தேவனைச் சிவனென்றாவது விஷ்ணு என்றாவது முன்போலச் சொல்லியிருக்கிறார்கள். அப்படிச் சொல்லியும் அவனை சகல தேவர்களுக்கும் தேவனாகவும் சமஸ்த அண்டங்களுக்கும் காரணராகவும் ஆதி அந்தமில்லாத சச்சிதானந்த மாகவும் காட்டியிருக்கிறார்கள். இந்த முகாந்தரத்தினாலே இந்துதேசத்தார் எழுதின வேதங்கள், சாஸ்திரங்கள், ஆகமங்கள் முதலிய வைதிக நூல்களில் தேவனைப்பற்றிச் சொல்லிய உபதேசம் விகற்பமுள்ளதாயிருந்தும், புராணங்களில் தேவனைப்பற்றிச் சொல்லிய உபதேசம் அதிக விகற்பமுள்ளது. புராணங்களில் கண்டிருக்கிறபடி தேவன் ஒன்றிலும் அடங்காதவராயிருந்தும் இடம் காலம் முதலியவற்றில் அடங்கினவராயிருக்கிறார். அவர் நிர்க் குணராயிருந்தும் முக்குணமுமுள்ளவராயிருக்கிறார். அவர் நித்தியராயிருந்தும் அவருக்கு ஆதியுமிருந்தது, அந்தமுமுண்டாகும். அவரேயன்றி மெய்ப்பொருள் ஒன்றுமில்லாதிருந்தும் உள்ளபடி அவரும் மெய்ப்பொருளல்ல. அவர் ஞானமே ஞானம், அவரே என்றபோதிலும் விவேகமற்றவராயுமிருக்கிறார். அவர் குறைவற்ற ஆனந்தமுடையவராயிருந்தும் விசாரமும் பயமுமுள்ளவரா யிருக்கிறார். அவர் ரூபமற்றவராயிருந்தும் கடலையொத்த கருமையும் முருக்குப் பூவையொத்த செம்மையும் மரகதத்தை ஒத்த பச்சையும் உள்ள ரூபமுடையவராயிருக்கிறார். அவர் நாமமற்றவரா யிருந்தும் சிவன், விஷ்ணு, பார்வதி, ராதா முதலிய நாமங்களை யுடையவராயிருக்கிறார். அவர் கிரியையற்றவராயிருந்தும் அவர் செய்த கிரியைகளைப் பற்றிய சரித்திரமே புராணங்களில் அடங்கிய பொருள்.

இந்த உபதேசங்கள் ஒன்றுக்கொன்று ஒவ்வாமையுள்ளவை யென்று புராணம் எழுதினவர்கள் கண்டு அவைகளில் கண்டிருக்கும் விகற்பத்தைத் தவிர்க்கவேண்டுமென்று விரும்பிக் கடவுள் காலத்துக்குக் காலம் விஷ்ணு ரூபமாவது சிவன் ரூபமாவது, வேறொரு தேவதையின் ரூபமாவது கொண்டு திருவிளையாடல் செய்திருக்கிறாரே அல்லாமல் வேறல்லவென்று சொல்லியிருக்கிறார்கள். உலகம் மாயையேஅன்றி மெய்ப்பொருளல்ல வென்று வேதாந்த ஞானிகள் போதித்த உபதேசத்தை ஆதாரமாகவைத்து இப்படிப் போதித்திருக் கிறார்கள். ஆனாலும் இந்த போதகத்தை ஒப்புக்கொண்டால் தேவனைக்குறித்துப் புராணங்கள் போதிக்கும் உபதேசம் முன்னிலும் விகற்பமுள்ளதாகக் காணப்படுமேயன்றி அதில் கண்டிருந்த விகற்பம் நீங்காது.

2. தெய்வமும் உலகமும் ஒன்றேயல்லாமல் இரண்டல்ல என்பதாய் ஒவ்வொரு புராணமும் போதிக்கும். புராணத்தில் முக்கியப்படுத்தியிருக்கிற தேவதை விஷ்ணுவானாலும், சிவனானாலும், கிருஷ்ணனானாலும், காளியானாலும், ராதாவானாலும், வேறெந்த தேவதையானாலும், அந்தத் தேவதையைப் பரம கர்த்தாவாகக் காட்டியிருக்கிறதுந்தவிர அந்தத் தேவதையைப் பரம கர்த்தா வினாலே தோன்றின உலகமாகவும் காட்டியிருக்கிறது. அந்தத் தேவதையேயன்றி வேறொரு காரணமுமில்லையென்று புராணங்கள் போதிப்பதுபோல அதுவேயன்றி வேறொரு காரியமுமில்லை யென்றும் அவைகள் போதித்திருக்கின்றன. இலிங்க புராணத்தில் உலகமே சிவனுடைய உருபம் என்றும், விஷ்ணு புராணத்தில் விஷ்ணுவே உலகமென்றும், ஸ்கந்த புராணத்திலுள்ள காசி காண்டத்தில் தேவியே அல்லாமல் ஒன்றும் ஒரு காலத்திலாகிலு மிருக்கவில்லையென்றும், பிரமவைவர்த்த புராணத்தில் கிருஷ்ணனுடைய நாயகியாகிய ராதா என்னப்பட்ட இடைப் பெண்ணைப் புகழும் பாட்டில் அவளே உலகத்துக்குத் தாயானவள், அவளே உலகமென்றுஞ் சொல்லியிருக்கிறது.

3. மனிதருடைய குணமும் நடக்கையும் எப்படிப்பட்ட வைகளாயிருந்தாலும் அந்தந்தப் புராணத்தில் காட்டிய தேவனிடத்தில் பத்தியுள்ளவர்களாயிருக்கிறதே மோட்சமடைவதற்குப் போது மென்று ஒவ்வொரு புராணமும் போதிக்கின்றது. புராணங்கள் எல்லாவற்றையும் ஆராய்ந்த பிரபசர் உல்சன் என்னும் சாஸ்திரியார் சொல்லியிருக்கிறதாவது, புராணங்களில் கண்டிருக்கிற உபதேசத்தின்படி சிவனிடத்திலாவது கிருஷ்ணனிடத்திலாவது வேறொரு இஷ்டதேவதையினிடத்திலாவது ஏகாந்த பத்திவிசுவாச முள்ளவர்களாயிருந்தால் நீதியாய் நடப்பது அவசியமல்ல. அப்படிப்பட்ட பத்திவிசுவாசமுள்ளவர்களுக்குப் பாவமே புண்ணியம். சன்மார்க்கமும் துன்மார்க்கமும் ஒரு பொருட்டல்ல. ஒருவன் காமக் குரோத லோபங்களுள்ள எப்படிப்பட்ட கொடிய பாவியாயிருந்தபோதிலும் நெற்றியிலும், மார்பிலும், கையிலும் திரிபுண்டரம் ஊர்த்த திரிபுண்டர முதலான அடையாளங்களைச் சாம்பலினாலும் மண்ணினாலும் பூசினால் அவன் புண்ணியவான். பூச்சுப்பூசுகிறது போதாதென்றெண்ணி அந்த அடையாளங்களைச் சூட்டுக்கோலினாலே சுட்டுக்கொள்ளுகிறவன் மகா புண்ணியவான். விஷ்ணுவையாவது சிவனையாவது புகழும் பாட்டுகளை

எந்நேரமும் பாடிக்கொண்டுவந்தால் அல்லது, பாட்டைப்பாடாமல் அந்தத் தேவர்களுடைய பேர்களைமாத்திரம் திரும்பத்திரும்பச் சொல்லிக்கொண்டுவந்தாலும் அவன் வெகு பத்தியுள்ளவன். மரணத்தறுவாயில் அந்தத் தேவர்களில் ஒருவனை நினைத்து ராமா ராமா கோவிந்தா கோவிந்தா என்றாவது சிவசிவா அரகரா என்றாவது சொல்லுவானாகில் பேரின்பமடைவான். உயிரோடிருக்கும் நாளில் அவன் எப்படிப்பட்ட பாவாத்துமாவாக நடந்திருந்தாலும் மேற்காட்டிய புண்ணியங்களைச் செய்தவனாகில் அவன் பரகதி அடைவது நிச்சயம் என்பதே. புராணங்களில் கண்டிருக்கிற உபதேசத்தைக் குறித்து அந்த சாஸ்திரியார் எழுதின அபிப்பிராயம் சத்தியத்தின்படியே யிருக்கிறதென்பதற்கு சந்தேகமில்லை.

புராணங்களில் கண்டிருக்கிற கதைகளுக்குத் திஷ்டாந்தரமாக தக்ஷன் செய்த யாகத்தைக் குறித்துச் சொல்லிய கதையை வாயு புராணம், ஸ்கந்த புராணம், அருணாசலஸ்தல புராணமாகிய இம்மூன்று புராணங்களில் கண்டிருக்கிறபடி இதனடியில் காட்டுகிறோம். இதை வாசித்துப் பார்க்கும்போது மூன்று புராணங்களிலும் இந்தக் கதையை மூன்று வகையாய்ச் சொல்லியிருக்கிறதென்றும் நடந்த சங்கதிகள் ஒன்றுக்கொன்று ஒவ்வாதிருக்கிறதென்றும் விளங்கும். வாயு புராணத்தில் சொல்லிய வகை மற்ற இரண்டு புராணங்களில் சொல்லிய வகையைப் பார்க்கிலும் பூர்வீகமுள்ளது. ஸ்கந்த புராணத்திலுள்ளது அதற்குப் பின்பு எழுதப்பட்டது. அருணாசலப் புராணத்திலுள்ளது கடைசியாக எழுதப்பட்டது. இம்மூன்றிலுள்ளவைகளையும் ஒத்துப் பார்க்கு மளவில் மேற்காட்டிய கதையில் சொல்லியிருக்கிற சங்கதிகள் காலத்துக்குக்காலம் மாற்றப்பட்டிருக்கிறதாக விளங்கும்.

வாயு புராணத்தில் கண்டிருக்கிறபடி தக்ஷயாக கதையடக்கமாவது;

மேரு மலையிலுள்ள சாவித்திர சிகரத்தில் முனிகள், ரிஷிகள் கணங்கள் சூழ இராட்சதரும் பூதங்களும் ஏவல்செய்து நிற்க, மலையரசனுடைய மகளான உமையவளுடன் சிவன் கொலுவி லிருக்கும் ஒருநாளில் பிரஜாபதியாகிய தக்ஷன் இமயகிரியிலிருக்கிற கங்காதுவாரத்தில் பெரிய யாகஞ்செய்யத் தொடங்கினான்.

தேவர்கள் யாகத்துக்குப் போகவேண்டுமென்று விரும்பி சிவனிடத்தில் வந்து உத்தரவு கேட்டதற்கு சிவன் சம்மதித்து உத்தரவு கொடுத்தபடியினாலே பிரமா விஷ்ணு முதலான தேவர்களும் பிரஜாபதிகளும் பிதிர்களும் அவிப்பாக சுதந்திரமுடையவர்கள் எவர்களும் கங்காதுவாரத்துக்குப் போய்ச் சேர்ந்தார்கள். ஜீவராசிகள் யாவும் அவ்விடத்தில் சேர்ந்தன. (அவி என்றால் யாகத்துக்குரிய சாதத்தில் தேவர்களுக்குக் கிடைக்கவேண்டிய சுதந்திரம்) அவர்கள் எல்லாரும் யாகசாலையில் வந்திருக்கிறதைத் ததீசிரிஷி கண்டு கோபமடைந்து வணங்கப்படாதவர்களை வணங்குகிறதும் வணங்க வேண்டியவர்களை வணங்காதிருக்கிறதும் பாவம் என்று சொல்லி தக்ஷனைப் பார்த்து சிவனை நீ வணங்காதிருக்கிறதென்ன? என்று கேட்டதற்கு, தக்ஷன் சடையுள்ளவர்களாய் சூலாயுதம் தரித்திருக்கிற பதினொரு ருத்திரர்கள் வந்திருக்கிறார்களே, அவர்களை அல்லாமல் வேறொரு ருத்திரனை அறியேன் என்றான். அதற்கு ததீசி, சிவனுக்கு மேலான தேவனில்லை, ஆதலால் இந்த யாகம் முடிவுபெறாது என்று சொல்லியும் தக்ஷன் அதை ஒப்புக் கொள்ளாமல் இந்தப் பலி முழுவதையும் பரம கர்த்தனாகிய விஷ்ணுவுக்குப் படைக்கிறேனென்று சொல்லி யாகத்தை நடத்தினான்.

இப்படி நடக்குஞ்சமயத்தில் தேவர்களில்லாதிருக்கிறதை உமையவள் கண்டு இந்திரன் முதலான தேவர்கள் எங்கே போனார்கள் என்று சிவனிடத்தில் கேட்டதற்கு, தக்ஷன் ஒரு அசுவமேதயாகஞ் செய்கிறான், தேவர்களெல்லாரும் அந்த யாகத்துக்குப் போயிருக் கிறார்கள் என்றால், நீரும் யாகத்துக்கு ஏன் போகவில்லையென்று அவன் வினாவ, சிவன் அதைக் கேட்டு முந்தியகாலத்தில் தேவர்கள் பண்ணின யோசனைப்படிக்கு நடந்தது. யாகத்திலுள்ள அவிப்பாக சுதந்திரம் எனக்குக் கிடையாதென்று கட்டுப்பாடு பண்ணியிருக் கிறார்கள். இதனாலே நாம் போகவில்லையென்றார். உமையவள் இதைக்கேட்டுத் துக்கித்து உவமையில்லாதவரும் சேருவதற்கரிய வருமான ஜகேசனுக்கு அவிப்பாகங்கிடையாமலிருக்கிறதா என்று பரிதபித்து யாகத்திலுள்ள அவியில் ஒருபங்காவது அரைப் பங்காவது மூன்றிலொருபங்காவது என்நாயகனுக்குக் கிடைக்கும்படி நான் இப்போது தவம் பண்ணலாமா என்று கேட்டதற்கு, சிவன் அவளுடைய துக்கத்தை ஆற்றி நீ கலங்கவேண்டியதில்லை, நமது

மெய்ஞ்ஞானமாகிய யாகத்தினாலே நமது தொண்டர்கள் நம்மைப் பூஜிக்கிறார்கள்; அந்த யாகம் செய்வதற்கு பிராமணர் வேண்டிய தில்லை, நமக்கு வர வேண்டிய பாகம் அந்த யாகத்தின் வழியாய் நமக்குக் கிடைக்கிறதென்றார். சிவன் அப்படிச் சொல்லி, பின்பு நமக்குக் கிடைக்கவேண்டிய பாகத்தைக் கேட்டு வாங்கும்படி நாம் சிஷ்டிக்கப்போகிறவனைப் பார் என்று சொன்னவுடனே, கொடூரமுள்ள குணமும் பயங்கரமான ரூபமுமுடையவராகிய வீரபத்திரர் அவருடைய வாயிலிருந்து புறப்பட்டார். அந்த வீரபத்திரரைச் சிவன் பார்த்து தட்சனுடைய யாகத்தை அழிவு செய்துவா என்று உத்தரவு கொடுத்தனுப்பினார். தாம் உமைய வளுடைய கோபத்தினாலே உற்பத்தியானவரென்று வீரபத்திரர் அறிந்து பத்திரகாளியோடும் சகல பூதங்களோடும் புறப்பட்டு கங்காதுவாரத்துக்கோடி யாகசாலையில் பாய்ந்தார். யாகத்துக்குத் தடைவராதபடி தேவர்கள் தங்களால் ஆனமட்டும் யுத்தம் பண்ணியும் வீரபத்திரரும் அவரோடே வந்தவர்களும் யாக தம்பங்களை முறித்துத் தட்டுமுட்டுகளை எறிந்துவிட்டுக் கூட்டங் கூட்டமாய் வைத்திருந்த பண்டங்களை அசுசிப்படுத்திப் பட்சித்துப் போட்டு, பின்பு தேவர்களை அடித்துப் பயப்படுத்தி தேவதை களையும் அரம்பைகளையும் இழிவுசெய்து யாகத்தை நாசம் பண்ணினார்கள். தக்ஷன் பயத்தினாலே மெய்மறந்து தரையில் விழுந்து கிடக்கும்போது அவனுடைய தலையை வீரபத்திரர் சமட்டினார். மற்றத்தேவர்களை அவர் அக்கினிக்கட்டால் கட்டின தினாலே, ருத்திரரே எங்களைப் பொறுத்தருளும் என்று கெஞ்சினார்கள். அப்பொழுது பிரமா முதலான தேவர்களும் தட்சனும் அவரைப் பார்த்து பராக்கிரமமுள்ளவரே நீர் யார், உம் முடைய இயல்பை வெளிப்படுத்தும் என்று மன்றாடினதற்கு, நான் தேவனுமல்ல, ஆதித்தியனுமல்ல, நான் தேவியின் கோபத்தினாலே உற்பத்தியானவன், என் பேர் வீரபத்திரன். இந்த யாகத்தை நாசஞ்செய்யும்படி தேவாதிதேவனாகிய சிவனாலே அனுப்பப் பட்டு வந்தேன். சிவனுடைய அடைக்கலம் புகுந்திடுங்கள், மற்றத் தேவர்களுடைய ஆசீர்வாதத்தைப் பார்க்கிலும் ருத்திரனுடைய கோபம் நல்லதென்றார். வீரபத்திரர் சொன்னதைத் தக்ஷன் கேட்டு உறுதியுள்ள மனதோடே சிவனைத் தியானித்து அவருடைய கோபத்தை ஆற்றினபடியாலே சிவன் தேவாதிதேவனாக யாக

வேதிகையில் தோன்றி, தக்ஷனே உன்னிடத்தில் மனமகிழ்ச்சியா யிருக்கிறோம். உனக்காக நாம் செய்யவேண்டுவதென்னவென்று புன்சிரிப்பாய்க் கேட்டார். தக்ஷன் கண்ணீர் சொரிய இரு கரங்களை வணக்கமாய்க் குவித்து, கர்த்தனே நீர் என்னிடத்தில் மனமகிழ்ச்சியா யிருந்தால் நான் மன்றாடுகிற விண்ணப்பத்தைக் கேட்டருளும். நான் நெடுநாளாய் மிகுந்த வருத்தத்தோடே இந்த யாகத்துக்காகச் சேகரித்த பண்டங்களைப் பூதங்கள் பட்சித்து சேதப்படுத்தினதுண்டே. அந்தப் பண்டங்களை நான் சேகரித்தது வியர்த்தமாய்ப் போகாதபடி கட்டளையிடுமென்று மன்றாட, சிவன் அதைக் கேட்டு அப்படியே ஆகட்டும் என்று சொன்னபோது தக்ஷன் தரையில் முழந்தாளிட்டு சிவனுடைய எண்ணாயிரம் பேர்களைச் சொல்லிக்கொண்டு அவனைத் துதித்தான்.

(2) தக்ஷன் யாகத்தைக் குறித்துச் சொல்லிய கதையை ஸ்கந்த புராணத்திலுள்ள மூன்று காண்டங்களில் சொல்லியிருக்கிறதாம். அந்தக் கதை முப்பது காண்டங்களில் கண்டிருக்கிறதென்று சொன்னாலும் சொல்லலாம். ஏனென்றால்- சிவனையும் சிவகுமாரர்களையும் சிவஸ்தலங்களையும் முக்கியப்படுத்தும்படி அந்தந்த தேசத்தில் எழுதப்பட்ட ஸ்தல புராணங்களும் மான்மியங்களும் யாவும் ஸ்கந்த புராணத்திலுள்ள ஏதோ ஒரு காண்டத்திலிருந்து தெரிந்தெடுக்கப்பட்டதாகப் பாராட்டியிருக்கிறது.

1841ஆம் வருஷம் சென்னபட்டணத்தில் இரண்டு புஸ்தகமாக அச்சு பதிப்பிக்கப்பட்ட நாலு காண்டங்களிலுள்ள தக்ஷகாண்டத்தில் கண்டிருக்கிறபடி தக்ஷயாகக் கதையடக்கமாவது:

தக்ஷனுடைய குமாரத்தியாகிய உமையவளைச் சிவன் விவாகஞ்செய்யும் தறுவாயில் முகாந்தரமில்லாமல் மறைந்தார். அனேக வருஷமாய் அவர் திரும்பிவரவில்லை. திரும்பிவந்த வேளையிலும் வேறொருவருக்குங் காணப்படாமல், உமையவள் தனிமையாயிருக்குமிடத்தில் அவளைக் கண்டு இரகசியமாய் அவளைக் கைலாசத்துக்குக் கொண்டுபோனார். இவ்வகையாகச்

சிவன் ஒழுக்கம் மறந்து நடந்ததைக் குறித்து தக்ஷன் கோபமுள்ள வனாயிருந்தபோதிலும், பொறுமையாயிருக்கிறது நல்லதென்று தன் தகப்பனாகிய பிரமதேவன் சொன்ன யோசனையை ஒப்புக் கொண்டு, தன் மகளையும், தன் மருமகன் சிவனையும் கண்டு விசாரிக்கும்படி கைலாசத்துக்குப் போனான். வாசலருகாமையில் வந்தவுடனே நந்தி தேவரும் பூதகாவலாளிகளும் அவனைச் சீறி, நீ பலமுறை சிவனை நிந்தித்தவன், ஆதலால் இவ்விடத்தில் வரக் கூடாதென்று கடிந்துகொண்டு தடுத்தார்கள். தக்ஷன் கோப மூண்டவனாகி, ஓய் தேவர்களே! என்னை மதியாத சிவனை இத்தினமுதல் நீங்கள் வணங்கவேண்டாமென்று கோபித்துச் சொல்லித் தன்னிடத்துக்குத் திரும்பிப் போனான். அதற்குப்பின்பு தக்ஷனுடைய தகப்பனாகிய பிரமா பெரிய யாகஞ்செய்யும் ஒரு நாளில் நந்திதேவர் வந்து சிவனுக்குச் சேர வேண்டிய அவிப்பாகம் தாருங்களென்று கேட்டார். பாகங் கேட்டதற்கு தக்ஷன் வேத விதிப்படி சிவனுக்கு அவிப்பாகமில்லை என்று மறுத்து அவரை வைதான். பிரமதேவனும் தன் மகனுக்குப் பயந்து பேசாமலிருந்த தினால் நந்திதேவர் அவர்களெல்லாரையும் சபித்து மிகுந்த கோபத்தோடே போய்விட்டார். தேவர்கள், ரிஷிகள், பிராமணர்கள் அவர் கூறின சாபங்களுக்குப் பயந்து நெடுநாளாய் யாகஞ் செய்யாதே போனார்கள்.

பின்பு ஒருநாளில் சபையில் வந்திருக்கும் தேவர்களைத் தக்ஷன் பார்த்து, சிவனுக்குப் பாகங்கொடாமல் முந்தி நான் ஒரு யாகத்தைச் செய்து முடிப்பேன். பின்பு நீங்களும் செய்யுங்கள் என்று சொல்ல, அதைக் கேட்டு அவர்கள் சம்மதித்தபடியினாலே தக்ஷன் பிரமாண்டமான யாகசாலையைக் கட்டுவித்து அளவிறந்த பண்டங்களைச் சவதரித்து பிரமா, விஷ்ணு முதலான தேவர் களையும் ரிஷிகளையும் வரவழைத்துப் பெரிய யாகஞ்செய்யத் தொடங்கினான். தொடங்கும்போது ததீசி ரிஷி யாகசாலையில் வந்து தக்ஷன் செய்த மரியாதையை ஏற்றுக் கொள்ளாமல், சிவனே பரமகர்த்தனென்றும், அவர் செய்த அயோக்கிய கிரியைகள் திருவிளையாடலல்லாமல் வேறல்லவென்றும் அவரிடத்தில் கண்டிருக்கும் அவகோலங்கள் அந்தச் சமயத்தில் அவர் செய்தவை களுக்கு ஞாபகக் குறிப்புகளேயன்றி வேறல்லவென்றும் நெடு நேரமாகத் தர்க்கித்து பின்பு தக்ஷனையும் தேவர்களையும் பிராமணர் களையும் சபித்து சபையை விட்டுப் போனார்.

பல துரதிஷ்ட குறிப்புகள் நடக்கிறதைத் தக்ஷன் கண்டும் பயப்படாதவனாய் அநுஷ்டானங்களெல்லாஞ் செய்து மிகுந்த வேடிக்கையாய் யாக உற்சவத்தை நடத்தினான். யாகத்துக்கு வந்த தேவர்கள், ரிஷிகள் அனைவோரும் பூர்த்தியாய்ப் புசித்து மகா சந்தோஷமானார்கள். இப்படி நடக்கும்போது நாரதரிஷி கைலாசத்தில் சேர்ந்து சிவனுடைய சபையில் வந்திருக்கையில் உலகத்தில் புதுமையுண்டா, செய்தி என்னவென்று சிவன் கேட்டதற்கு தக்ஷன் யாகத்தை நடத்துகிற செய்தியைச் சொன்னான். சொன்னவுடனே உமையவள் அதைப் பார்க்கவேண்டுமென்று விரும்பி சிவனை நோக்கி என் தகப்பனார் செய்கிற யாகத்தை நான் போய்ப் பார்க்கும்படி உத்தரவு தரவேணுமென்று கேட்டதற்கு உன் தகப்பன் உன்னை அழைக்கவில்லை. போகலாகாதென்று சிவன் துவக்கத்திலே மறுத்தும், பின்பு அவள் வருந்திக் கேட்டதற்கு உத்தரவு கொடுத்தார். உமையவள் விமானத்தில் ஏறிப் புறப்பட்டு யாகசாலையில் சேர்ந்து தகப்பனையும் தாயையும் கண்டு கும்பிட்ட போது அவர்கள் இருவரும் அவளை இகழ்ந்து அவள் புருஷனாகிய சிவனை வைதார்கள். அவள் வெட்கப்பட்டுக் கோபமடைந்தவளாய் சாலையை விட்டு கைலாசத்துக்குத் திரும்பிவந்து நடந்த செய்தி களெல்லாவற்றையும் சிவனுக்குச் சொல்லி தக்ஷன் செய்கிற யாகத்தை அழிக்க வேண்டுமென்று விண்ணப்பம் பண்ணினாள். அவள் விண்ணப்பம் பண்ணினவுடனே சிவன் தனது நெற்றிக் கண்ணிலிருந்து வீரபத்திரரைத் தோன்றச் செய்து உமையவளுடைய சினத்தை ஆற்றும்படி அந்த யாகத்தை அழித்துப்போட்டு வாவென்று வீரபத்திரருக்குக் கட்டளை கொடுத்தார். அந்தப்படி வீரபத்திரர் பூதசேனைகொண்டு புறப்பட்டு தக்ஷனுடைய யாகசாலைக்கு விரைந்தோடி சிவனுக்கு அவிப்பாகம் வாங்கிப் போக வந்தேன், தாமதமில்லமல் தா வென்று கேட்டபோது சிவனுக்கு இவ்விடத்தில் அவிப்பாகங் கிடைக்கமாட்டாதென்று தக்ஷன் மறுத்த தறுவாயில் வீரபத்திரர் சீறி, கூடிவந்திருந்த தேவர்கள், ரிஷிகள், பிராமணர்களாகிய எல்லாரையும் கடிந்து சிலரைக் காயப்படுத்தி, சிலரைக் கொலை செய்து எல்லாரையும் துரத்திவிட்டு தக்ஷனுடைய தலையை வெட்டி அவன் தொடங்கின யாகத்தை நாசஞ்செய்தார். தக்ஷனைச் சேர்ந்தவர்களை வீரபத்திரருடைய பூதங்கள் ஆக்கிரமித்தும் பல சேஷ்டைகளைச் செய்தன. முற்றிலும் செயித்தபடியினாலே சிவனுடைய உத்தரவுப்படி அவர்களைத் திரும்ப

உயிர்ப்பித்தார். தக்ஷனை உயிர்ப்பிக்கும்போது ஓமகுண்டத்திலிருந்த ஆட்டின் தலையை அவனுடைய தலைக்குப் பதிலாய் அவனுடைய உடலில் இணைத்துச் சிவனை இகழ்ந்தவர்கள் இப்படி ஆவார்கள் என்று சொல்லி அவனை உயிரோடே எழுப்பினார். தக்ஷன் சிவனைப் பரமகர்த்தனென்று ஒத்துக்கொண்டு துதித்து தன் தலையைப் பழையபடி தரவேண்டுமென்று மன்றாடினான். மன்றாடினபோதிலும் அது அவனுக்குக் கிடைக்காமற்போயிற்று.

3. அருணாஜல புராணத்தில் கண்டிருக்கிறபடி மேற்சொல்லிய தக்ஷயாக கதை இதனடியில் காணப்படும். இப்படிப்பட்ட கதைகள் ஜனங்களுக்குள்ளே விகாரப்படுகிற வகை விளங்கும்படிக்குச் சில வேளைகளில் மூலத்தையும் சில வேளைகளில் உரையையும் காட்டுவோம்.

முன்னாளிலே பிரமாவினிடத்தில் பிறந்த தக்கனென்பவன் அரிய தபசு செய்து உயர்ந்த வரங்களைப் பெற்றுக்கொண்டு மிகவும் பிரசித்தனாகி வாழுகிறகாலத்திலே பார்வதியானவள் தன்னிடத்திலே பிறக்க அந்த அம்மனை சுவாமிக்கு கலியாணஞ் செய்துகொடுத்து மாமனாகும்படி வரம் பெற்று அந்தப்படி செய்தபின்பு ஒருநாள் இவன் சுவாமியுடைய சபைக்குப் போனான். அவ்விடத்தில் சுவாமி தனக்கு எழுந்து மரியாதை செய்யவில்லையென்கிற கோபங் கொண்டு தன்னுடைய வீட்டுக்கு வந்து சுவாமியைப் பார்க்கிலும் உயர்வடைய வேண்டுமென்று பன்னிரண்டு சூரியர்கள், பதினொரு ருத்திரர்கள், சத்த ரிஷிகள், அஷ்ட திக்குப் பாலகர், நாகலோகத்தார், கின்னரர், கிம்புருடர், சித்தர், யக்ஷர்கள், தேவர்கள், முனிவர்கள், நிலைபெற்ற பிர்மா, விஷ்ணு, சரஸ்வதி, இலக்ஷுமி மிகுந்த சந்தோஷத்தை அடைந்து சுற்றிக்கொள்ள, எல்லாருக்கும் முதல் வராகிய பரமசிவனை நிந்தித்து முடியக்கூடாத பெரிய யாகஞ் செய்யத் தொடங்கினான். பார்வதி தேவியானவள் தகப்பனாகிய தக்கன் யாகம் பண்ணுகிறதைக் கேட்டு சுவாமி என்னுடைய தகப்பன் செய்கிற வேள்வியைப் பார்த்து வருகிறதற்கு உத்தரவு கொடுமென்று கேட்க, அதற்கு சுவாமியானவர் உன்னுடைய தகப்பன் புத்தியில்லாமல் நம்மை மிகவும் நிந்திக்கிறானே, நீ போகலாமாவென்று சொல்ல, அதைக்கேட்டு சுவாமி என் தகப்பன் செய்த இந்தக் குற்றத்தை என்னை வேண்டிப் பொறுக்கவேண்டு மென்று நமஸ்காரஞ் செய்தபோது அந்த அம்மனைப் பார்த்து

நகைத்து, நல்லது. நீ போய்ச் சீக்கிரத்தில் வந்துசேரென்று சொல்லப் பார்வதி தகப்பன் யாகஞ்செய்கிற இடத்துக்குப் போனாள்.

பார்வதியானவள் தகப்பன் யாகசாலைக்குப் போய்த் தன்னுடைய தாயை வணங்கினாள். அவள் இந்த அம்மனைத் தழுவி உபசாரஞ் சொல்லாமலிருந்தாள். அதன்பின்பு தீமை பொருந்திய தகப்பனை வந்தனஞ்செய்ய அவனும் நிந்தித்தான். அதைப் பார்த்துக் கோபங்கொண்டு உன்னுடைய யாகசாலையின் வாழ்வு பேயிருந்து விளையாடும் சுடலையாகிப் போகக் கடவதென்று சபித்து இந்தப் பாவி வளர்த்த தேகம் இருக்கக் கூடாதென்று யோகத்தினாலே தன்னுடைய தேகத்தை விட்டாள். எப்பொழுதுங்கூட இருந்த பார்வதி தேகத்தை விட்டவுடனே ஒன்றியாயிருந்த பரம சிவனுடைய உயிர் சவுக்கியத்தை அடையுமோ. குளிர்ச்சி பொருந்திய சந்திரன் தம்முடைய சிரசிலே தானேயிருந்து நெருப்பை வாரிச் சொரிகிறபடியினாலே அதிக தாபத்தை அடைந்து இந்தத் தக்கனாகிய பாவியினாலல்லவோ இந்த வருத்தமுண்டாச்சுதென்று கோபித்துக் கொள்ளும்போது அவருடைய நெற்றிக்கண்ணிலிருந்து வீரபத்திரனானவர் ஆகாசவுலகமும் பூமியும் நடுங்கும்படியாகத் தோன்றினார். உடம்பு மேருவுக்குச் சமானமாக, வாய் நஞ்சைக் கொப்புளிக்க, நெற்றிக் கண் கொதிக்க, சிரசின்மேல் கை வைத்து கூப்பி, என்னை அழைத்தது என்ன காரணம், என்ன காரணமென்று கேட்டார். அவனைப் பார்த்து மூன்று கண்களையுடைய பரம சிவன், நீ ஜலத்தைப் பொழியாமல் நெருப்புகளைக் கக்கும் மேகம் போலப் போய்த் தக்கனுடைய யாகத்தை அழித்துவா என்று அருளிச் செய்ய, அக்ஷணமே வீரபத்திரர் அதிக சந்தோஷத்தை அடைந்து சுவாமியினது திருவடியைத் தொழுது பக்கத்தில் நின்ற பூதக்கூட்டங்களும் பேய்களும் சூழப் போனார். (இதனிடையில் பூதக் கூட்டங்களையும் அவைகளின் ஆயுதங்களையும் சேஷ்டை களையும் வீம்புப் பேச்சையும் விவரமாய்க் காட்டியிருக்கிறது.)

வழி முழுதும் போய் தக்ஷனுடைய யாகசாலையைக் கண்டு எல்லாப் பூதக் கூட்டங்களையும் அதிதியினுடைய பிள்ளைகளாகிய சகல தேவர்களையும் தூக்கிவாரி வீசினார்கள். தேவேந்திரன், அக்கினி, யமன், நிருதி, வருணன், வாயுபகவான், குபேரன், ஈசானன் ஆகிய எட்டுப் பேர்களும் தேரிலேறி வீரபத்திரருடைய பூதகணங்களை எதிர்த்தார்கள். தங்கள் தங்கள் ஆயுதங்களைப்

பிரயோகஞ்செய்து வீரபத்திரருடைய சேனைத்தலைவர்கள் விழும்படி செய்தார்கள். அப்போது எட்டுப் பூதங்கள் புறப்பட்டுத் திக்குப்பாலகர்கள் எட்டுப் பேரையும் அவர்கள் ஏறிய வாகனங்கள் எட்டையும் எடுத்து எறிந்தார்கள். எட்டு பூதங்களாலே எறிபட்டு விழுந்த திக்குபாலகர் அந்த எட்டு பூதங்களும் கீழே விழவும், மற்றப் பூதங்களெல்லாம் ஓடிப்போகவும், யுத்தம் செய்து வெற்றிமாலை சூடிக் கொண்டார்கள். அதுகண்டு வீரபத்திர சுவாமியானவர் எட்டுப் பாணத்தை விட்டார். அதுகள் போய் எட்டுப் பேருடைய உடலைத் துளைத்து அவ்வுடல்களுக்குள்ளிருக்கிற அமிர்தத்தைப் புசித்துச் சஞ்சரித்ததுகள். தேவேந்திரனானவன் தன் வாகனத்தை விட்டு குயில் ரூபங்கொண்டு ஓடினான். ஈசானன், குபேரன், நிருதி, வாயு, வருணன் இவர்கள் தோற்ற வெட்கத்தை அடைந்தார்கள். யமனானவன் இறந்தான். அக்கினி பகவானுடைய ஏழு கையும் அறுத்துத் தள்ளப்பட்டது. பார்வதியின் தாயாகிய தக்ஷனுடைய பெண்சாதியினுடைய இரண்டு காதையும் வீரபத்திரர் அறுத்துத் தள்ளி மாமனாகிய தக்ஷனிடத்திற்குப் போனார். யாகசாலையில் புகுந்து யாக ஸ்தம்பத்தைப் பிடுங்கிக்கொண்டு எதிர்த்த தக்ஷனுடைய தலையை மலைபோலக் கீழே அறுந்து விழும்படி அறுத்துத் தள்ளினார். அப்போது அந்தப் பூதகணங்களில் ஒன்று அரைநொடியில் தானே அந்தத் தலையைத் தின்றுவிட்டது. உருத்திர கூட்டங்கள் பிராணனையும், அஷ்டவசுக்கள் உயிரையும் மருத்து தேவர்கள் உயிரையும் குரங்குகள் போல் ஒழித்துப் பதுங்கியிருந்த முனி ஈசுரர்களுடைய பிராணனையும் வீரபத்திரர் விட்ட சூலாயுதமெடுத்துத் தின்று விட்டது. சூரியனுடைய பல்லும் கண்ணும் தெறித்து கீழே விழும்படி அடித்து சரசுவதியைப் பிடித்து இரண்டாக நாக்கறுத்தார். காலினாலே சந்திரனை மிதிக்க அவன் நசுங்கினான். பூதகணங்களாலே இறந்துபோன தேவர்கள் பிசாசாகி மறுபடியும் மாயமாய்த் தோன்றி எழுந்து சண்டைபண்ண, அவர்களை வீரபத்திரர் சேனை அடித்துக் கொன்றார்கள். ஆனபடியினாலே பேயாய்ப் போயும் துக்கம் நீங்கவில்லை. யாகத்துக்கு உபயோகமாக வைத்திருந்த சோறும், எள்ளும், பொரியும் ஒரு பூதம் வாயில் கொட்டிக் கொண்டு நெய்க்குடங்களை எடுத்து மடமடவென்று விட்டுக்கொண்டது. அஷ்டதிக்குப் பாலகரும், அஷ்டவசுக்களும், தலைவராக வந்த குருக்களும் முப்பத்து முக்கோடி தேவர்களும் இறந்தபோது அவர்கள் தேகம்

வீணாய்ப் போகாமல் வீரபத்திரருக்கு முன்னே அவருடைய சேனைகள் அதுகளைச் சாப்பிட்டதுகள்.

திக்குப்பாலகர் முதலாகிய தேவர்கள் இறக்க இறக்கப் பிரமாவானவர் நொடிப் பொழுதிலே அவர்களைப் படைத்துக் கொண்டேவந்தார். அவர்கள் மறுபடியும் யுத்தம் செய்தார்கள். அவர்கள் பின்னும் பிறக்காமலிருக்கும்படி வீரபத்திரர் பிரமாவை அடுத்து இறந்துபோன தேவர்கள் மறுபடியும் சண்டை செய்யப் படைக்கும் அவருடைய கைகளை அறுத்துத் தள்ளினார்.

கடைசியாக விஷ்ணு சண்டை செய்ய வந்து கருடன் மேலே ஏறிக் கொண்டு அனேக பாணவருஷங்கள் வீரபத்திரர் மார்பில் படும்படியாகப் பொழிந்தார். அப்படி விட்ட பாணங்களை எல்லாம் வீரபத்திரர் கண்டதுண்டமாக அறுத்தெறிந்தார். விஷ்ணுவானவர் வில்யுத்தம் பண்ணுகிறதில் சக்தியில்லாமல் கோபங்கொண்டு ஒரு கத்தியை எடுத்துச் சுற்றி வீசினார். வீரபத்திரர் அந்தக் கத்தியை ஒரு பாணத்தைவிட்டு அறுத்தெறிந்து ஒரு பாணத்தினாலே கருடனைக் கொன்றுவிட்டார். அதைக் கண்டு துக்கத்தினாலே உடம்பு கருகிப்போய் கையிலேயிருக்கிற சக்கரத்தை வீரபத்திரர் மேல் பிரயோகஞ்செய்தார். அது ஓடிவந்து சுவாமி காலிலே விழுந்து பணிந்தது. முக்காலத்திலே விஷ்ணு சிவனைப் பூசை செய்துவரும்போது ஒரு தாமரைப் புஷ்பங் குறைய, அதுக்குப் பதிலாக தன்னுடைய கண்ணைப் பிடுங்கி அர்ச்சிக்க, சுவாமிக்கு மன சந்தோஷம் வந்து சக்கராயுதங் கொடுத்தார். அந்த சக்கரத்தைத் தானே சுவாமி மேலே விட அது பயந்து காலிலே விழுந்தது. இனிமேல் இந்த ரூபத்தோடே நின்றால் பிழைக்கமாட்டோமென்று விஷ்ணு நினைத்து அந்த ரூபத்தை ஒழித்துப் பன்றியாகவும், சிங்கமாகவும் ரூபமெடுத்துவந்து யுத்தஞ்செய்ய அந்தந்த ரூபங்களை வாளாயுதத்தாலும் வேலாயுதத்தாலும் வீரபத்திரர் கொன்றார். அதன்பின்பு விஷ்ணு மிகவும் பயந்து மீன் ரூபமெடுத்துச் சமுத்திரத்திலே விழுந்து ஒளிந்தார்.

இவ்விடத்தில் இவ்விதமாய் யாகசாலையோடு சமஸ்தமான பேரும் நாசத்தை அடைந்த பிற்பாடு வீரபத்திரர் கைலாயத்துக்குப் போய் சுவாமியினுடைய பாதத்திலே வணங்கி அங்கே நடந்த சமாசாரமெல்லாஞ் சொன்னார். அது கேட்டருளிப் பரமசிவனும்

கோபமாறிக் கிருபை பிறந்து யாகத்திலிருந்தவர்கள் அனைவரையும் பிழைப்பித்து கேடில்லாத அவரவரிடங்களை அவரவர்க்குப் பழையபடியே அருளிச் செய்தார். அவர்கள், சுவாமி நாங்கள் விவேகமில்லாமையினாலே செய்த குற்றத்தைப் பொறுக்க வேண்டியதென்று நமஸ்கரித்து விடைபெற்றுக் கொண்டார்கள். பார்வதியைப் பெற்ற தக்கனுக்கு மாத்திரம் நிந்தை செய்ததற்கு அபராத அடையாளமாக ஆட்டுத் தலையை அவன் உடலில் வைத்துப் பொருத்தி எழுந்திருக்கும்படி செய்தார். எனக்கு நாதராக இருக்கிற பரமசிவனை நிந்தித்த தக்கனுடைய குமாரியென்று பழிப்பாக உலகம் நம்மைச் சொல்லுமே என்று பார்வதி அந்தத் துக்கம்தீர, தன்னுடைய தேகத்தை யோகாக்கினியினாலே நிவர்த்தி செய்து இமோத்பர்வதராஜன் தபோமகிமையினாலும் மேனா தேவியினது தவமுயற்சியினாலும் அவர்களுக்குக் குமாரியாக அவதாரஞ்செய்தாள்.

மேற்கண்டிருக்கிற கதையைப்பற்றிக் கவனிக்க வேண்டிய விசேஷங்கள் :

தக்ஷ யாகத்தைப்பற்றி மேற்கண்ட மூன்று புராணங்களில் சொல்லியிருக்கிற மூன்று கதைகள் ஒன்றுக்கொன்று விகற்பமுள்ள வைகள் என்பது வாசிக்கிறவர்களெல்லாருக்கும் விளங்கும். சில விகற்பங்கள் யோசனையில்லாமல் புலவர்களுடைய கைப் பிசகாலுண்டாயிருக்கும். மற்றுஞ்சில விகற்பங்கள் செவிக்கு இன்பமுண்டாக அந்தச் சங்கதிகளை வர்ணிக்க வேண்டுமென்ற நோக்கத்தினாலே யுண்டாயிருக்கும். ஆனாலும் சிவனை உயர்த்த வேண்டுமென்கிற மத வைராக்கியத்தினாலேயே மிகுதியான விகற்பங்கள் உண்டாயிருக்கிறதென்பது நிச்சயம். வாயு புராணம் சைவ புராணமாயும் சில அட்டவணைகளில் சிவபுராணமென்கிற பேர் வழங்குகிறதாயும் இருந்தபோதிலும் அதில் கண்டிருக்கிற மத வைராக்கியத்தைப் பார்க்கிலும் ஸ்கந்த புராணத்திலும் அருணாசல புராணத்திலும் கண்டிருக்கிற மத வைராக்கியம் அதிகம்.

தக்ஷன் யாகம் நடத்திய காலத்திலும் அதற்கு முன்னுள்ள காலத்திலும் பார்வதி இமயகிரி அரசனுக்கே குமாரத்தியா யிருந்ததாக வாயு புராணத்தில் சொல்லியிருக்க, மேற்படி யாகம்

நடத்தப்படுங்காலத்தில் அவள் தக்ஷனுக்குக் குமாரத்தியாயிருந்தா ளென்றும் அதற்குப் பிற்பாடுதான் அவள் இமயகிரி அரசனுக்குக் குமாரத்தியாய் அவதரித்தாளென்றும் கந்தபுராணத்திலும் அருணாசல புராணத்திலும் சொல்லியிருக்கிறது.

தக்ஷனுடைய யாகத்திற்குப் பார்வதி போகாமல் சகல தேவர்களும் அதற்குப் போயிருக்க சிவன் போகாதிருந்ததென்ன வென்று அவள் விசாரித்ததாக மாத்திரம் வாயு புராணத்தில் கண்டிருக்க, அவள் அந்த யாகத்தைப் பார்க்கும்படி போயிருந்தா ளென்றும் அப்படிப் போனவிடத்தில் அவள் தக்ஷனால் நிந்திக்கப் பட்டதினிமித்தம் கோபங்கொண்டு கைலாசத்துக்குப் போய் அதைப்பற்றிச் சிவனுக்கு அறிவித்தாளென்று கந்தபுராணத்திலும் அவள் யாகசாலைக்குப் போயிருந்தவிடத்தில் தனக்கு நேரிட்ட நிந்தையினால் கோபங்கொண்டு தன்னுடைய தேகத்தை யோகாக்கினி யினாலே விட்டாள் என்று அருணாசல புராணத்திலும் சொல்லி யிருக்கிறது.

யாகத்தில் சிவனுக்கு அவிப்பாகமில்லை என்றும் அவனுக்கு அவிப்பாக சுதந்திரம் கிடையாதென்றும் முற்காலத்தில் தேவர்கள் ஒப்பந்தம் பண்ணினதாக சிவன் பார்வதியோடே பேசினதில் அவன்தானே ஒத்துக்கொண்டான் என்றும் இந்த முகாந்தரத்தி னிமித்தம் தக்ஷன் தன்னுடைய யாகத்திற்குச் சிவனை அழைக்க வில்லையென்றும் வாயு புராணத்தில் சொல்லியிருக்கிறது. ஆனால் இந்த முகாந்தரத்தை எடுத்துக் காட்டினாலும் சிவனுடைய பேருக்கும் பெருமைக்கும் குறைவாயிருக்குமென்று பிந்திய காலத்தில் புராணமெழுதினவர்கள் கருதி அதை மறைத்திருக்கிறதுமன்றி, சிவன் தனக்கு மரியாதை செய்யாததினிமித்தம் தக்ஷன் அவன் மேல் கோபமாயிருந்ததினாலே சிவனைத் தன்னுடைய யாகத்திற்கு அழைக்கவில்லையென்றும் காட்டியிருக்கிறார்கள்.

தக்ஷன் கைலாசத்திற்குப் போனபொழுது சிவனைக் கண்டு கொள்ளாதபடி காவலாளர் தன்னைத் தடுத்ததினாலே கோபங் கொண்டானென்று கந்தபுராணத்திலே சொல்லியிருக்க, அச்சமயத்தில் சிவனைக் கண்டுகொள்ள தக்ஷன் விடைபெற்றான் என்றும், விடைபெற்றும் சிவன் ஆசனம் விட்டு எழுந்து தனக்கு மரியாதை செய்யாததினிமித்தம் கோபங்கொண்டானென்றும் அருணாசல புராணத்தில் சொல்லியிருக்கிறது.

வீரபத்திரன் சிவனுடைய வாயிலிருந்து புறப்பட்டானென்று வாயு புராணத்திலும் அவன் சிவனுடைய நெற்றிக்கண்ணிலிருந்து தோன்றினானென்று கந்தபுராணத்திலும், அருணாசல புராணத்திலும் கண்டிருக்கிறது. வீரபத்திரன் யாகசாலையில் வந்தவுடனே தக்ஷன் தான் சிவனுக்கு விரோதமாய்ச் செய்த குற்றத்தை உணர்ந்து ஒத்துக் கொண்ட படியினாலே அவனுக்கும் அவனுடைய யாகசாலைக்கு வந்திருந்த தேவர்களில் ஒருவருக்கும் பிராணசேத முண்டாகவில்லையென்றும் வாயுபுராணத்தில் சொல்லியிருக்க, தக்ஷனுடைய யாகத்துக்கு வந்திருந்த சகலமான தேவர்களும் பிராமணர்களும் வீரபத்திரனால் மடிந்தார்கள் என்றும் பின்பு சிவனுடைய தயவினாலே உயிர்ப்பிக்கப்பட்டார்களென்றும் கந்தபுராணத்திலும் அருணாசல புராணத்திலும் சொல்லியிருக்கிறது.

வாயு புராணம் சைவசமய புராணமாயிருந்தாலும் அதில் விஷ்ணுவுக்குக் கவனக்குறைவாக யாதொன்றையுஞ் சொல்லாதிருக்க, விஷ்ணு வீரபத்திரனோடே யுத்தஞ்செய்து பலமுறை தோல்வி யடைந்ததாக மற்ற இரண்டு புராணங்களிலும் சொல்லியிருக்கிறது. மேற்சொல்லிய மூன்று புராணங்களும் தக்ஷ யாக கதை அடங்கிய மற்ற புராணங்களும் அனேக விஷயங்களில் ஒன்றுக்கொன்று விகற்பமுள்ளவைகளாயிருந்தாலும் வேதகாலத்தில் வணங்கப்பட்ட இந்திரன், அக்கினி, ருத்திரன் முதலிய தேவர்கள் புராண காலத்தில் மதிக்கப்படவில்லையென்றும் அவர்கள் வணங்கப்படத்தக்க தேவர்களாய் எண்ணப்படவில்லையென்றும் புராணங்களெல்லா வற்றிலுங் கண்டிருக்கிறது.

தக்ஷனுடைய யாகத்தைப்பற்றிப் புராணங்களில் கண்டிருக்கிற கதை முற்றிலும் கட்டுக்கதையாயிருந்தபோதிலும் பூர்வகாலத்தில் சைவ சமயத்தாருக்கும் விஷ்ணு சமயத்தாருக்கும் மதாசாரபேதத்தை விட்டு உண்டான சண்டைகளை அது குறித்திருக்கலாம். சிவனை விட விஷ்ணு பெரியவனென்று தக்ஷன் எண்ணினதே அந்தக் கதையிலுள்ள மொத்தப் பொருள். அந்தக் கதை, குறிப்பாய்க் காட்டிய சண்டைகள் நடக்கும்போது முதலில் விஷ்ணு சமயத்தார் பெலத்த கைக்காரராயிருந்ததினால் விஷ்ணு சமயம் முக்கியப் பட்டிருந்தது. ஆரிய வம்சத்தாரல்லாத பூர்வீக இந்துக்கள் அநுசரித்துவந்த பூத வணக்கத்தை வீரபத்திரனுடைய பேரால் குறித்திருக்குமென்று வைத்துக்கொண்டால், மேற்சொல்லிய சண்டை நடக்கும்போது சிவசமயத்தார் மேற்கொண்ட வகை

தெளிவாய் விளங்கும். எப்படியென்றால் அந்தக் கதையில் கண்டிருக்கிறபடி சிவ சமயத்தார் சுயபலத்தினாலே விஷ்ணு பத்திக்காரரை அடக்கிப் போடவில்லை. பூதவணக்கத்தை உட்சமயமாக தங்கள் சமயத்தோடே சேர்த்து, சிவபத்தர் சிவனை வணங்குகிறதுமல்லாமல் பூதங்களையும், பேய்களையும் உக்கிர தேவதைகளையும் வணங்கும்படி ஒழுங்கு பண்ணினதினாலே பூதவணக்கக்காரருடைய உதவி சிவபத்திக்காரருக்குக் கிடைத்தது. அந்த உதவியினாலேயே அவர்கள் விஷ்ணுபத்திக்காரரைத் தாழ்த்தி மேற்கொண்டார்கள்.

வாயு புராணத்தில் கண்டிருக்கிறபடி சிவனுக்கும் பார்வதிக்கு முண்டான சம்பாஷணையில் கவனிக்கவேண்டிய விசேஷம் ஒன்றிருக்கிறது. அந்தப் புராணம் எழுதினவர்கள் சிவனை வணங்கினவர்களானதால் அவனைப் பரம கர்த்தனாகவும் ஏக கடவுளாகவும் காட்டவேண்டுமென்று விரும்பினபோதிலும் ஒரு காரியத்தைப்பற்றி அவர்களுக்கு மலைவு உண்டாயிற்று. எப்படியென்றால், பூர்வகால முதல் வழங்கிவந்த வேதங்களில் சிவனைத் தேவனாகக் காட்டியிருக்கவில்லையே; அவனுக்குத் துதியாகக் கட்டப்பட்ட வேதமந்திரம் ஒன்றுமில்லையே; வேதவிதிப்படி செய்யப்பட்ட யாகங்களில் சிவயாகமில்லையே; இந்திரன், அக்கினி, விஷ்ணு முதலான தேவர்களுக்கென்று நடத்தப்பட்ட யாகங்களில் சிவனுக்கு அவிப்பாகமில்லையே; அவனே மேலான கடவுளானால் இது எப்படி ஆகுமென்று அவர்கள் மலைந்ததாகக் காணப்படுகிறது. ஆனபடியினாலே பார்வதியோடே சிவன் செய்த சம்பாஷணையில் தனக்கு அவிப்பாகமில்லையென்று அவன் ஒத்துக் கொண்டிருக்கும்போது இதைப் பற்றிச் சிலர் ஆட்சேபிப்பார்களென்றெண்ணி தனக்கு மெஞ்ஞானமாகிய யாகமுண்டு, அந்த யாகம் நடத்த பிராமணர் வேண்டியதில்லையென்று அந்த ஆட்சேபத்துக்கு அவன் நியாயஞ்சொன்னதாகவும், தான் சொன்ன நியாயத்தைச் சிலர் வீண்போக்காக எண்ணுவார்களே அல்லாமல் ஒரு நியாயமாக ஒப்புக்கொள்ளமாட்டார்களென்று அறிந்து அதை நியாயஞ் சொல்லவேண்டுமென்கிற யோசனையை மாற்றி அவிப் பாகத்தைப் பலாத்காரமாய் எடுக்கும்படி அவன் தீர்மானித்ததாகவும், பின்பு அந்தத் தீர்மானத்தை நிறைவேற்றும்படி வீரபத்திரனைப் பிறப்பித்ததாகவும் கண்டிருக்கிறது.

★